ಗುರುತು

ಒಂದು ಕಥಾ-ಕಾದಂಬರಿ

ಶ್ರೀರ

ಈ ಕಾದಂಬರಿಯ ಬಗ್ಗೆ ನಿಮ್ಮ ಅನಿಸಿಕೆ ಅಭಿಪ್ರಾಯಗಳನ್ನು
sri@kathasiri.com ಗೆ ಇಮೇಲ್ ಮೂಲಕ ಹಂಚಿಕೊಳ್ಳಬಹುದು.

ಹಾಗೆಯೇ ಇನ್ನಷ್ಟು ಮನಮುಟ್ಟುವ ಸಣ್ಣ ಕಥೆಗಳನ್ನು ಓದಲು
https://kathasiri.com ವೆಬ್ಸೈಟ್ ಗೆ ಭೇಟಿ ನೀಡಿ..

ಅಧ್ಯಾಯಗಳು

ಅಧ್ಯಾಯಗಳು

ಮುನ್ನುಡಿ

ಈ ಪುಸ್ತಕದ ಮಧ್ಯಭಾಗದಲ್ಲಿ ಒಬ್ಬ ಮನುಷ್ಯ ಇದ್ದಾನೆ. ಮಂಜುನಾಥ್, ಬೆಂಗಳೂರಿನ ಒಂದು ಫ್ಲಾಟಿನಲ್ಲಿ ವಾಸಿಸುವ, ಪ್ರತಿದಿನ ಆಫೀಸಿಗೆ ಹೋಗಿಬರುವ, ಯಾವ ವಿಶೇಷತೆಯೂ ಇಲ್ಲದ ಒಬ್ಬ ಸಾಧಾರಣ ಐಟಿ ಉದ್ಯೋಗಿ. ಆದರೆ ಇಪ್ಪತ್ತೆರಡು ಅಧ್ಯಾಯಗಳ ಈ ಪುಸ್ತಕದಲ್ಲಿ, ಮಂಜು ಕಥಾನಾಯಕನಲ್ಲ. ಪ್ರತಿ ಅಧ್ಯಾಯದಲ್ಲೂ ಬೇರೆ ಬೇರೆ ಮನುಷ್ಯರು ಬರುತ್ತಾರೆ, ಬದುಕುತ್ತಾರೆ, ತಮ್ಮದೇ ಆದ ಸಂತೋಷ, ಕಷ್ಟ, ಮೌನಗಳ ನಡುವೆ ಸಾಗುತ್ತಾರೆ. ಸಂಬಂಧಿಕರು, ನೆರೆಹೊರೆಯವರು, ಸಹೋದ್ಯೋಗಿಗಳು, ಒಮ್ಮೆ ಮಾತ್ರ ಸಿಕ್ಕ ಅಪರಿಚಿತರು. ಇವರೆಲ್ಲರ ಬದುಕಿನ ಎಲ್ಲೋ ಒಂದು ಮೂಲೆಯಲ್ಲಿ, ಗೊತ್ತಿದ್ದೋ ಗೊತ್ತಿಲ್ಲದೆಯೋ, ಮಂಜು ಒಂದು ಸಣ್ಣ ಗುರುತು ಬಿಟ್ಟುಹೋಗಿದ್ದಾನೆ.

ಒಂದು ಉಪ್ಪಿನಕಾಯಿ ಡಬ್ಬಿ. ಒಂದು ತಂಬಿಗೆ ಲೋಟ. ಒಂದು ಹಳೆಯ ಸೈಕಲ್. ಒಂದು ಕ್ಯಾಸೆಟ್ ಟೇಪ್. ಒಂದು ಮಣಿಕಟ್ಟಿನ ಗಡಿಯಾರ. ಈ ಸಣ್ಣ ಸಣ್ಣ ವಸ್ತುಗಳು ಒಂದು ಕೈಯಿಂದ ಇನ್ನೊಂದು ಕೈಗೆ ಚಲಿಸುತ್ತ ಹೋಗುತ್ತವೆ, ಪ್ರತಿ ಸಲವೂ ಹೊಸ ಅರ್ಥ ಪಡೆದುಕೊಳ್ಳುತ್ತ. ಒಬ್ಬರಿಗೆ ಅದು ಬರೀ ಒಂದು ವಸ್ತು, ಇನ್ನೊಬ್ಬರಿಗೆ ಅದೊಂದು ನೆನಪಿನ ತುಣುಕು, ಮತ್ತೊಬ್ಬರಿಗೆ ಅದೊಂದು ಉತ್ತರ ಸಿಗದ ಪ್ರಶ್ನೆ. ಈ ವಸ್ತುಗಳ ಪಯಣವನ್ನ ಗಮನಿಸುತ್ತ ಹೋದರೆ,

ಮುನ್ನುಡಿ

ಇಡೀ ಪುಸ್ತಕ ಒಂದು ಅಗೋಚರ ದಾರದಲ್ಲಿ ಪೋಣಿಸಿದ ಹಾಗೆ ಕಾಣಿಸುತ್ತದೆ.

ಗುರುತು ಒಂದು ಸಾಂಪ್ರದಾಯಿಕ ಕಾದಂಬರಿಯಲ್ಲ. ಇಲ್ಲಿ ಒಂದು ಘಟನೆಯಿಂದ ಇನ್ನೊಂದಕ್ಕೆ ನೇರವಾಗಿ ಹೋಗುವ ಕಥೆ ಇಲ್ಲ, ಒಂದು ಸಮಸ್ಯೆ ಹುಟ್ಟಿ ಪರಿಹಾರ ಸಿಗುವ ಚೌಕಟ್ಟೂ ಇಲ್ಲ. ಬದಲಿಗೆ, ಇದೊಂದು ಮೊಸಾಯಿಕ್. ಪ್ರತಿ ಅಧ್ಯಾಯವೂ ತನ್ನಷ್ಟಕ್ಕೆ ತಾನೇ ಸಂಪೂರ್ಣ, ಒಂದು ಸಣ್ಣ ಜೀವನದ ಚೂರು, ಒಂದು ಪಾತ್ರದ ಒಂದು ದಿನ ಅಥವಾ ಒಂದು ಕ್ಷಣ. ಆದರೆ ಈ ಎಲ್ಲ ಚೂರುಗಳನ್ನ ಒಟ್ಟಿಗೆ ಇಟ್ಟಾಗ, ಒಂದು ದೊಡ್ಡ ಚಿತ್ರ ನಿಧಾನವಾಗಿ ಮೂಡುತ್ತದೆ, ಮನುಷ್ಯರೆಲ್ಲ ಎಷ್ಟು ಬೇರೆಬೇರೆಯಾಗಿ ಕಂಡರೂ ಒಬ್ಬರ ಬದುಕು ಇನ್ನೊಬ್ಬರ ಬದುಕನ್ನ ಎಷ್ಟು ಸಹಜವಾಗಿ ಮುಟ್ಟಿಹೋಗುತ್ತದೆ ಎಂಬ ಚಿತ್ರ.

ಇದೇ ಕಾರಣಕ್ಕೆ ಈ ಪುಸ್ತಕವನ್ನ ಎರಡು ರೀತಿಯಲ್ಲಿ ಓದಬಹುದು. ಒಂದನೇ ಅಧ್ಯಾಯದಿಂದ ಕೊನೆಯ ಅಧ್ಯಾಯದವರೆಗೆ, ಒಂದು ಪೂರ್ಣ ಕಾದಂಬರಿಯಂತೆ ಕ್ರಮವಾಗಿ ಓದಬಹುದು, ಅಥವಾ ಯಾವುದೇ ಅಧ್ಯಾಯದಿಂದ ಶುರುಮಾಡಿ, ಒಂದು ಸ್ವತಂತ್ರ ಸಣ್ಣಕಥೆಯ ಸಂಕಲನದಂತೆ, ಇಷ್ಟ ಬಂದ ಕ್ರಮದಲ್ಲಿ ಓದಬಹುದು. ಎರಡೂ ಓದುಗಳಲ್ಲಿ ಪುಸ್ತಕ ತನ್ನದೇ ಆದ ಪೂರ್ಣತೆ ಕೊಡುತ್ತದೆ, ಆದರೆ ಒಂದೇ ಕ್ರಮದಲ್ಲಿ ಓದಿದಾಗ ಮಾತ್ರ ಕಾಣಿಸುವ ಒಂದು ಗುಪ್ತ ನೇಯ್ಗೆಯೂ ಇಲ್ಲಿ ಅಡಗಿದೆ.

ಈ ಪುಸ್ತಕದ ಪ್ರತಿ ಅಧ್ಯಾಯದ ಕೊನೆಯಲ್ಲಿ, ಒಂದು ಸ್ಪಷ್ಟ ಮುಕ್ತಾಯ ಸಿಗುವುದಿಲ್ಲ. ಬದುಕು ಹಾಗೆಯೇ ಅಲ್ಲವೇ. ಒಂದು ಸಂಭಾಷಣೆ ಅರ್ಧಕ್ಕೆ ನಿಲ್ಲುತ್ತದೆ, ಒಂದು ಪ್ರಶ್ನೆ ಕೇಳದೆ ಉಳಿಯುತ್ತದೆ, ಒಂದು ಸಂದೇಶ ಕಳಿಸದೆ ಡ್ರಾಫ್ಟಾಗಿಯೇ ಉಳಿಯುತ್ತದೆ. ಈ ಪುಸ್ತಕ ಓದುಗರಿಗೆ ಎಲ್ಲ ಉತ್ತರ ಕೊಡುವುದಿಲ್ಲ. ಬದಲಿಗೆ, ಪ್ರತಿ ಪುಟದ ನಂತರ ಒಂದು ಪ್ರಶ್ನೆ ಬಿಟ್ಟುಹೋಗುತ್ತದೆ, ನಮ್ಮ ಸ್ವಂತ ಬದುಕಿನಲ್ಲೂ ಇಂಥ ಎಷ್ಟೋ ಗುರುತುಗಳು ಇವೆಯಲ್ಲ ಎಂಬ ಪ್ರಶ್ನೆ.

ಈ ಪುಸ್ತಕ ಶುರುವಾಗುವುದೂ ಒಂದು ಭಾನುವಾರ, ಮುಗಿಯುವುದೂ ಒಂದು ಭಾನುವಾರ. ಆದರೆ ಆ ಎರಡು ಭಾನುವಾರಗಳ ನಡುವೆ, ಇಪ್ಪತ್ತೆರಡು ಜನರ ಬದುಕುಗಳ ಮೂಲಕ, ಓದುಗರು ಒಂದು ವಿಷಯ ಅರ್ಥಮಾಡಿಕೊಳ್ಳುತ್ತಾರೆ, ನಮ್ಮ ಸುತ್ತಲಿನ ಪ್ರತಿ ಸಾಧಾರಣ ಮನುಷ್ಯನೂ ಎಷ್ಟೋ ಜನರ ನೆನಪುಗಳಲ್ಲಿ ಒಂದು ಗುರುತಾಗಿ ಬದುಕಿರುತ್ತಾನೆ ಎಂಬ ವಿಷಯ, ಅವನಿಗೇ ಗೊತ್ತಿಲ್ಲದ ಹಾಗೆ.

ಶ್ರೀರ,

ಜುಲೈ ೨೦೨೬

ಬೆಂಗಳೂರು

sri@kathasiri.com

ಅಧ್ಯಾಯ ೧: ಒಂದು ಸಾಧಾರಣ ಭಾನುವಾರ

ಯಾರ ಕಥೆ: ಮಂಜು (ಮಂಜುನಾಥ್) · *ಸ್ಥಳ:* ಬೆಂಗಳೂರು, ಅವನ ಫ್ಲಾಟ್

ಮಂಜುಗೆ ಎಚ್ಚರವಾದಾಗ ಗಂಟೆ ಎಂಟೂವರೆ. ಕಿಟಕಿಯ ಪರದೆಯ ಸಂದಿನಿಂದ ಬೆಳಕು ನೇರ ಮುಖದ ಮೇಲೆ ಬೀಳುತ್ತಿತ್ತು. ಸೋಮವಾರದಿಂದ ಶುಕ್ರವಾರದವರೆಗೆ ಆರೂವರೆಗೇ ಎಚ್ಚರವಾಗುವ ಅಭ್ಯಾಸ, ಆದರೆ ಶನಿವಾರ ಮತ್ತು ಭಾನುವಾರ ಮಾತ್ರ ದೇಹ ತಾನಾಗಿಯೇ ಎರಡು ಗಂಟೆ ಜಾಸ್ತಿ ತಗೊಳ್ಳುತ್ತಿತ್ತು, ಅದನ್ನ ಸಂಪಾದಿಸಿದ ಹಾಗೆ, ಸಾಲ ಕೊಟ್ಟಿದ್ದನ್ನ ವಸೂಲಿ ಮಾಡಿದ ಹಾಗೆ.

ಪಕ್ಕದ ಕೋಣೆಯಿಂದ ಆದಿತ್ಯನ ಗಟ್ಟಿ ಧ್ವನಿ ಕೇಳಿಸುತ್ತಿತ್ತು, ಯಾವುದೋ ಕಾರ್ಟೂನಿನ ಹಾಡು ಅಥವಾ ಅವನದೇ ಸ್ವಂತ ಆವಿಷ್ಕಾರದ ಒಂದು ಪದ್ಯ, ಅರ್ಥವಾಗುತ್ತಿರಲಿಲ್ಲ. ಅನ್ವಿತಾ ಇನ್ನೂ ನಿದ್ದೆಯಲ್ಲಿ ಇರಬಹುದು, ಅವಳ ಸದ್ದು ಕೇಳಿಸಲಿಲ್ಲ. ಮಂಜು ಮಂಚದ

ಮೇಲೆ ಕೊಂಚ ಹೊತ್ತು ಹಾಗೇ ಬಿದ್ದುಕೊಂಡು, ಮೇಲಿನ ಫ್ಯಾನ್ ಸುತ್ತುವುದನ್ನೇ ನೋಡುತ್ತ, ಈ ವಾರ ಏನೇನೂ ಇಲ್ಲ ಎಂಬ ಸಮಾಧಾನವನ್ನ ಆಸ್ವಾದಿಸಿದ.

ದೀಪಾ ಆಗಲೇ ಎದ್ದಿದ್ದಳು. ಅಡುಗೆಮನೆಯಿಂದ ಚಿಮಣಿಯ ಸದ್ದು, ಗ್ಯಾಸ್ ಸ್ಟವ್ ಹೊತ್ತಿಸಿದ ಸದ್ದು ಕೇಳಿಸುತ್ತಿತ್ತು.

"ಎದ್ದೆಯಾ?" ಎಂದು ಅವಳ ಧ್ವನಿ ಬಂತು, ಅಡುಗೆಮನೆಯಿಂದಲೇ, ಅವನನ್ನ ನೋಡದೆಯೇ.

"ಎದ್ದೆ," ಎಂದ ಮಂಜು, ಎದ್ದೇಳಲಿಲ್ಲ.

"ಕಾಫಿ ಬೇಕಾ?"

"ಬೇಕು."

ಇಂಥ ಸಂಭಾಷಣೆಗಳು ಪ್ರತಿ ಭಾನುವಾರವೂ ಇದೇ ರೀತಿ ನಡೆಯುತ್ತಿದ್ದವು, ಆದರೂ ಪ್ರತಿ ಸಲ ಹೊಸದೆನಿಸುತ್ತಿತ್ತು ಎಂಬುದೇ ವಿಚಿತ್ರ.

ಮಂಜು ಎದ್ದು ಅಡುಗೆಮನೆಗೆ ಬಂದಾಗ ದೀಪಾ ಫಿಲ್ಟರ್ ಕಾಫಿ ಇಳಿಸುತ್ತಿದ್ದಳು. ಸ್ಟೀಲ್ ತಂಬಿಗೆ-ಲೋಟ ಎರಡೂ ಸಿಂಕಿನ ಪಕ್ಕದಲ್ಲಿ ಇಟ್ಟಿದ್ದವು, ಶಿವಪ್ಪ ತಂದುಕೊಟ್ಟಿದ್ದ ಸೆಟ್ಟು, "ಇದರಲ್ಲಿ ಕುಡಿದ್ರೆ ಮಾತ್ರ ಕಾಫಿ ಕಾಫಿ ಥರ ಇರೋದು" ಎಂದು ಅಪ್ಪ ಆಗ ಹೇಳಿದ್ದ ಮಾತು

ಗುರುತು

ಮಂಜುಗೆ ಈಗಲೂ ನೆನಪಾಗುತ್ತಿತ್ತು, ಪ್ರತಿ ಸಲ ಕಾಫಿ ಇಳಿಸಿದಾಗಲೂ ಅಲ್ಲದಿದ್ದರೂ, ಆಗಾಗ. ಇವತ್ತು ಆ ನೆನಪು ಬಂತು, ಎಂದಿನಂತೆ ಒಂದು ಕ್ಷಣಕ್ಕೆ ಮಾತ್ರ, ಮತ್ತೆ ಮಾಯವಾಯಿತು.

" ಕೊರಿಯರ್ ಬಂದಿತ್ತು ನಿನ್ನೆ ಸಂಜೆ," ದೀಪಾ ಹೇಳಿದಳು, ಫ್ರಿಜ್ಜಿನ ಕಡೆ ತೋರಿಸುತ್ತ. "ಅಮ್ಮ ಕಳಿಸಿದ್ದಾರೆ."

ಮಂಜು ಫ್ರಿಜ್ ತೆಗೆದ. ಮೇಲಿನ ಶೆಲ್ಫಿನಲ್ಲಿ ಒಂದು ಸ್ಟೀಲ್ ಡಬ್ಬಿ, ಅದರ ಮೇಲೆ ಪ್ಲಾಸ್ಟಿಕ್ ಕವರ್ ಸುತ್ತಿ, ಟೇಪ್ ಅಂಟಿಸಿತ್ತು, ತಾಯಿಯ ಕೈಬರಹದಲ್ಲಿ "ಮಂಜುಗೆ" ಎಂದು ಬರೆದ ಒಂದು ಚೀಟಿ ಅದಕ್ಕೆ ಅಂಟಿಸಿತ್ತು. ಅವನಿಗೆ ಗೊತ್ತಿತ್ತು ಒಳಗೆ ಏನಿದೆ ಎಂದು, ಪಾರ್ವತಮ್ಮನ ಮಾವಿನಕಾಯಿ ಉಪ್ಪಿನಕಾಯಿ. ವರ್ಷಕ್ಕೆ ಎರಡು ಸಲ, ಬೇಸಿಗೆ ಬಂತೆಂದರೆ ಒಂದು ಸಲ, ಚಳಿಗಾಲದ ಮೊದಲು ಇನ್ನೊಂದು ಸಲ, ಈ ಡಬ್ಬಿ ಬಂದೇ ಬರುತ್ತಿತ್ತು, ಬಸ್ಸಿನಲ್ಲಿ, ಪರಿಚಯದ ಯಾರೋ ಒಬ್ಬರ ಕೈಯಲ್ಲಿ, ಈಗೀಗ ಕೊರಿಯರ್‌ನಲ್ಲಿ.

ಮುಚ್ಚಳ ತೆಗೆಯದೆಯೇ ಅವನಿಗೆ ಆ ಪರಿಚಿತ ವಾಸನೆ ಬಂದ ಹಾಗಾಯಿತು, ಎಣ್ಣೆ, ಮೆಂತ್ಯ, ಸಾಸಿವೆ ಬೆರೆತ ವಾಸನೆ, ಬಾಲ್ಯದ ಇಡೀ ಬೇಸಿಗೆ ರಜೆಗಳ ವಾಸನೆ. ಅವನು ಡಬ್ಬಿಯನ್ನ ಮತ್ತೆ ಒಳಗೆ ಇಟ್ಟು ಫ್ರಿಜ್ ಮುಚ್ಚಿದ. "ಸಂಜೆ ನೋಡ್ತೀನಿ" ಎಂದುಕೊಂಡ, ಮನಸ್ಸಿನಲ್ಲೇ, ಆದರೆ ಅದು ಅವನಿಗೆ ಗೊತ್ತಿತ್ತು, ಸಂಜೆಯೂ ಆಗಲ್ಲ, ನಾಳೆಯೂ ಆಗಲ್ಲ ಅಂತ. ಆ ಡಬ್ಬಿ ಫ್ರಿಜ್ಜಿನಲ್ಲಿ ಹಾಗೇ ಎಷ್ಟೋ ದಿನ ಇರುತ್ತಿತ್ತು,

ದೀಪಾ ಆಗಾಗ ಸ್ವಲ್ಪ ತೆಗೆದು ಊಟಕ್ಕೆ ಬಡಿಸುತ್ತಿದ್ದಳು, ಮಕ್ಕಳಿಗೆ ಖಾರ ಎಂದು ಇಷ್ಟ ಆಗುತ್ತಿರಲಿಲ್ಲ.

ಕಾಫಿ ಕುಡಿಯುತ್ತ ಮಂಜು ಬಾಲ್ಕನಿಗೆ ಬಂದು ನಿಂತ. ಕೆಳಗೆ ಬೀದಿಯಲ್ಲಿ ಭಾನುವಾರದ ಮಂದಗತಿ, ಹಾಲಿನವನ ಸ್ಕೂಟರ್ ಸದ್ದು ದೂರವಾಗುತ್ತಿತ್ತು, ಪೇಪರ್ ಹುಡುಗ ಕೊನೆಯ ಎರಡು ಮನೆಗಳಿಗೆ ಪೇಪರ್ ಎಸೆಯುತ್ತಿದ್ದ. ಪಕ್ಕದ ಮನೆಯ ಕಡೆಯಿಂದ, ಕಮಲಮ್ಮನ ಫ್ಲಾಟಿನ ಕಡೆಯಿಂದ, ಮಂದವಾಗಿ ಒಂದು ಹಳೆಯ ಕನ್ನಡ ಹಾಡು ಕೇಳಿಸುತ್ತಿತ್ತು, ಟೇಪ್ ರೆಕಾರ್ಡರಿನ ವಿಶಿಷ್ಟವಾದ, ಸ್ವಲ್ಪ ಒಡೆದ ಸ್ವರ. ಯಾವ ಹಾಡು ಎಂದು ಮಂಜುಗೆ ಸರಿಯಾಗಿ ಗುರುತಿಸಲಾಗಲಿಲ್ಲ, ಆದರೆ ಅದು ಎಲ್ಲೋ ಕೇಳಿದ್ದು ಅನ್ನಿಸಿತು, ಬಹಳ ಹಿಂದೆ. ಕಮಲಮ್ಮ ಪ್ರತಿ ಭಾನುವಾರ ಬೆಳಿಗ್ಗೆ ಈ ರೀತಿ ಹಾಡು ಹಾಕ್ಕೊಂಡು ಕುಳಿತಿರುತ್ತಾಳೆ ಎಂದು ಅವನಿಗೆ ಗೊತ್ತಿತ್ತು, ಆದರೆ ಅವಳ ಬಗ್ಗೆ ಅಷ್ಟೇ ಗೊತ್ತಿದ್ದದ್ದು, ಒಬ್ಬಂಟಿ ಹೆಂಗಸು, ಗಂಡ ತೀರಿಹೋಗಿ ವರ್ಷಗಳಾಗಿವೆ, ಮಕ್ಕಳು ಬೇರೆ ಊರಲ್ಲಿ ಇದ್ದಾರೆ ಅಂತ ಯಾರೋ ಹೇಳಿದ್ದು ನೆನಪು. ಲಿಫ್ಟಿನಲ್ಲಿ ಸಿಕ್ಕಾಗ "ನಮಸ್ಕಾರ ಮಂಜು" ಎಂದು ಮಾತ್ರ ಹೇಳುತ್ತಾಳೆ, ಮಂಜು ಕೂಡ ಅಷ್ಟೇ ಹೇಳಿ ಮುಗಿಸುತ್ತಾನೆ.

ಕಾಫಿ ಮುಗಿಸಿ, ಮಂಜು ಫೋನ್ ತೆಗೆದ. ಎರಡು ಮಿಸ್ಡ್ ಕಾಲ್, ಒಂದು ಅಪ್ಪನಿಂದ, ಒಂದು ಆಫೀಸಿನ ಗ್ರೂಪಿನಿಂದ. ಆಫೀಸಿನ ಗ್ರೂಪ್ ಮೊದಲು ನೋಡಿದ, ಅಭ್ಯಾಸಬಲದಿಂದ. ರಾಜೇಶ್ ಕಳಿಸಿದ

ಮೆಸೇಜು, "ಸೋಮವಾರ ಬೆಳಿಗ್ಗೆ ಕ್ಲೈಂಟ್ ಕಾಲ್ ಇದೆ, ನಿನ್ನ ಡೆಕ್ ರೆಡಿ ಮಾಡ್ಕೊಂಡು ಬಾ." ಅಷ್ಟೇ. ಮಂಜು "ಸರಿ" ಎಂದು ಟೈಪ್ ಮಾಡಿ ಕಳಿಸಿದ, ಮನಸ್ಸಿನ ಮೂಲೆಯಲ್ಲಿ ಸೋಮವಾರದ ಒಂದು ಸಣ್ಣ ಭಾರ ಕೂತಂತಾಯಿತು, ಈಗಲೇ.

ಆಮೇಲೆ ಅಪ್ಪನ ನಂಬರಿಗೆ ಕಾಲ್ ಮಾಡಿದ.

"ಹಲೋ ಅಪ್ಪಾ."

"ಮಂಜೂ! ಎಷ್ಟೊತ್ತಿಗೆ ಎದ್ದೆ?" ಶಿವಪ್ಪನ ಧ್ವನಿಯಲ್ಲಿ ಯಾವಾಗಲೂ ಇರುವ ಅದೇ ಲವಲವಿಕೆ.

"ಈಗ ಎದ್ದಿದ್ದು ಅಪ್ಪ, ಭಾನುವಾರ ಅಲ್ವಾ."

"ಹೂಂ, ಒಳ್ಳೇದೆ, ರೆಸ್ಟ್ ತಗೊಳ್ಳಿ. ಪಾರ್ಸಲ್ ಸಿಕ್ತಾ?"

"ಸಿಕ್ತು ಅಪ್ಪ, ನಿನ್ನೆ ಸಂಜೆ ಬಂತು."

"ಅಮ್ಮ ಬೆಳಿಗ್ಗಿನಿಂದ ಕೇಳ್ತಿದ್ದಳು, ಸಿಕ್ತಾ ಇಲ್ವಾ ಅಂತ. ಫ್ರಿಜ್ಜಲ್ಲೇ ಇಡು, ಬಿಸಿಲಿಗೆ ಇಡಬೇಡ." ಪ್ರತಿ ಸಲವೂ ಇದೇ ಸೂಚನೆ, ಇಪ್ಪತ್ತು ವರ್ಷದಿಂದ ಇದೇ ಸೂಚನೆ.

"ಇಟ್ಟಿದ್ದೀನಿ ಅಪ್ಪ."

ಸ್ವಲ್ಪ ಹೊತ್ತು ಮೌನ. ಫೋನಿನಲ್ಲಿ ಆ ಕಡೆ ಏನೋ ಹಿನ್ನೆಲೆಯ ಸದ್ದು, ಪಾರ್ವತಮ್ಮ ಪಾತ್ರೆ ತೊಳೆಯುತ್ತಿರುವ ಸದ್ದು ಇರಬಹುದು, ಅಥವಾ ಅಂಗಳದಲ್ಲಿ ಕೋಳಿಗಳ ಸದ್ದು.

"ಮಕ್ಕಳಿಗೆ ಆರಾಮಾ?"

"ಆರಾಮ ಅಪ್ಪ. ಆದಿತ್ಯ ಸ್ಕೂಲಲ್ಲಿ ಚೆನ್ನಾಗಿ ಓದ್ತಿದಾನೆ."

"ಒಳ್ಳೇದು, ಒಳ್ಳೇದು. ಯಾವಾಗ ಬರ್ತೀರಿ ಮತ್ತೆ?"

ಮಂಜುಗೆ ಈ ಪ್ರಶ್ನೆ ಬಂತೆಂದರೆ ಯಾವಾಗಲೂ ಒಂದು ಸಣ್ಣ ಇಕ್ಕಟ್ಟು ಉಂಟಾಗುತ್ತಿತ್ತು, ಸುಳ್ಳು ಹೇಳುವುದೂ ಇಲ್ಲ, ನಿಜ ಹೇಳುವುದೂ ಸುಲಭ ಅಲ್ಲ. "ನೋಡಣ ಅಪ್ಪ, ಆಫೀಸಲ್ಲಿ ಸ್ವಲ್ಪ ಬ್ಯುಸಿ ಇದೆ ಈಗ. ಮುಂದಿನ ತಿಂಗಳ ಕೊನೇಲಿ ಪ್ರಯತ್ನ ಮಾಡ್ತೀನಿ."

"ಆಯ್ತು, ಆಯ್ತು. ಅವಸರ ಇಲ್ಲ, ಬಂದಾಗ ಬನ್ನಿ." ಇದು ಶಿವಪ್ಪನ ಎಂದಿನ ಮಾತು. ಅವಸರ ಇಲ್ಲ ಅನ್ನುತ್ತಾ, ಆದರೂ ಆ ಒಂದು ಪ್ರಶ್ನೆಯನ್ನ ಪ್ರತಿ ಸಲ ಕೇಳಿಯೇ ಕೇಳುತ್ತಿದ್ದ. ಮಂಜುಗೆ ಗೊತ್ತಿತ್ತು, ಅಪ್ಪ ಫೋನ್ ಇಟ್ಟ ಮೇಲೆ ಅಮ್ಮನ ಹತ್ರ "ಮುಂದಿನ ತಿಂಗಳು ಬರ್ತಾನಂತೆ" ಅಂತ ಹೇಳ್ತಾನೆ ಅಂತ, ಮತ್ತು ಆ ಮುಂದಿನ ತಿಂಗಳು ಆಗಾಗ ಬರೀ ಮುಂದೂಡಿಕೆ ಆಗಿಯೇ ಉಳಿಯುತ್ತದೆ ಅಂತ.

ಕಾಲ್ ಮುಗಿಸಿದ ಮೇಲೆ ಮಂಜು ಸ್ವಲ್ಪ ಹೊತ್ತು ಸುಮ್ಮನೆ ನಿಂತ, ಫೋನ್ ಕೈಯಲ್ಲಿ ಹಿಡಿದುಕೊಂಡು.

ಗುರುತು

ಮಧ್ಯಾಹ್ನ ಊಟದ ಹೊತ್ತಿಗೆ ಮನೆ ತುಂಬ ಸದ್ದು, ಆದಿತ್ಯ ಮತ್ತು ಅನ್ವಿತಾ ಇಬ್ಬರೂ ಟೀವಿ ರಿಮೋಟ್‌ಗಾಗಿ ಜಗಳ ಆಡುತ್ತಿದ್ದರು, ದೀಪಾ "ಸಾಕು ಮಾಡ್ರೋ ಇಬ್ರೂ" ಎಂದು ಅಡುಗೆಮನೆಯಿಂದಲೇ ಕೂಗುತ್ತಿದ್ದಳು. ಮಂಜು ಲ್ಯಾಪ್‌ಟಾಪ್ ತೆಗೆದು ಡೈನಿಂಗ್ ಟೇಬಲ್ ಮೇಲೆ ಇಟ್ಟುಕೊಂಡು ಸೋಮವಾರದ ಡೆಕ್‌ಗೆ ಒಂದೆರಡು ಸ್ಲೈಡ್ ಸರಿ ಮಾಡುತ್ತಿದ್ದ. ಕೈಯಲ್ಲಿ ಒಂದು ಪೆನ್ನು, ಆಫೀಸಿನ ಪೆನ್ನೇ, ಸಾಮಾನ್ಯ ನೀಲಿ ಪೆನ್ನು, ಎಷ್ಟೋ ದಿನದಿಂದ ಬ್ಯಾಗಿನ ಒಳಗಿನ ಪಾಕೆಟ್ಟಿನಲ್ಲಿ ಇತ್ತು. ಒಂದು ಸಣ್ಣ ಲೆಕ್ಕ ಗೀಚಲಿಕ್ಕೆ ಬೇಕಾಗಿ ಪೆನ್ನು ಹುಡುಕಿದಾಗ ಇದೇ ಸಿಕ್ಕಿತ್ತು, ಎಲ್ಲಿಂದ ಬಂತು ಅಂತ ಅವನಿಗೆ ಗೊತ್ತೂ ಇರಲಿಲ್ಲ, ಆಲೋಚಿಸುವ ಗೋಜಿಗೂ ಹೋಗಲಿಲ್ಲ. ಎರಡು ಸಾಲು ಬರೆದು, ಪೆನ್ನನ್ನ ಮತ್ತೆ ಬ್ಯಾಗಿಗೆ ಹಾಕಿ, ಲ್ಯಾಪ್‌ಟಾಪ್ ಮುಚ್ಚಿ ಬಿಟ್ಟ.

"ಇವತ್ತು ಸಂಜೆ ಪಾರ್ಕಿಗೆ ಹೋಗೋಣ್ವಾ?" ಎಂದು ಅನ್ವಿತಾ ಊಟದ ಮಧ್ಯೆ ಕೇಳಿದಳು, ಬಾಯಲ್ಲಿ ಅನ್ನ ತುಂಬಿಕೊಂಡೇ.

"ಹೋಗೋಣ," ಎಂದ ಮಂಜು.

"ಪ್ರಾಮಿಸ್ ಆ?"

"ಪ್ರಾಮಿಸ್."

ಇಂಥ ಪ್ರಾಮಿಸ್‌ಗಳನ್ನ ಎಷ್ಟೋ ಸಲ ಮಂಜು ಮುರಿದದ್ದೂ ಇತ್ತು, ಫೋನ್ ಕರೆ ಬಂತೆಂದೋ, ಆಯಾಸ ಅಂತಲೋ. ಆದರೆ ಇವತ್ತು ಮನಸ್ಸಿನಲ್ಲಿ ಒಂದು ನಿರ್ಧಾರ ಆಗಿತ್ತು, ಇವತ್ತಿನ ಪ್ರಾಮಿಸ್

ಮುರಿಯಬಾರದು ಅಂತ. ಯಾಕೆ ಅಂತ ಅವನಿಗೇ ಸರಿಯಾಗಿ ಗೊತ್ತಿರಲಿಲ್ಲ, ಬಹುಶಃ ಬೆಳಿಗ್ಗೆ ಅಪ್ಪನ ಫೋನ್ ಕಾಲ್‌ನ ಆ ಸಣ್ಣ ಮೌನ ಇನ್ನೂ ಎಲ್ಲೋ ಉಳಿದಿತ್ತು.

ಸಂಜೆ ಪಾರ್ಕಿನಲ್ಲಿ ಆದಿತ್ಯ ಸೈಕಲ್ ಹೊಡೀತಿದ್ದ, ಎರಡು ಚಕ್ರದ ಸಪೋರ್ಟ್ ಇನ್ನೂ ತೆಗೆದಿರಲಿಲ್ಲ, ಆದರೂ ಬೀಳುತ್ತೇನೆ ಎಂಬ ಭಯ ಇಲ್ಲದೆ ರಭಸವಾಗಿ ಹೊಡೀತಿದ್ದ. ಅನ್ವಿತಾ ಜಾರುಬಂಡಿ ಹತ್ತಿ ಇಳಿಯುತ್ತಿದ್ದಳು, ಮತ್ತೆ ಮತ್ತೆ. ದೀಪಾ ಬೆಂಚಿನ ಮೇಲೆ ಕುಳಿತು ಫೋನ್ ನೋಡುತ್ತಿದ್ದಳು, ಮಂಜು ಅವಳ ಪಕ್ಕದಲ್ಲೇ ಕುಳಿತ.

"ಅಪ್ಪ ಏನಂದ್ರು ಬೆಳಿಗ್ಗೆ?" ದೀಪಾ ಕೇಳಿದಳು, ಫೋನ್ ನೋಡುತ್ತಲೇ.

"ಏನಿಲ್ಲ, ಪಾರ್ಸಲ್ ಸಿಕ್ತಾ ಅಂತ ಕೇಳಿದ್ರು. ಯಾವಾಗ ಬತ್ತೀವಿ ಅಂತಾನೂ ಕೇಳಿದ್ರು."

"ಏನಂದೆ?"

"ಮುಂದಿನ ತಿಂಗಳ ಕೊನೆ ಅಂದೆ."

ದೀಪಾ ಫೋನಿನಿಂದ ಕಣ್ಣೆತ್ತಿ ಒಂದು ಕ್ಷಣ ಅವನನ್ನ ನೋಡಿದಳು, ಏನೂ ಹೇಳಲಿಲ್ಲ. ಆ ನೋಟದಲ್ಲಿ ಏನೋ ಇತ್ತು, ಪ್ರಶ್ನೆ ಅಲ್ಲ, ಆಪಾದನೆ

ಅಲ್ಲ, ಆದರೆ ಒಂದು ಗುರುತಿಸುವಿಕೆ, ಈ ಮಾತು ಎಷ್ಟು ಸಲ ಆಗಿದೆ ಅಂತ. ಮಂಜು ಆ ನೋಟವನ್ನ ತಪ್ಪಿಸಿ ಆದಿತ್ಯನ ಕಡೆ ನೋಡಿದ.

"ಅಪ್ಪಾ ನೋಡಿ!" ಆದಿತ್ಯ ಕೂಗಿದ, ಸೈಕಲ್ ಮೇಲೆ ನಿಂತೇ ಎರಡೂ ಕೈ ಬಿಟ್ಟು ಒಂದು ಕ್ಷಣ ಸಮತೋಲನ ಕಾಪಾಡಿಕೊಂಡ.

"ಭಲೇ!" ಮಂಜು ಚಪ್ಪಾಳೆ ತಟ್ಟಿದ, ನಿಜವಾದ ಸಂತೋಷದಿಂದ. ಆ ಕ್ಷಣಕ್ಕೆ ಬೇರೇನೂ ನೆನಪಾಗಲಿಲ್ಲ, ಸೋಮವಾರದ ಡೆಕ್ ಇಲ್ಲ, ಫ್ರಿಜ್ಜಿನಲ್ಲಿ ಕೂತಿರುವ ಉಪ್ಪಿನಕಾಯಿ ಡಬ್ಬಿ ಇಲ್ಲ, ಅಪ್ಪನ ಆ ಪ್ರಶ್ನೆ ಇಲ್ಲ. ಬರೀ ಮಗ, ಸೈಕಲ್, ಸಂಜೆಯ ಬೆಳಕು.

ಮನೆಗೆ ಹಿಂತಿರುಗುವಾಗ ಲಿಫ್ಟಿನಲ್ಲಿ ಕಮಲಮ್ಮ ಸಿಕ್ಕರು, ಕೈಯಲ್ಲಿ ಒಂದು ಸಣ್ಣ ಚೀಲ, ಬಹುಶಃ ದೇವಸ್ಥಾನದ ಪ್ರಸಾದ.

"ನಮಸ್ಕಾರ ಮಂಜು," ಅವರೆಂದರು, ಎಂದಿನ ಮಂದಹಾಸದೊಂದಿಗೆ.

"ನಮಸ್ಕಾರ್ರೀ," ಮಂಜು ಹೇಳಿದ. ಮಕ್ಕಳು ಇಬ್ಬರೂ "ನಮಸ್ಕಾರ ಆಂಟಿ" ಎಂದು ಒಟ್ಟಿಗೆ ಹೇಳಿದರು, ಕಲಿಸಿಕೊಟ್ಟ ಪಾಠದ ಹಾಗೆ.

ಲಿಫ್ಟಿನ ಬಾಗಿಲು ಮುಚ್ಚುವ ಮೊದಲು, ಒಂದು ಕ್ಷಣ, ಮಂಜುಗೆ ಬೆಳಿಗ್ಗಿನ ಆ ಹಾಡು ನೆನಪಾಯಿತು. ಕೇಳೋಣ ಅಂತ ಅನ್ನಿಸಿತು,

"ಆಂಟಿ, ಬೆಳಿಗ್ಗೆ ಯಾವ ಹಾಡು ಹಾಕ್ಕೊಂಡಿದ್ರಿ?" ಅಂತ. ಆದರೆ ಆ ಮಾತು ಬಾಯಿಂದ ಹೊರಬರುವಷ್ಟರಲ್ಲಿ ಲಿಫ್ಟ್ ಅವರ ಫ್ಲೋರಿಗೆ ತಲುಪಿತ್ತು, ಕಮಲಮ್ಮ "ಬರ್ತೀನಿ" ಎಂದು ಇಳಿದುಬಿಟ್ಟರು. ಮಂಜು ಆ ಪ್ರಶ್ನೆಯನ್ನ ನುಂಗಿಕೊಂಡ, ಮುಂದಿನ ಸಲ ಕೇಳೋಣ ಅಂದುಕೊಂಡು, ಅಪ್ಪನ "ಮುಂದಿನ ತಿಂಗಳು" ಥರ, ಈ "ಮುಂದಿನ ಸಲ" ಕೂಡ ಎಷ್ಟು ದಿನ ಮುಂದೂಡಿಕೆ ಆಗುತ್ತೋ ಅಂತ ಅವನಿಗೆ ಗೊತ್ತಿರಲಿಲ್ಲ.

ರಾತ್ರಿ ಮಕ್ಕಳನ್ನ ಮಲಗಿಸಿ, ದೀಪಾ ಕೂಡ ಸುಸ್ತಾಗಿ ಬೇಗ ಮಲಗಿಬಿಟ್ಟಳು. ಮಂಜು ಸ್ವಲ್ಪ ಹೊತ್ತು ಎಚ್ಚರವಾಗಿಯೇ ಇದ್ದ, ಫೋನಿನಲ್ಲಿ ಸುಮ್ಮನೆ ಏನೇನೋ ನೋಡುತ್ತ. ಒಮ್ಮೆ ಎದ್ದು ಅಡುಗೆಮನೆಗೆ ಹೋಗಿ ನೀರು ಕುಡಿಯುವಾಗ ಫ್ರಿಜ್ ಬಾಗಿಲು ತೆಗೆದ, ಬರೀ ಸುಮ್ಮನೆ. ಆ ಉಪ್ಪಿನಕಾಯಿ ಡಬ್ಬಿ ಅಲ್ಲೇ ಇತ್ತು, ಇನ್ನೂ ಮುಚ್ಚಿಯೇ. ಒಂದು ಕ್ಷಣ ಅದನ್ನೇ ನೋಡುತ್ತ ನಿಂತ, ಆಮೇಲೆ ಮುಚ್ಚಳ ತೆಗೆಯದೆಯೇ ಫ್ರಿಜ್ ಮುಚ್ಚಿ ಬಿಟ್ಟ.

ಬಾಲ್ಕನಿಗೆ ಬಂದು ನಿಂತ. ಕಮಲಮ್ಮನ ಮನೆಯ ಕಡೆ ದೀಪ ಆರಿಹೋಗಿತ್ತು. ರಸ್ತೆ ಬಹುತೇಕ ಖಾಲಿ, ಆಗೊಮ್ಮೆ ಈಗೊಮ್ಮೆ ಒಂದು ಬೈಕಿನ ಸದ್ದು. ಬೆಂಗಳೂರಿನ ಆಕಾಶದಲ್ಲಿ ನಕ್ಷತ್ರಗಳು ಕಾಣಿಸುತ್ತಿರಲಿಲ್ಲ, ಬರೀ ದೂರದ ಟವರ್‌ಗಳ ಕೆಂಪು ದೀಪ ಮಿಣುಕುತ್ತಿತ್ತು.

ಗುರುತು

ಇವತ್ತು ಏನೂ ವಿಶೇಷ ನಡೀಲಿಲ್ಲ ಅಂತ ಅವನಿಗೆ ಅನ್ನಿಸಿತು, ಎಚ್ಚರವಾಗಿದ್ದು, ಕಾಫಿ, ಅಪ್ಪನ ಫೋನ್ ಕಾಲ್, ಆಫೀಸ್ ಡೆಕ್‌ನ ಒಂದೆರಡು ಸ್ಲೈಡ್, ಪಾರ್ಕು, ಊಟ, ನಿದ್ದೆ. ಒಂದು ಸಾಧಾರಣ ಭಾನುವಾರ, ಬೇರೆ ಏನೂ ಅಲ್ಲ. ಆದರೂ, ಫ್ರಿಜ್ಜಿನಲ್ಲಿ ಮುಚ್ಚಿದ ಒಂದು ಡಬ್ಬಿ, ಬ್ಯಾಗಿನಲ್ಲಿ ಎಲ್ಲಿಂದಲೋ ಬಂದ ಒಂದು ಪೆನ್ನು, ಪಕ್ಕದ ಮನೆಯಿಂದ ಕೇಳಿಸಿ ಮಾಯವಾದ ಒಂದು ಹಾಡು, ಅಪ್ಪನ ಧ್ವನಿಯಲ್ಲಿದ್ದ ಆ ಸಣ್ಣ ಮೌನ, ಇವೆಲ್ಲ ಎಲ್ಲೋ ಒಂದು ಕಡೆ ಕೂತಿದ್ದವು, ದಿನದ ಸಾಮಾನ್ಯತೆಯ ಕೆಳಗೆ, ಸದ್ಯಕ್ಕೆ ಸುಮ್ಮನೆ.

ಮಂಜು ಒಂದು ದೀರ್ಘ ಉಸಿರು ಬಿಟ್ಟು, ಬಾಲ್ಕನಿಯ ಬಾಗಿಲು ಎಳೆದುಕೊಂಡು ಒಳಗೆ ಹೋದ. ನಾಳೆ ಸೋಮವಾರ. ಇವತ್ತಿನಂತೆ ನಾಳೆಯೂ ಒಂದು ಸಾಧಾರಣ ದಿನವೇ ಆಗಬಹುದು, ಆದರೆ ಇವತ್ತಿನ ಈ ಸಣ್ಣ ಸಣ್ಣ ವಿಷಯಗಳು, ಅವನಿಗೇ ಗೊತ್ತಿಲ್ಲದೆ, ಮುಂದೊಂದು ದಿನ ಬೇರೆ ಬೇರೆ ಕಥೆಗಳಾಗಿ ಮತ್ತೆ ಎದುರಾಗಲಿದ್ದವು.

ಅಧ್ಯಾಯ ೧: ತಂಬಿಗೆ-ಲೋಟ

ಯಾರ ಕಥೆ: ಶಿವಪ್ಪ · ***ಸ್ಥಳ:*** ಹೊನ್ನೇನಹಳ್ಳಿ

ಶಿವಪ್ಪನಿಗೆ ಎಚ್ಚರವಾಗುವುದು ಯಾವಾಗಲೂ ಕೋಳಿ ಕೂಗುವ ಮೊದಲೇ. ಅರವತ್ತೈದು ವರ್ಷ ದಾಟಿದ ಮೇಲೆ ನಿದ್ದೆ ಎಂಬುದು ಹಿಂದಿನಷ್ಟು ನಂಬಿಕಸ್ಥವಾಗಿ ಉಳಿದಿರಲಿಲ್ಲ, ಬೇಗ ಬರುತ್ತಿತ್ತು, ಬೇಗ ಹೋಗುತ್ತಿತ್ತು, ಯಾವ ಗಡಿಯಾರವನ್ನೂ ಕೇಳದೆ. ಇಂದೂ ಹಾಗೇ, ನಾಲ್ಕೂವರೆಗೇ ಕಣ್ಣು ತೆರೆದ, ಕೋಣೆಯಲ್ಲಿ ಇನ್ನೂ ಕತ್ತಲೆ, ಪಕ್ಕದಲ್ಲಿ ಪಾರ್ವತಮ್ಮ ಆಳವಾದ ನಿದ್ದೆಯಲ್ಲಿದ್ದಳು.

ಅವನು ಸದ್ದಿಲ್ಲದೆ ಎದ್ದು, ಟವಲನ್ನ ಹೆಗಲಿಗೆ ಹಾಕಿಕೊಂಡು ಹೊರಗೆ ಬಂದ. ಅಂಗಳದಲ್ಲಿ ಇನ್ನೂ ಬೆಳಕು ಹರಿದಿರಲಿಲ್ಲ, ಆದರೆ ಪೂರ್ವದಲ್ಲಿ ಆಕಾಶ ತೆಳ್ಳಗೆ ಬೂದು ಬಣ್ಣಕ್ಕೆ ತಿರುಗುತ್ತಿತ್ತು. ಬಾವಿಯ ಹತ್ತಿರ ಹೋಗಿ ಮುಖ ತೊಳೆದುಕೊಂಡ, ನೀರು ತಣ್ಣಗಿತ್ತು, ಮೈಗೆ ಒಂದು ಕ್ಷಣ ಚುರುಕು ಬಂತು. ಇದೇ ಅವನ ಪ್ರತಿ ದಿನದ ಮೊದಲ ಸುಖ, ಈ ತಣ್ಣನೆಯ ನೀರು, ಈ ನಿಶ್ಶಬ್ದ, ಯಾರ ಗದ್ದಲವೂ ಇಲ್ಲದ ಈ ಒಂದೆರಡು ಗಂಟೆ.

ಗುರುತು

ಅಡುಗೆಮನೆಯ ಮೂಲೆಯಲ್ಲಿ, ಸೀಮೆಎಣ್ಣೆ ಸ್ಟವ್ ಪಕ್ಕದಲ್ಲೇ, ಶಿವಪ್ಪನ ಫಿಲ್ಟರ್ ಕಾಫಿಯ ಸಾಮಾನುಗಳಿದ್ದವು, ಹಿತ್ತಾಳೆಯ ಫಿಲ್ಟರ್, ಒಂದು ಹಳೆಯ ಸ್ಟೀಲ್ ಪಾತ್ರೆ, ಮತ್ತು ಒಂದು ತಂಬಿಗೆ-ಲೋಟ ಸೆಟ್ಟು. ಈ ಸೆಟ್ಟು ಮಾತ್ರ ಹೊಸದಲ್ಲ, ಬಹಳ ಹಳೆಯದು, ಶಿವಪ್ಪನ ಅಪ್ಪ, ಅಂದರೆ ಮಂಜುವಿನ ಅಜ್ಜ, ಬದುಕಿದ್ದಾಗಿನಿಂದಲೂ ಮನೆಯಲ್ಲಿ ಇದ್ದಂಥದ್ದು. ಲೋಟದ ಅಂಚು ಸ್ವಲ್ಪ ತಗ್ಗಿ ಹೋಗಿತ್ತು, ತಂಬಿಗೆಯ ಹಿಡಿಕೆ ಸ್ವಲ್ಪ ಡೊಂಕಾಗಿತ್ತು, ಆದರೆ ಶಿವಪ್ಪ ಇನ್ನೂ ಪ್ರತಿ ದಿನ ಇದರಲ್ಲೇ ಕಾಫಿ ಕುಡಿಯುತ್ತಿದ್ದ. ಬೇರೆ ಯಾವ ಲೋಟದಲ್ಲೂ ಕಾಫಿ ಅಷ್ಟು ರುಚಿಸುತ್ತಿರಲಿಲ್ಲ ಅನ್ನುವುದು ಅವನ ಬಲವಾದ ನಂಬಿಕೆ, ಇದಕ್ಕೆ ಯಾವ ಕಾರಣವೂ ಕೊಡಲಿಕ್ಕೆ ಆಗುತ್ತಿರಲಿಲ್ಲ, ಆದರೂ ಅದು ಹಾಗೇ ಅನ್ನಿಸುತ್ತಿತ್ತು.

ಫಿಲ್ಟರ್ ಕಾಫಿ ಇಳಿಸಿ, ಒಂದು ಲೋಟ ತುಂಬಿಸಿಕೊಂಡು, ಅಂಗಳದ ಜಗುಲಿಯ ಮೇಲೆ ಬಂದು ಕುಳಿತ. ಅಲ್ಲಿಂದ ಸೂರ್ಯ ಹುಟ್ಟುವುದನ್ನ ನೋಡಬಹುದಿತ್ತು, ಎದುರಿನ ಸೀಮೆ ತೋಟ, ಅದರಾಚೆ ಸಣ್ಣ ಗುಡ್ಡ, ಅದರ ಹಿಂದೆ ಬಣ್ಣ ಬದಲಾಗುತ್ತಿರುವ ಆಕಾಶ. ಈ ದೃಶ್ಯವನ್ನ ಶಿವಪ್ಪ ಎಷ್ಟೋ ಸಾವಿರ ಸಲ ನೋಡಿದ್ದಾನೆ, ಆದರೂ ಪ್ರತಿ ಸಲ ಒಂದು ಕ್ಷಣ ನಿಂತು ನೋಡುತ್ತಾನೆ, ಆ ಅಭ್ಯಾಸ ಬಿಟ್ಟಿಲ್ಲ.

ಕಾಫಿ ಕುಡಿಯುತ್ತ ಅವನಿಗೆ ಆ ಹಳೆಯ ನೆನಪೊಂದು ಬಂತು, ಈಗ ಇಪ್ಪತ್ತೆರಡು ವರ್ಷದ ಹಿಂದೆ, ಮಂಜು ಬೆಂಗಳೂರಿಗೆ ಕೆಲಸಕ್ಕೆ ಹೊರಟ ಮೊದಲ ಸಲ, ಶಿವಪ್ಪ ಪಟ್ಟಣಕ್ಕೆ ಹೋಗಿ ಒಂದು ಸೆಟ್ಟು ಹೊಸ

ತಂಬಿಗೆ-ಲೋಟ ಮಾಡಿಸಿ ತಂದಿದ್ದ, ಸ್ಟೀಲಿನದ್ದು, ಇದೇ ಆಕಾರದ್ದು. "ಇಲ್ಲಿ ಎಷ್ಟೇ ಆಧುನಿಕ ಆದ್ರೂ, ಈ ಒಂದು ವಿಷಯದಲ್ಲಿ ಊರಿನಂತೇ ಇರು" ಎಂದು ಹೇಳಿ ಆ ಸೆಟ್ಟನ್ನ ಮಗನ ಬ್ಯಾಗಿಗೆ ಇಟ್ಟಿದ್ದ. ಮಂಜು ಆಗ ನಕ್ಕಿದ್ದ, "ಅಪ್ಪಾ, ಅಲ್ಲಿ ಕಪ್ಪಿನಲ್ಲೇ ಕುಡಿಬೇಕಾಗುತ್ತೆ, ಎಲ್ಲಿ ಸಾಧ್ಯ" ಎಂದು. ಆದರೂ ಆ ಸೆಟ್ಟನ್ನ ತಗೊಂಡು ಹೋಗಿದ್ದ, ಮತ್ತು ಈಗಲೂ ಅದೇ ಸೆಟ್ಟನ್ನ ಬೆಂಗಳೂರಿನ ಫ್ಲಾಟಿನಲ್ಲಿ ಬಳಸ್ತಾ ಇದ್ದಾನೆ ಅಂತ ಶಿವಪ್ಪನಿಗೆ ಗೊತ್ತಿತ್ತು, ಒಂದೆರಡು ಸಲ ದೀಪಾ ಫೋನಿನಲ್ಲಿ ಪ್ರಸ್ತಾಪಿಸಿದ್ದಳು, "ಅಪ್ಪ ಕೊಟ್ಟ ಸೆಟ್ಟಲ್ಲೇ ಮಂಜು ಕಾಫಿ ಕುಡಿಯೋದು" ಅಂತ. ಆ ಮಾತು ಕೇಳಿದಾಗ ಶಿವಪ್ಪನ ಎದೆಯೊಳಗೆ ಏನೋ ಬೆಚ್ಚಗಾದಂತೆ ಆಗಿತ್ತು, ಆದರೆ ಅವನು ಅದನ್ನ ಯಾರಿಗೂ ತೋರಿಸಿರಲಿಲ್ಲ. "ಆಯ್ತು ಬಿಡು" ಎಂದಷ್ಟೇ ಹೇಳಿದ್ದ.

ಆ ಸೆಟ್ಟನ್ನ ಆಗ ಮಾಡಿಸಿದ್ದು ಪಟ್ಟಣದ ಸಣ್ಣ ಸ್ಟೀಲ್ ಅಂಗಡಿಯಲ್ಲಿ, ಆದರೆ ಶಿವಪ್ಪನಿಗೆ ನೆನಪಿತ್ತು, ಆ ಆಕಾರವನ್ನ ಆರಿಸಿದ್ದೇ ಈ ಮನೆಯ ಹಳೆಯ ಸೆಟ್ಟಿನ ಆಕಾರ ನೋಡಿ. ಅಂಗಡಿಯವನಿಗೆ "ಹೀಗೇ ಬೇಕು, ಇದೇ ಥರ" ಎಂದು ತನ್ನ ಬಳಿ ಇದ್ದ ಹಳೆಯ ತಂಬಿಗೆಯನ್ನೇ ತೋರಿಸಿ ಹೇಳಿದ್ದ. ಒಂದು ಥರ, ಆ ಸೆಟ್ಟನ್ನ ಮಗನಿಗೆ ಕೊಟ್ಟದ್ದು ಬರೀ ಒಂದು ಪಾತ್ರೆಯನ್ನ ಕೊಟ್ಟ ಹಾಗಲ್ಲ ಎಂದು ಅವನಿಗೆ ಯಾವತ್ತೂ ಸ್ಪಷ್ಟವಾಗಿ ಅನ್ನಿಸಿರಲಿಲ್ಲ, ಆದರೆ ಈ ಜಗುಲಿಯ ಮೇಲೆ ಕುಳಿತು ಈಗ ಯೋಚಿಸಿದಾಗ ಅನ್ನಿಸಿತು, ಒಂದು ಆಕಾರವನ್ನ, ಒಂದು ಅಭ್ಯಾಸವನ್ನ, ಒಂದು ಮನೆಯ ಗುರುತನ್ನ ಕೊಟ್ಟ ಹಾಗೆ.

ಗುರುತು

ಬೆಳಕು ಪೂರ್ತಿ ಹರಿಯುವ ಹೊತ್ತಿಗೆ ಪಾರ್ವತಮ್ಮ ಎದ್ದಿದ್ದಳು, ಅಡುಗೆಮನೆಯಿಂದ ಪಾತ್ರೆಗಳ ಸದ್ದು ಶುರುವಾಗಿತ್ತು. ಶಿವಪ್ಪ ದನದ ಕೊಟ್ಟಿಗೆಗೆ ಹೋಗಿ ಬಂದ, ಮೇವು ಹಾಕಿ, ಎರಡು ಆಕಳುಗಳ ಮೈ ಸವರಿ ಬಂದ. ಅಂಗಳಕ್ಕೆ ಹಿಂತಿರುಗುವಷ್ಟರಲ್ಲಿ, ಬೀದಿಯ ತುದಿಯಲ್ಲಿ ಒಂದು ಪರಿಚಿತ ಆಕೃತಿ ಕಾಣಿಸಿತು, ಬಸವರಾಜನ ಮಗ, ಪುಟ್ಟ ಸೈಕಲ್ ಮೇಲೆ, ಸ್ಕೂಲಿಗೆ ಹೊರಟಿದ್ದ. ಹುಡುಗ ಶಿವಪ್ಪನನ್ನ ನೋಡಿ "ನಮಸ್ಕಾರ ತಾತ" ಎಂದು ಕೂಗಿ ಹೋದ. ಶಿವಪ್ಪ ಕೈ ಬೀಸಿದ.

ಬಸವರಾಜ ಈ ಬೀದಿಯ ಇನ್ನೊಂದು ತುದಿಯಲ್ಲಿ ಇರುತ್ತಾನೆ, ಮಂಜುವಿನ ಬಾಲ್ಯದ ಗೆಳೆಯ, ಈಗ ಒಳ್ಳೆ ಕೃಷಿಕ. ಎಷ್ಟೋ ಸಲ ಶಿವಪ್ಪ ಅವನ ಹೊಲದ ಬದುವಿನ ಮೇಲೆ ನಿಂತು ಮಾತಾಡಿದ್ದಿದೆ, ಮಂಜುವಿನ ಬಗ್ಗೆ ಕೇಳ್ತಾನೆ ಬಸವರಾಜ ಯಾವಾಗಲೂ, "ಮಂಜಣ್ಣ ಯಾವಾಗ ಬರ್ತಾನೆ" ಅಂತ. ಆ ಪ್ರಶ್ನೆ ಬಸವರಾಜನ ಬಾಯಲ್ಲಿ ಬಂದಾಗ ಶಿವಪ್ಪನಿಗೆ ಸ್ವಲ್ಪ ಸಂಕಟ ಆಗುತ್ತಿತ್ತು, ಯಾಕೆಂದರೆ ಅವನಿಗೂ ಸರಿಯಾದ ಉತ್ತರ ಗೊತ್ತಿರಲಿಲ್ಲ.

ಇವತ್ತು ಬೆಳಿಗ್ಗೆ, ಪಾರ್ವತಮ್ಮ ಅಡುಗೆಮನೆಯಲ್ಲಿ ಮಾವಿನಕಾಯಿ ಹೆಚ್ಚುತ್ತಿದ್ದಳು, ಇನ್ನೊಂದು ಸುತ್ತಿನ ಉಪ್ಪಿನಕಾಯಿಗೆ ತಯಾರಿ. ಈ ವರ್ಷದ ಎರಡನೇ ಸುತ್ತು, ಚಳಿಗಾಲದ ಮೊದಲು ಮಂಜುಗೆ ಕಳಿಸಬೇಕಾದದ್ದು. ಶಿವಪ್ಪ ಒಳಗೆ ಬಂದು ನೋಡಿದ, ಮಾವಿನಕಾಯಿಯ ರಾಶಿ ಪಾತ್ರೆಯ ತುಂಬ.

"ಇಷ್ಟೆಲ್ಲಾ ಬೇಕಾ?" ಎಂದ.

"ಮಂಜುಗೆ ಒಂದು ಡಬ್ಬಿ, ಸುಮಿತ್ರಳಿಗೆ ಒಂದು ಡಬ್ಬಿ. ಇಬ್ಬರಿಗೂ ಕಳಿಸ್ಬೇಕು," ಪಾರ್ವತಮ್ಮ ಹೇಳಿದಳು, ಕೈ ನಿಲ್ಲಿಸದೆಯೇ. "ಕಳೆದ ಸಲ ಸುಮಿತ್ರ ಫೋನ್ ಮಾಡಿ 'ಅಮ್ಮ, ಡಬ್ಬಿ ಖಾಲಿ ಆಯ್ತು' ಅಂದ್ಲು."

"ಮಂಜುದು ಇನ್ನೂ ಇರ್ಬೇಕಲ್ಲ, ಕಳೆದ ಸಲ ಕಳಿಸಿದ್ದು?"

ಪಾರ್ವತಮ್ಮ ಒಂದು ಕ್ಷಣ ಸುಮ್ಮನಾದಳು. "ಇರ್ಬೇಕು. ದೀಪಾ ಹೇಳಿದ್ಲು, ಮಕ್ಕಳಿಗೆ ಖಾರ ಇಷ್ಟ ಆಗಲ್ಲ ಅಂತ. ಮಂಜು ಎಷ್ಟು ತಿಂತಾನೋ ಏನೋ."

ಈ ಮಾತಿನಲ್ಲಿ ಏನೂ ವಿಶೇಷ ಇರಲಿಲ್ಲ, ಆದರೆ ಶಿವಪ್ಪ ಒಂದು ಕ್ಷಣ ಸುಮ್ಮನೆ ನಿಂತ. ಮಗ ಆ ಉಪ್ಪಿನಕಾಯಿಯನ್ನ ಎಷ್ಟು ತಿನ್ನುತ್ತಾನೋ, ಎಷ್ಟು ದಿನ ಫ್ರಿಜ್ಜಿನಲ್ಲಿ ಹಾಗೇ ಇಡ್ತಾನೋ, ಇದೆಲ್ಲ ಗೊತ್ತಿಲ್ಲದ ವಿಷಯಗಳು. ಆದರೆ ಪಾರ್ವತಮ್ಮ ಪ್ರತಿ ಸಲ ಮಾವಿನಕಾಯಿ ಹೆಚ್ಚುವಾಗ, ಮಸಾಲೆ ಅರೆಯುವಾಗ, ಡಬ್ಬಿ ಕಟ್ಟುವಾಗ ಮಗನ ಬಗ್ಗೆಯೇ ಯೋಚಿಸ್ತಾ ಇರ್ತಾಳೆ ಅಂತ ಶಿವಪ್ಪನಿಗೆ ಗೊತ್ತಿತ್ತು, ಆ ಡಬ್ಬಿ ಎಷ್ಟು ದಿನ ಮುಟ್ಟದೇ ಫ್ರಿಜ್ಜಿನಲ್ಲಿ ಕೂತಿರುತ್ತೋ ಅಂತ ಗೊತ್ತಿಲ್ಲದೆಯೇ.

ಮಧ್ಯಾಹ್ನದ ಹೊತ್ತಿಗೆ ಶಿವಪ್ಪ ಮನೆಯ ಮುಂದೆ ಒಂದು ಚಿಕ್ಕ ಕೆಲಸ ಮಾಡಬೇಕಿತ್ತು, ಬಾವಿಯ ಪಂಪಿನ ಪೈಪು ಸ್ವಲ್ಪ ಸೋರುತ್ತಿತ್ತು,

ಅದನ್ನ ಸರಿ ಮಾಡಿಸಬೇಕಿತ್ತು. ಬೀದಿಯಲ್ಲಿ ಒಂದು ಗಂಟೆ ಸದ್ದು ಕೇಳಿಸಿತು, ದೂರದಿಂದ, ಪಾತ್ರೆ-ಪದಾರ್ಥಗಳಿಗೆ ಕಲಾಯಿ ಹಾಕುವ ಕಸುಬುದಾರ, ಪ್ರತಿ ಎರಡು ಮೂರು ತಿಂಗಳಿಗೊಮ್ಮೆ ಈ ಊರಿಗೆ ಬರುತ್ತಾನೆ, ಸೈಕಲಿನ ಹಿಂದೆ ಒಂದು ಸಣ್ಣ ಒಲೆ, ಕಲಾಯಿ ಸಾಮಾನುಗಳ ಪೆಟ್ಟಿಗೆ ಕಟ್ಟಿಕೊಂಡು. "ಕಲಾಯಿ... ತಾಮ್ರ, ಹಿತ್ತಾಳೆ... ಕಲಾಯಿ ಹಾಕ್ಸೊಳ್ರೀ..." ಎಂಬ ಅವನ ಕರೆ ಇಡೀ ಬೀದಿಗೆ ಕೇಳಿಸುತ್ತಿತ್ತು.

ಶಿವಪ್ಪ ಒಳಗೆ ಹೋಗಿ ಆ ಹಳೆಯ ತಂಬಿಗೆ-ಲೋಟ ಸೆಟ್ಟನ್ನ ತಂದ. ಒಳಗಿನ ಕಲಾಯಿ ತೆಳ್ಳಗಾಗಿ, ಒಂದೆರಡು ಕಡೆ ಹಿತ್ತಾಳೆ ಬಣ್ಣ ಕಾಣಿಸ್ತಾ ಇತ್ತು. ಪಾರ್ವತಮ್ಮ ಎಷ್ಟೋ ಸಲ ಹೇಳಿದ್ದಳು, "ಇದನ್ನ ಬಿಟ್ಟು ಆ ಸ್ಟೀಲ್ ಲೋಟಗಳಲ್ಲೇ ಕುಡಿಯಿರಿ, ಎಷ್ಟು ಸಲ ಕಲಾಯಿ ಹಾಕ್ಸೋದು" ಅಂತ. ಆದರೆ ಶಿವಪ್ಪ ಕೇಳ್ತಾ ಇರಲಿಲ್ಲ. ಈ ಸೆಟ್ಟನ್ನ ಬಿಡಲಿಕ್ಕೆ ಅವನ ಮನಸ್ಸು ಒಪ್ಪುತ್ತಿರಲಿಲ್ಲ.

ಕಸುಬುದಾರ ಮನೆಯ ಮುಂದೆ ಕುಳಿತು ಒಲೆ ಹೊತ್ತಿಸಿದ. ಶಿವಪ್ಪ ಪಕ್ಕದಲ್ಲೇ ಕುಳಿತು ನೋಡ್ತಾ ಇದ್ದ, ಅವನ ಕೆಲಸವನ್ನ.

"ಎಷ್ಟು ವರ್ಷ ಆಯ್ತು ಈ ಸೆಟ್ಟಿಗೆ ಸ್ವಾಮಿ?" ಕಸುಬುದಾರ ಕೇಳಿದ, ತಂಬಿಗೆಯನ್ನ ಒಂದು ಕೈಯಲ್ಲಿ ತಿರುಗಿಸ್ತಾ.

"ಇದೆಷ್ಟೋ ವರ್ಷ ಆಗಿರ್ಬೇಕು. ನಮ್ಮಪ್ಪನ ಕಾಲದ್ದು," ಶಿವಪ್ಪ ಹೇಳಿದ. "ನಾನೂ ಇದರಲ್ಲೇ ಕುಡ್ದಿದ್ದೀನಿ, ನನ್ನ ಮಗನೂ ಚಿಕ್ಕಂದ್ಲಲ್ಲಿ ಇದರಲ್ಲೇ ಕುಡ್ದಿದ್ದ."

"ಈಗ ಇಂಥದ್ದೆಲ್ಲಾ ಯಾರ್ ಇಟ್ಕೊಳ್ತಾರೆ ಸ್ವಾಮಿ. ಎಲ್ಲಾ ಸ್ಟೀಲು, ಪ್ಲಾಸ್ಟಿಕ್ಕು ಆಗೋಗಿದೆ. ನಂಗೂ ಕೆಲ್ಸ ಕಡಿಮೆ ಆಗ್ತಾ ಇದೆ, ಮೊದ್ಲಿನ ಥರ ಜನ ಕಲಾಯಿ ಹಾಕ್ಸೋದೇ ಬಿಟ್ಬಿಟ್ಟಿದಾರೆ." ಅವನ ಧ್ವನಿಯಲ್ಲಿ ಒಂದು ಬಗೆಯ ಬೇಸರ ಇತ್ತು, ಆದರೆ ಆಶ್ಚರ್ಯವಿರಲಿಲ್ಲ, ಇದನ್ನ ಅವನು ಎಷ್ಟೋ ಸಲ ಹೇಳಿಕೊಂಡಿರಬಹುದು.

ಶಿವಪ್ಪ ಏನೂ ಹೇಳಲಿಲ್ಲ, ಸುಮ್ಮನೆ ಕುಳಿತು ನೋಡ್ತಾ ಇದ್ದ. ಒಲೆಯ ಬೆಂಕಿಯ ಮೇಲೆ ಲೋಟ ಬಿಸಿಯಾಗ್ತಾ ಇತ್ತು, ಕಸುಬುದಾರ ಒಳಗೆ ಒಂದು ಬಿಳಿ ಪುಡಿ ಹಾಕಿ, ಹತ್ತಿಯ ತುಂಡಿನಿಂದ ಒಳಗೆಲ್ಲ ಉಜ್ಜುತ್ತಿದ್ದ, ಬೆಳ್ಳಿಯ ಥರ ಹೊಳಪು ಬರುವ ತನಕ. ಈ ಕೆಲಸವನ್ನ ನೋಡುತ್ತಾ ಶಿವಪ್ಪನಿಗೆ ಒಂದು ವಿಚಿತ್ರ ಸಮಾಧಾನ ಸಿಗುತ್ತಿತ್ತು, ಹಳೆಯದೊಂದನ್ನ ಹೊಸದರ ಹಾಗೆ ಮಾಡುವ ಈ ಕ್ರಿಯೆಯಲ್ಲಿ ಏನೋ ಒಂದು ಅರ್ಥ ಇತ್ತು, ಅವನಿಗೆ ಸರಿಯಾಗಿ ಪದಗಳಲ್ಲಿ ಹೇಳಲಿಕ್ಕೆ ಆಗದ ಅರ್ಥ.

"ಮಗ ಬೆಂಗಳೂರಲ್ಲಿ ಇದಾನಲ್ವಾ ಸ್ವಾಮಿ?" ಕಸುಬುದಾರ ಕೇಳಿದ, ಕೆಲಸ ಮುಂದುವರೆಸ್ತಾ.

"ಹೂಂ, ಇದಾನೆ. ಐಟಿ ಕೆಲ್ಸ."

ಗುರುತು

"ಒಳ್ಳೇದು ಬಿಡಿ. ಈಗ ಎಲ್ರೂ ಬೆಂಗಳೂರೇ." ಒಂದು ಕ್ಷಣ ನಿಲ್ಲಿಸಿ, "ಬರ್ತಾ ಇರ್ತಾನಾ ಆಗಾಗ?"

ಈ ಪ್ರಶ್ನೆ, ಇಷ್ಟು ಸರಳವಾಗಿ ಕೇಳಿದ್ದು, ಶಿವಪ್ಪನ ಎದೆಯಲ್ಲಿ ಏನೋ ಒಂದು ಸಣ್ಣ ಕಲ್ಲು ಬಿದ್ದ ಹಾಗೆ ಆಯಿತು. "ಬರ್ತಾನೆ, ಆಗಾಗ" ಎಂದು ಹೇಳಿದ, ಆದರೆ ಆ ಮಾತಿನಲ್ಲಿ ಎಷ್ಟು ಸತ್ಯ ಇತ್ತು ಎಂದು ಅವನಿಗೇ ಸ್ಪಷ್ಟವಾಗಿ ಗೊತ್ತಿರಲಿಲ್ಲ. ಕಳೆದ ಸಲ ಮಂಜು ಬಂದದ್ದು ಯಾವಾಗ ಎಂದು ಲೆಕ್ಕ ಹಾಕಲು ಪ್ರಯತ್ನಿಸಿದ, ಸುಮಾರು ಎಂಟು ತಿಂಗಳ ಹಿಂದೆ, ಅಜ್ಜಿಯ ವರ್ಷಾಂತ್ಯದ ಕಾರ್ಯಕ್ಕೆ, ಒಂದೇ ದಿನಕ್ಕೆ ಬಂದು ಹೋಗಿದ್ದ, ಬೆಳಿಗ್ಗೆ ಬಂದವ ಸಂಜೆ ಬಸ್ಸಿಗೆ ಹೊರಟುಬಿಟ್ಟಿದ್ದ.

"ಆಯ್ತು ಸ್ವಾಮಿ, ಸೆಟ್ಟು ರೆಡಿ," ಎಂದು ಕಸುಬುದಾರ ಎಬ್ಬಿಸಿದ ಶಿವಪ್ಪನ ಯೋಚನೆಯನ್ನ. ಹೊಳೆಯುವ ತಂಬಿಗೆ-ಲೋಟ ಎರಡನ್ನೂ ಮುಂದೆ ಇಟ್ಟ.

ಶಿವಪ್ಪ ಕೂಲಿ ಕೊಟ್ಟ, ಸೆಟ್ಟನ್ನ ಎತ್ತಿಕೊಂಡ, ಇನ್ನೂ ಬೆಚ್ಚಗಿತ್ತು ಕೈಗೆ. ಒಳಗೆ ತಂದು, ಪಾತ್ರೆ ಇಡುವ ಕಪಾಟಿನಲ್ಲಿ ಎತ್ತರದ ಸ್ಥಳದಲ್ಲಿ ಇಟ್ಟ, ದಿನಬಳಕೆಯ ಪಾತ್ರೆಗಳ ಜೊತೆ ಅಲ್ಲ, ಸ್ವಲ್ಪ ಪ್ರತ್ಯೇಕವಾಗಿ.

ಸಂಜೆ ಪಾರ್ವತಮ್ಮ ಪೂಜೆ ಮುಗಿಸಿ, ದೇವರ ಮನೆಯ ದೀಪ ಆರಿಸದೆಯೇ, ಜಗುಲಿಯ ಮೇಲೆ ಬಂದು ಕುಳಿತಳು, ಶಿವಪ್ಪನ

ಪಕ್ಕದಲ್ಲಿ. ಬೀದಿಯಲ್ಲಿ ಕತ್ತಲಾಗ್ತಾ ಇತ್ತು, ಒಂದೆರಡು ಮನೆಗಳಲ್ಲಿ ದೀಪ ಹತ್ತಿಕೊಂಡಿದ್ದವು.

"ಇವತ್ತು ಸೆಟ್ಟಿಗೆ ಕಲಾಯಿ ಹಾಕ್ಸಿದ್ರಾ?" ಪಾರ್ವತಮ್ಮ ಕೇಳಿದಳು.

"ಹೂಂ."

"ಎಷ್ಟನೇ ಸಲ ಇದು?"

"ಗೊತ್ತಿಲ್ಲ, ಲೆಕ್ಕ ಇಟ್ಟಿಲ್ಲ." ಒಂದು ಕ್ಷಣ ಸುಮ್ಮನಿದ್ದು, "ಮಂಜುಗೆ ಆ ಕೊಟ್ಟ ಸೆಟ್ಟಿಗೂ ಕಲಾಯಿ ಆಗಿರ್ಬೇಕಲ್ಲ ಇಷ್ಟು ವರ್ಷದಲ್ಲಿ, ಅಲ್ಲಿ ಬೆಂಗಳೂರಲ್ಲಿ ಯಾರ್ ಹಾಕ್ಸ್ತಾರೋ ಏನೋ."

ಪಾರ್ವತಮ್ಮ ಮೆಲ್ಲಗೆ ನಕ್ಕಳು. "ಈಗ ಎಲ್ಲಾ ಸ್ಟೀಲು, ಸ್ಟೀಲಿಗೆ ಕಲಾಯಿ ಬೇಡ ಅಂತ ನಿಮಗೆ ಎಷ್ಟು ಸಲ ಹೇಳಿಲ್ಲ."

"ಗೊತ್ತಿದೆ ಬಿಡು," ಶಿವಪ್ಪ ನಗುತ್ತಾ ಹೇಳಿದ. ತಾನೆಷ್ಟು ಅಸಂಬದ್ಧವಾಗಿ ಯೋಚಿಸಿದೆ ಅಂತ ಅವನಿಗೂ ಗೊತ್ತಾಯ್ತು, ಆದರೆ ಆ ಯೋಚನೆಯ ಹಿಂದಿನ ಭಾವನೆ ಸುಳ್ಳಲ್ಲ ಅನ್ನಿಸಿತು, ಮಗ ಎಷ್ಟು ದೂರ ಇದ್ದರೂ, ಒಂದು ವಸ್ತುವಿನ ಮೂಲಕವಾದ್ರೂ ಇಬ್ಬರ ನಡುವೆ ಒಂದು ಎಳೆ ಇನ್ನೂ ಉಳಿದಿದೆ ಅಂತ ಅನ್ನಿಸುವುದೇ ಒಂದು ಸಮಾಧಾನ.

"ಸುಮಿತ್ರ ಫೋನ್ ಮಾಡಿದ್ಲಾ ಇವತ್ತು?" ಶಿವಪ್ಪ ಕೇಳಿದ, ವಿಷಯ ಬದಲಿಸ್ತಾ.

"ಇಲ್ಲ, ನಾಳೆ ಮಾಡ್ತೀನಿ ಅಂದಿದ್ಲು ನಿನ್ನೆ." ಪಾರ್ವತಮ್ಮ ಎದ್ದು ಒಳಗೆ ಹೋಗಿ ಎರಡು ಲೋಟ ಕಾಫಿ ತಂದಳು, ಈ ಸಲ ಹೊಳೆಯುವ ಆ ಹಳೆಯ ಸೆಟ್ಟಿನಲ್ಲೇ. ಇಬ್ಬರೂ ಸುಮ್ಮನೆ ಕುಳಿತು ಕುಡಿದರು, ಮಾತಿಲ್ಲದೆ, ಆದರೆ ಆ ಮೌನ ಅಹಿತಕರವಾಗಿರಲಿಲ್ಲ, ನಲವತ್ತು ವರ್ಷ ಜೊತೆ ಬಾಳಿದವರಿಗೆ ಬರುವಂಥ, ಮಾತಾಡದೆಯೇ ಸಾಕಾಗುವಂಥ ಮೌನ.

ದೂರದಲ್ಲಿ ಬಸ್ಸಿನ ಸದ್ದು ಕೇಳಿಸಿತು, ಪಟ್ಟಣದಿಂದ ಬರುವ ಕೊನೆಯ ಬಸ್ಸಿನದಿರಬಹುದು. ಶಿವಪ್ಪ ಒಂದು ಕ್ಷಣ ಆ ಸದ್ದಿನ ಕಡೆಗೆ ಕಿವಿಗೊಟ್ಟ, ಬಹುಶಃ ಒಂದು ಹಳೆಯ ಅಭ್ಯಾಸದಿಂದ, ಎಷ್ಟೋ ಸಲ, ಮಂಜು ಫೋನ್ ಮಾಡದೆ ಇದ್ದಕ್ಕಿದ್ದಂತೆ ಬಂದುಬಿಡುತ್ತಿದ್ದ ಕಾಲವಿತ್ತು, ಆಗ ಈ ಬಸ್ಸಿನ ಸದ್ದೇ ಒಂದು ಸುಳಿವಾಗಿತ್ತು. ಈಗ ಹಾಗಿಲ್ಲ. ಈಗ ಬರುವ ಮೊದಲು ಫೋನ್ ಬರುತ್ತೆ, ದಿನಾಂಕ ನಿಗದಿಯಾಗುತ್ತೆ, ಟಿಕೆಟ್ ಮೊದಲೇ ಬುಕ್ ಆಗುತ್ತೆ. ಬರುವುದೇ ಒಂದು ಯೋಜನೆ ಆಗಿಬಿಟ್ಟಿದೆ, ಆಶ್ಚರ್ಯ ಅಲ್ಲ.

ಬಸ್ಸು ಈ ಬೀದಿಯ ಕಡೆ ಬರಲಿಲ್ಲ, ಸದ್ದು ದೂರವಾಗುತ್ತ ಮಾಯವಾಯಿತು.

"ಏನ್ ಯೋಚ್ನೆ?" ಪಾರ್ವತಮ್ಮ ಕೇಳಿದಳು.

"ಏನಿಲ್ಲ," ಶಿವಪ್ಪ ಹೇಳಿದ. "ಸುಮ್ನೆ."

ಗುರುತು

ರಾತ್ರಿ ಊಟ ಮುಗಿಸಿ, ಪಾರ್ವತಮ್ಮ ಡಬ್ಬಿ ಕಟ್ಟುವ ಕೆಲಸಕ್ಕೆ ಕುಳಿತಳು, ನಾಳೆ ಬೆಳಿಗ್ಗೆ ಪಟ್ಟಣಕ್ಕೆ ಹೋಗುವಾಗ ಕೊರಿಯರ್ ಆಫೀಸಿಗೆ ಕೊಡಬೇಕಿತ್ತು. ಎರಡು ಸ್ಟೀಲ್ ಡಬ್ಬಿ, ಒಂದು ಮಂಜುಗೆ, ಒಂದು ಸುಮಿತ್ರಳಿಗೆ, ಎರಡಕ್ಕೂ ಪ್ಲಾಸ್ಟಿಕ್ ಕವರ್ ಸುತ್ತಿ ಟೇಪ್ ಅಂಟಿಸಿದಳು. ಮಂಜುಗೆ ಹೋಗುವ ಡಬ್ಬಿಯ ಮೇಲೆ ಒಂದು ಚೀಟಿ ಬರೆದಳು, "ಮಂಜುಗೆ" ಎಂದು, ಅವಳ ಒರಟಾದ, ಸ್ವಲ್ಪ ನಡುಗುವ ಕೈಬರಹದಲ್ಲಿ.

ಶಿವಪ್ಪ ಪಕ್ಕದಲ್ಲಿ ಕುಳಿತು ನೋಡ್ತಾ ಇದ್ದ. "ಫೋನ್ ಮಾಡಿ ಹೇಳ್ಬೇಕಾ, ಡಬ್ಬಿ ಕಳ್ಸ್ತಾ ಇದೀವಿ ಅಂತ?"

"ಬೇಡ, ತಲುಪಿದ ಮೇಲೆ ಅವನೇ ಫೋನ್ ಮಾಡ್ತಾನೆ," ಪಾರ್ವತಮ್ಮ ಹೇಳಿದಳು.

ಶಿವಪ್ಪ ತಲೆಯಾಡಿಸಿದ. ಅವನಿಗೆ ಗೊತ್ತಿತ್ತು, ಮಂಜು ಫೋನ್ ಮಾಡ್ತಾನೆ, ಆದರೆ ಡಬ್ಬಿ ತಲುಪಿದ ದಿನವೇ ಅಲ್ಲ, ಎರಡು ಮೂರು ದಿನ ಆದ ಮೇಲೆ, ಬಹುಶಃ ಎಂದೋ ಇನ್ಯಾವುದೋ ಮಾತಿನ ಮಧ್ಯೆ ನೆನಪಾದಾಗ. ಇದೂ ಒಂದು ಸಾಮಾನ್ಯ ವಿಷಯ ಆಗಿಬಿಟ್ಟಿತ್ತು, ಅವನಿಗೆ ಈಗ ಅದರಿಂದ ನೋವಾಗುತ್ತಿರಲಿಲ್ಲ, ಬರೀ ಒಂದು ಅಂಗೀಕಾರ.

ಮಲಗುವ ಮೊದಲು ಶಿವಪ್ಪ ಒಮ್ಮೆ ಕಪಾಟಿನ ಬಳಿ ಹೋದ, ಹೊಳೆಯುವ ತಂಬಿಗೆ-ಲೋಟ ಸೆಟ್ಟನ್ನ ಒಮ್ಮೆ ಕೈಯಲ್ಲಿ ಎತ್ತಿಕೊಂಡ,

ಬೆಳಕಿಗೆ ಹಿಡಿದು ನೋಡಿದ. ಬೆಳ್ಳಿಯ ಥರ ಹೊಳೆಯುತ್ತಿತ್ತು, ಇನ್ನೊಂದೆರಡು ವರ್ಷ ಬಾಳಿಕೆ ಬಂತು ಅಂದುಕೊಂಡ. ಆಮೇಲೆ ಮೆಲ್ಲಗೆ ಅದನ್ನ ಮತ್ತೆ ಜಾಗದಲ್ಲಿ ಇಟ್ಟ.

ಬಾಗಿಲು ಹಾಕುವ ಮೊದಲು ಒಂದು ಕ್ಷಣ ಹೊರಗೆ ನಿಂತ. ಆಕಾಶ ತುಂಬ ನಕ್ಷತ್ರಗಳು, ಬೆಂಗಳೂರಲ್ಲಿ ಇಲ್ಲದ ಸೌಲಭ್ಯ, ಮಂಜುಗೆ ಎಷ್ಟೋ ಸಲ ಹೇಳಿದ್ದ ಇದನ್ನ, "ಇಲ್ಲಿ ಬಾ, ಆಕಾಶ ನೋಡು" ಅಂತ, ಮಂಜು ಪ್ರತಿ ಸಲ "ಹೂಂ ಅಪ್ಪ, ಚೆನ್ನಾಗಿದೆ" ಅಂತ ಎರಡು ನಿಮಿಷ ನೋಡಿ ಒಳಗೆ ಹೋಗಿಬಿಡುತ್ತಿದ್ದ, ಫೋನಿನ ಕಡೆಗೆ ಗಮನ ಸೆಳೆಯುತ್ತಿದ್ದ ಯಾವುದೋ ಸಂದೇಶ.

ಇವತ್ತು ಇಲ್ಲಿ ಯಾರೂ ಇಲ್ಲ, ಶಿವಪ್ಪ ಒಬ್ಬನೇ ಆಕಾಶ ನೋಡ್ತಾ ನಿಂತ. ಒಂದು ನಕ್ಷತ್ರ ಉರುಳಿ ಮಾಯವಾಯಿತು, ಅಷ್ಟು ಬೇಗ ಆಗಿ ಹೋಯಿತು ಅವನಿಗೆ ಕಣ್ಣಿಗೂ ಸರಿಯಾಗಿ ಕಾಣಲಿಲ್ಲ. ಬಾಲ್ಯದಲ್ಲಿ ಹೀಗೆ ಆದಾಗಲೆಲ್ಲ ಏನೋ ಕೋರಿಕೊಳ್ಳಬೇಕು ಅಂತ ಹೇಳ್ತಿದ್ರು, ಆದರೆ ಈಗ ಶಿವಪ್ಪನಿಗೆ ಏನೂ ಕೋರಿಕೊಳ್ಳಬೇಕು ಅನ್ನಿಸಲಿಲ್ಲ. ಬರೀ ಅಷ್ಟೇ ಸಾಕು ಅನ್ನಿಸಿತು, ಮಗ ಆರೋಗ್ಯವಾಗಿ ಇರಲಿ, ಮೊಮ್ಮಕ್ಕಳು ಚೆನ್ನಾಗಿ ಬೆಳೀಲಿ, ಮತ್ತು ಯಾವತ್ತಾದ್ರೂ ಒಂದು ದಿನ, ಮುಂಚೆನಂತೆ, ಫೋನ್ ಮಾಡದೇ ಇದ್ದಕ್ಕಿದ್ದಂತೆ ಒಂದು ಬಸ್ಸಿನ ಸದ್ದಿನ ಜೊತೆ ಈ ಮನೆಗೆ ಬರಲಿ.

ಬಾಗಿಲು ಹಾಕಿಕೊಂಡು ಒಳಗೆ ಹೋದ. ನಾಳೆ ಬೆಳಿಗ್ಗೆ ಇನ್ನೊಂದು ದಿನ, ಇನ್ನೊಂದು ಕಾಫಿ ಆ ಹಳೆಯ ಲೋಟದಲ್ಲಿ, ಇನ್ನೊಂದು ಬಾರಿ ಸೂರ್ಯ ಹುಟ್ಟುವುದನ್ನ ಜಗುಲಿಯ ಮೇಲೆ ಕುಳಿತು ನೋಡುವುದು, ಈ ಸಣ್ಣ ಚಕ್ರ ಎಷ್ಟು ದಿನ ಇನ್ನೂ ಹೀಗೇ ಸುತ್ತುತ್ತದೋ, ಶಿವಪ್ಪನಿಗೆ ಗೊತ್ತಿರಲಿಲ್ಲ, ಯೋಚಿಸಲಿಕ್ಕೂ ಹೋಗಲಿಲ್ಲ. ಬರೀ ನಿದ್ದೆಗೆ ಜಾರಿದ.

ಅಧ್ಯಾಯ ೩: ಪಾರ್ವತಮ್ಮನ ಉಪ್ಪಿನಕಾಯಿ

ಯಾರ ಕಥೆ: ಪಾರ್ವತಮ್ಮ · *ಸ್ಥಳ:* ಹೊನ್ನೇನಹಳ್ಳಿ

ಪಾರ್ವತಮ್ಮಗೆ ಪ್ರತಿ ವರ್ಷ ಈ ಹೊತ್ತಿಗೆ ಕೈ ತಾನಾಗಿಯೇ ನೆನಪು ಮಾಡಿಕೊಳ್ಳುತ್ತಿತ್ತು, ಯಾವ ಮಾವಿನಕಾಯಿ ಇನ್ನೂ ಹಸಿ, ಯಾವುದು ಸರಿಯಾಗಿ ಹುಳಿ ಬಂದಿದೆ, ಯಾವುದು ಉಪ್ಪಿನಕಾಯಿಗೆ ಸೂಕ್ತ, ಯಾವುದು ಕೇವಲ ಚಟ್ನಿಗೆ ಬಳಸಬಹುದು. ಇದನ್ನ ಯಾರೂ ಅವಳಿಗೆ ಈಗ ಹೇಳಿಕೊಡಬೇಕಿಲ್ಲ. ಕೈ ಬೆರಳುಗಳೇ ಕಾಯಿಯನ್ನ ಒತ್ತಿ ನೋಡಿ ಹೇಳಿಬಿಡುತ್ತಿದ್ದವು, ಕಣ್ಣುಗಳಿಗಿಂತ ಮೊದಲೇ.

ಇವತ್ತು ಮೂರನೇ ದಿನ. ಎರಡು ದಿನದ ಹಿಂದೆ ಹೆಚ್ಚಿಟ್ಟ ಮಾವಿನಕಾಯಿ ಉಪ್ಪಿನಲ್ಲಿ ನೆನೆದು ಈಗ ಸ್ವಲ್ಪ ಮೆತ್ತಗಾಗಿತ್ತು, ಬಣ್ಣ ಬದಲಾಗಿತ್ತು, ಹಸಿರಿನಿಂದ ಒಂದು ಬಗೆಯ ಮಂದ ಹಳದಿ ಬಣ್ಣಕ್ಕೆ. ಪಾರ್ವತಮ್ಮ ಬೆಳಿಗ್ಗೆ ಬೇಗನೆ ಎದ್ದು, ದೊಡ್ಡ ಮಣ್ಣಿನ ಪಾತ್ರೆಯ ಮುಚ್ಚಳ ತೆಗೆದು ನೋಡಿದಳು, ಒಂದು ಬೆರಳಿನಿಂದ ಉಪ್ಪಿನ ನೀರನ್ನ ಮುಟ್ಟಿ ರುಚಿ ನೋಡಿದಳು. ಸರಿಯಾಗಿತ್ತು. "ಇವತ್ತು ಬಿಸಿಲಿಗೆ ಹಾಕ್ಬೇಕು," ಎಂದು ಮನಸ್ಸಿನಲ್ಲೇ ಅಂದುಕೊಂಡಳು, ಯಾರಿಗೂ ಹೇಳದೆ.

ಈ ಇಡೀ ಪ್ರಕ್ರಿಯೆಗೆ ಒಂದು ಕ್ರಮ ಇತ್ತು, ಪಾರ್ವತಮ್ಮನ ತಲೆಯಲ್ಲಿ ಮಾತ್ರ ಇರುವ ಕ್ರಮ. ಮೊದಲ ದಿನ ಕಾಯಿ ಹೆಚ್ಚುವುದು, ಉಪ್ಪು ಹಾಕಿ ಮುಚ್ಚಿಡುವುದು. ಎರಡನೇ ದಿನ ಸ್ವಲ್ಪ ಬಿಸಿಲಿಗೆ ಹಾಕಿ ನೀರು ಆರಿಸುವುದು. ಮೂರನೇ ದಿನ ಮಸಾಲೆ, ಸಾಸಿವೆ, ಮೆಂತ್ಯ, ಒಣಮೆಣಸಿನಕಾಯಿ ಹುರಿದು ಪುಡಿ ಮಾಡುವುದು. ನಾಲ್ಕನೇ ದಿನ ಎಲ್ಲ ಸೇರಿಸಿ ಎಣ್ಣೆ ಹಾಕುವುದು, ಮತ್ತೆ ಎರಡು ದಿನ ಬಿಸಿಲಿಗೆ ಇಟ್ಟು ಹದಗೊಳಿಸುವುದು. ಇದನ್ನ ಎಲ್ಲೂ ಬರೆದಿಟ್ಟಿಲ್ಲ, ಯಾವ ಪುಸ್ತಕದಲ್ಲೂ ಇಲ್ಲ. ಪಾರ್ವತಮ್ಮಗೆ ಇದೆಲ್ಲ ಅವಳ ಅತ್ತೆಯಿಂದ ಬಂದದ್ದು, ಮಂಜುವಿನ ಅಜ್ಜಿ, ಈಗ ಇಲ್ಲ ಆಕೆ, ಸತ್ತು ಹದಿನೈದು ವರ್ಷಕ್ಕೂ ಮೇಲಾಗಿದೆ. ಆಗ ಪಾರ್ವತಮ್ಮ ಹೊಸ ಸೊಸೆ, ಈ ಮನೆಗೆ ಹೊಸದಾಗಿ ಬಂದವಳು, ಅತ್ತೆಯ ಪಕ್ಕದಲ್ಲೇ ನಿಂತು ಕಲಿತಿದ್ದಳು, ಇಷ್ಟು ಉಪ್ಪು, ಇಷ್ಟು ಎಣ್ಣೆ ಎಂಬ ಅಳತೆಯಲ್ಲ, "ಇಷ್ಟು ಸಾಕು" ಎಂಬ ಒಂದು ಭಾವ, ಕೈಗೇ ಗೊತ್ತಾಗುವಂಥದ್ದು.

ಆ ಕಲಿಕೆಯ ಬಗ್ಗೆ ಪಾರ್ವತಮ್ಮಗೆ ಈಗಲೂ ಸ್ಪಷ್ಟ ನೆನಪಿದೆ, ಅತ್ತೆ ಒಂದು ಸಲವೂ "ಹೀಗೇ ಮಾಡು" ಎಂದು ನೇರವಾಗಿ ಹೇಳಿದವರಲ್ಲ. "ನೋಡ್ತಾ ಇರು" ಎನ್ನುತ್ತಿದ್ದರು ಅಷ್ಟೇ. ಪಾರ್ವತಮ್ಮ ವರ್ಷಗಟ್ಟಲೆ ನೋಡುತ್ತ, ಆಗಾಗ ಒಂದೆರಡು ಕೆಲಸ ಮಾಡುತ್ತ, ನಿಧಾನವಾಗಿ ಇದನ್ನ ತನ್ನದಾಗಿಸಿಕೊಂಡಿದ್ದಳು. ಈಗ ಅವಳಿಗೇ ಗೊತ್ತಿಲ್ಲ, ಇದೆಷ್ಟು ಅತ್ತೆಯದ್ದು, ಇದೆಷ್ಟು ತನ್ನದೇ ಸೇರ್ಪಡೆ, ವರ್ಷಗಳಲ್ಲಿ ಒಂದೆರಡು ಕಡೆ

ತಾನೇ ಬದಲಾಯಿಸಿದ್ದೂ ಇದೆ, ಸ್ವಲ್ಪ ಜಾಸ್ತಿ ಮೆಂತ್ಯ ಹಾಕುವುದು, ಹುಳಿ ಸ್ವಲ್ಪ ಕಡಿಮೆ ಮಾಡುವುದು, ಆದರೆ ಈ ಬದಲಾವಣೆಗಳ ಬಗ್ಗೆ ಯಾರಿಗೂ ಹೇಳಿಲ್ಲ, ಮಂಜುಗೂ ಇಲ್ಲ. ಅವನಿಗೆ ಇದು ಯಾವಾಗಲೂ "ಅಮ್ಮನ ಉಪ್ಪಿನಕಾಯಿ" ಅಷ್ಟೇ, ಒಂದೇ ರುಚಿ, ಬದಲಾಗದ್ದು ಎಂಬ ನಂಬಿಕೆ.

ಮಸಾಲೆ ಹುರಿಯುವ ಹೊತ್ತಿಗೆ ಪಕ್ಕದ ಮನೆಯ ಗಂಗಮ್ಮ ಬಂದಳು, ಒಂದು ಚಿಕ್ಕ ಬುಟ್ಟಿಯಲ್ಲಿ ಸೌತೆಕಾಯಿ ಹಿಡಿದುಕೊಂಡು. "ಪಾರ್ವತಕ್ಕ, ಈ ಸೌತೆಕಾಯಿ ಸ್ವಲ್ಪ ಇಟ್ಕೊಳ್ಳಿ, ನಮ್ ತೋಟದಲ್ಲಿ ಜಾಸ್ತಿ ಬಂದಿದೆ." ಎಂದು ಅಂಗಳದ ಜಗುಲಿಯ ಮೇಲೆ ಇಟ್ಟಳು.

"ಕೂತ್ಕೊ ಗಂಗಮ್ಮ, ಕಾಫಿ ಮಾಡ್ಲಾ?"

"ಬೇಡ ಬೇಡ, ಈಗ ತಾನೇ ಕುಡ್ದೆ. ಏನ್ಮಾಡ್ತಿದೀರಿ, ಉಪ್ಪಿನಕಾಯಿ ಹಾಕ್ತಿದೀರೇನು?"

"ಹೂಂ, ಎರಡನೇ ಸುತ್ತು. ಮಂಜುಗೆ, ಸುಮಿತ್ರಳಿಗೆ."

ಗಂಗಮ್ಮ ಒಂದು ಕ್ಷಣ ಸುಮ್ಮನೆ ನಿಂತು ಸಾಸಿವೆ ಹುರಿಯುವ ಪರಿಮಳವನ್ನ ಆಘ್ರಾಣಿಸಿದಳು. "ನಿಮ್ಮ ಕೈಯಲ್ಲಿ ಎಷ್ಟು ಚೆನ್ನಾಗಿ ಬರುತ್ತೆ ಪಾರ್ವಕ್ಕ. ನಮ್ ಸೊಸೆ ಒಂದು ಸಲ ಮಾಡಿದ್ಲು, ಆಗ್ಲಿಲ್ಲ ಸರಿಯಾಗಿ. ಈಗ ಅಂಗಡೀದೇ ತರುಸ್ತಾಳೆ, ಪ್ಲಾಸ್ಟಿಕ್ ಪ್ಯಾಕೆಟ್ಟಲ್ಲಿ ಬರುತ್ತಲ್ಲ, ಅದೇ."

"ಆಯ್ತಪ್ಪ, ಈಗಿನ ಕಾಲ ಅಷ್ಟೇ," ಪಾರ್ವತಮ್ಮ ಹೇಳಿದಳು, ಸಾಸಿವೆಯನ್ನ ಒಲೆಯ ಮೇಲಿಂದ ಇಳಿಸುತ್ತ.

"ನಿಮ್ದೂ ಮುಂದೆ ಹಂಗೇ ಆಗುತ್ತೇನೋ ಪಾರ್ವಕ್ಕ. ಮಂಜು ಸೊಸೆ ಕಲ್ತಿದಾಳಾ ನಿಮ್ ಕೈಯಿಂದ?"

ಈ ಪ್ರಶ್ನೆ ಬಂದಾಗ ಪಾರ್ವತಮ್ಮ ಒಂದು ಕ್ಷಣ ಪುಡಿ ಮಾಡುವ ಕೆಲಸವನ್ನ ನಿಲ್ಲಿಸಿದಳು, ಆಮೇಲೆ ಮತ್ತೆ ಮುಂದುವರೆಸಿದಳು. "ಇಲ್ಲ ಗಂಗಮ್ಮ. ದೀಪಾಗೆ ಎಲ್ಲಿ ಪುರುಸೊತ್ತು, ಕೆಲಸ ಇದೆ ಅವಳಿಗೂ, ಮಕ್ಕಳ ಜವಾಬ್ದಾರಿ ಬೇರೆ. ಬಂದಾಗ ಒಂದೆರಡು ಸಲ ತೋರಿಸೋಣ ಅಂದ್ಕೊಂಡಿದ್ದೆ, ಆಗ್ಲೇ ಇಲ್ಲ."

"ಹೂಂ, ಹಂಗೆ. ಈ ಕಾಲದ ಹುಡುಗಿಯರಿಗೆ ಇದೆಲ್ಲ ಎಲ್ಲಿ ಬೇಕು ಬಿಡಿ, ಅಂಗಡೀಲಿ ಸಿಗುತ್ತಲ್ಲ." ಗಂಗಮ್ಮ ಇದನ್ನ ಸುಮ್ಮನೆ ಹೇಳಿ ಎದ್ದಳು. ಅವಳಿಗೆ ಇದರಲ್ಲಿ ಯಾವ ವಿಶೇಷ ಅರ್ಥವೂ ಇರಲಿಲ್ಲ, ಒಂದು ಸಾಮಾನ್ಯ ಮಾತಷ್ಟೇ. ಆದರೆ ಆ ಮಾತು ಪಾರ್ವತಮ್ಮನ ಮನಸ್ಸಿನಲ್ಲಿ ಇಡೀ ದಿನ ಎಲ್ಲೋ ಒಂದು ಕಡೆ ಕೂತುಬಿಟ್ಟಿತು.

ಗಂಗಮ್ಮ ಹೊರಟ ಮೇಲೆ ಪಾರ್ವತಮ್ಮ ಮತ್ತೆ ಕೆಲಸಕ್ಕೆ ಮರಳಿದಳು, ಆದರೆ ಕೈ ಕೆಲಸ ಮಾಡುತ್ತಿದ್ದರೂ ಮನಸ್ಸು ಬೇರೆ ಕಡೆ ಓಡುತ್ತಿತ್ತು. ಇದೊಂದು ಪ್ರಶ್ನೆ ಅವಳಿಗೆ ಆಗಾಗ ಬರುತ್ತಿತ್ತು, ಆದರೆ ಎಂದೂ ಯಾರ ಮುಂದೆಯೂ ಬಾಯಿಬಿಟ್ಟು ಕೇಳಿಕೊಂಡಿರಲಿಲ್ಲ, ತಾನು

ಇಲ್ಲದ ಮೇಲೆ ಈ ಉಪ್ಪಿನಕಾಯಿ ಯಾರು ಮಾಡ್ತಾರೆ? ದೀಪಾಗೆ ಬರುವುದಿಲ್ಲ, ಕಲಿಯೋಣ ಎಂಬ ಆಸಕ್ತಿಯೂ ಇದ್ದಂತೆ ಕಾಣಲಿಲ್ಲ, ಅವಳಿಗೆ ಇದಕ್ಕೆ ಪಾರ್ವತಮ್ಮ ಅವಳನ್ನ ದೂಷಿಸುತ್ತಿರಲಿಲ್ಲ, ದೀಪಾಳ ಬದುಕೇ ಬೇರೆ, ಬೆಂಗಳೂರಿನ ಫ್ಲಾಟಿನ ಬದುಕು, ಕೆಲಸ, ಮಕ್ಕಳ ಶಾಲೆ, ಇದೆಲ್ಲದರ ನಡುವೆ ಮೂರು ದಿನ ಬಿಸಿಲಿಗೆ ಮಾವಿನಕಾಯಿ ಇಡುವ ಪುರುಸೊತ್ತು ಎಲ್ಲಿಂದ ಬರಬೇಕು. ಅನ್ವಿತಾ ಇನ್ನೂ ಚಿಕ್ಕವಳು, ಮುಂದೆ ಆಕೆಗೆ ಆಸಕ್ತಿ ಬಂದೀತೇ, ಪಾರ್ವತಮ್ಮಗೆ ಗೊತ್ತಿಲ್ಲ. ಬಹುಶಃ ಬರಲಿಕ್ಕಿಲ್ಲ ಎಂದೂ ಅನ್ನಿಸಿತು, ಆ ಯೋಚನೆ ಬಂದಾಗ ಎದೆಯೊಳಗೆ ಒಂದು ಸಣ್ಣ ಭಾರ.

ಒಂದು ಸಲ, ಮೂರ್ನಾಲ್ಕು ವರ್ಷದ ಹಿಂದೆ, ದೀಪಾ ಬಂದಿದ್ದಾಗ, ಪಾರ್ವತಮ್ಮ ಒಂದು ಹಳೆಯ ನೋಟ್‌ಬುಕ್ಕಿನಲ್ಲಿ ಈ ಕ್ರಮವನ್ನ ಬರೆದಿಡಲಿಕ್ಕೆ ಪ್ರಯತ್ನಿಸಿದ್ದಳು, "ಇಷ್ಟು ಕೆಜಿ ಮಾವಿನಕಾಯಿಗೆ ಇಷ್ಟು ಉಪ್ಪು" ಎಂದು ಬರೆಯಲಿಕ್ಕೆ ಕೂತಿದ್ದಳು, ಆದರೆ ಬರೆಯುತ್ತಿದ್ದ ಹಾಗೇ ಗೊಂದಲ ಆಗಿತ್ತು, ವರ್ಷಕ್ಕೊಮ್ಮೆ ಮಾವಿನಕಾಯಿಯ ಹುಳಿ ಬದಲಾಗುತ್ತೆ, ಒಂದು ವರ್ಷ ಜಾಸ್ತಿ ಉಪ್ಪು ಬೇಕಾಗುತ್ತೆ, ಇನ್ನೊಂದು ವರ್ಷ ಕಡಿಮೆ. ಇದನ್ನ ಸಂಖ್ಯೆಯಲ್ಲಿ ಹಿಡಿಯಲಿಕ್ಕೆ ಆಗಲಿಲ್ಲ. ಆ ನೋಟ್‌ಬುಕ್ ಈಗಲೂ ಎಲ್ಲೋ ಬೀರುವಿನಲ್ಲಿದೆ, ಎರಡು ಪುಟ ಬರೆದು ನಿಲ್ಲಿಸಿದ ಹಾಗೆ, ಪಾರ್ವತಮ್ಮ ಅದನ್ನ ಮತ್ತೆ ಮುಟ್ಟಿಲ್ಲ.

ಗುರುತು

ಮಧ್ಯಾಹ್ನದ ಹೊತ್ತಿಗೆ ಮಸಾಲೆ ಪುಡಿ ಸಿದ್ಧವಾಗಿತ್ತು, ಪಾತ್ರೆ ತುಂಬ ಕೆಂಪು-ಕಂದು ಬಣ್ಣದ ಪುಡಿ, ಘಮ ಇಡೀ ಮನೆ ತುಂಬಿತ್ತು. ಪಾರ್ವತಮ್ಮ ಒಂದು ಚಿಟಿಕೆ ಪುಡಿಯನ್ನ ಬೆರಳಿಗೆ ಹಚ್ಚಿ ರುಚಿ ನೋಡಿದಳು, ಒಂದು ಕ್ಷಣ ನಾಲಿಗೆಗೆ ಚುರುಕು, ಆಮೇಲೆ ಹುಳಿ, ಆಮೇಲೆ ಸಿಹಿಯ ಸಣ್ಣ ಎಳೆ. ಸರಿಯಾಗಿತ್ತು. ಇದೇ ಆ ರುಚಿ, ಎಷ್ಟೋ ವರ್ಷಗಳಿಂದ ಬದಲಾಗದ ಆ ರುಚಿ ಎಂದು ಅವಳಿಗೂ ಅನ್ನಿಸಿತು, ಆದರೆ ಮನಸ್ಸಿನ ಮೂಲೆಯಲ್ಲಿ ಗೊತ್ತಿತ್ತು, ಇದು ಬದಲಾಗದೇ ಇಲ್ಲ, ಬರೀ ನಿಧಾನವಾಗಿ ಬದಲಾಗಿದೆ, ಯಾರಿಗೂ ಗೊತ್ತಾಗದಷ್ಟು ನಿಧಾನವಾಗಿ, ವರ್ಷದಿಂದ ವರ್ಷಕ್ಕೆ, ಒಂದು ಕೈಯಿಂದ ಇನ್ನೊಂದು ಕೈಗೆ ಹೋದಾಗಲೆಲ್ಲ ಸ್ವಲ್ಪ ಬದಲಾಗುತ್ತಲೇ, ಆದರೂ ಅದೇ ಎಂದು ಎಲ್ಲರೂ ನಂಬುವಂಥ ಬದಲಾವಣೆ.

ಮಂಜು ಚಿಕ್ಕವನಿದ್ದಾಗಿನ ಒಂದು ದೃಶ್ಯ ಅವಳಿಗೆ ನೆನಪಾಯಿತು, ಶಾಲೆಯಿಂದ ಬಂದವನೇ, ಬ್ಯಾಗ್ ಎಸೆದು, ಅಡುಗೆಮನೆಗೆ ಓಡಿಬಂದು "ಅಮ್ಮಾ ಉಪ್ಪಿನಕಾಯಿ" ಎಂದು ಕೂಗುತ್ತಿದ್ದ, ಬಿಸಿ ಅನ್ನಕ್ಕೆ ತುಪ್ಪ ಹಾಕಿ, ಒಂದು ಚಮಚ ಉಪ್ಪಿನಕಾಯಿ ಬೆರೆಸಿ, ಕೈಯಲ್ಲೇ ಉಂಡೆ ಕಟ್ಟಿ ತಿನ್ನುತ್ತಿದ್ದ, ಬಾಯಿ ಸುಡುತ್ತಿದ್ದರೂ ಮತ್ತೆ ಕೇಳುತ್ತಿದ್ದ. ಆಗ ಪಾರ್ವತಮ್ಮ "ಸ್ವಲ್ಪ ಕಡಿಮೆ ತಿನ್ನೋ, ಹೊಟ್ಟೆ ಕೆಡುತ್ತೆ" ಎಂದು ಗದರುತ್ತಿದ್ದಳು, ಆದರೆ ಒಳಗೊಳಗೇ ಸಂತೋಷ ಆಗುತ್ತಿತ್ತು, ತಾನು ಮಾಡಿದ್ದನ್ನ ಇಷ್ಟು ಇಷ್ಟಪಟ್ಟು ತಿನ್ನುವ ಮಗ ಇದ್ದಾನಲ್ಲ ಎಂಬ ಸಂತೋಷ.

ಈಗ ಆ ಡಬ್ಬಿ ಫ್ರಿಜ್ಜಿನಲ್ಲಿ ಎಷ್ಟು ದಿನ ಹಾಗೇ ಕೂತಿರುತ್ತೋ, ಎಷ್ಟು ಮುಟ್ಟುತ್ತಾನೋ, ಪಾರ್ವತಮ್ಮಗೆ ಗೊತ್ತಿಲ್ಲ. ಕೇಳುವುದೂ ಇಲ್ಲ ಅವಳು ಎಂದೂ, ಮಗನಿಗೆ ಬೇಸರ ಆಗಬಾರದು ಎಂದು. ಆದರೆ ಈ ಪ್ರಶ್ನೆ ಮನಸ್ಸಿನಲ್ಲಿ ಪ್ರತಿ ಸಲ ಡಬ್ಬಿ ಕಟ್ಟುವಾಗಲೂ ಮೂಡಿ ಮಾಯವಾಗುತ್ತಿತ್ತು, ಈ ಎಲ್ಲ ದಿನದ ಕೆಲಸ, ಈ ಮೂರ್ನಾಲ್ಕು ದಿನದ ಬಿಸಿಲು-ಉಪ್ಪು-ಪುಡಿ, ಇದೆಲ್ಲ ಆ ಫ್ರಿಜ್ಜಿನ ಒಂದು ಮೂಲೆಯಲ್ಲಿ ಮುಚ್ಚಿಟ್ಟ ಡಬ್ಬಿಯಾಗಿ ಉಳಿದುಬಿಡುತ್ತದಾ ಅಂತ. ಆದರೆ ಈ ಯೋಚನೆಯನ್ನ ಅವಳು ಹೆಚ್ಚು ಹೊತ್ತು ಇಟ್ಟುಕೊಳ್ಳುತ್ತಿರಲಿಲ್ಲ. ಮಾಡುವುದನ್ನ ಮಾಡುವುದು, ಕಳಿಸುವುದನ್ನ ಕಳಿಸುವುದು, ಅದಷ್ಟೇ ತನ್ನ ಕೆಲಸ ಎಂದು ಅವಳು ಒಪ್ಪಿಕೊಂಡಿದ್ದಳು, ಅದನ್ನ ಮೀರಿದ್ದೆಲ್ಲ ಮಗನ ಕೈಯಲ್ಲಿ.

ಸಂಜೆ ಶಿವಪ್ಪ ಪಂಪಿನ ಕೆಲಸ ಮುಗಿಸಿ ಒಳಗೆ ಬಂದಾಗ, ಪಾರ್ವತಮ್ಮ ಬಿಸಿಲಿನಲ್ಲಿ ಇಟ್ಟಿದ್ದ ಮಸಾಲೆ ಮಾವಿನಕಾಯಿಯ ಪಾತ್ರೆಗಳನ್ನ ಒಳಗೆ ತರುತ್ತಿದ್ದಳು, ಒಂದೊಂದೇ, ಜೋಪಾನವಾಗಿ.

"ಇವತ್ತಿಗೆ ಮುಗೀತಾ?" ಶಿವಪ್ಪ ಕೇಳಿದ.

"ಇಲ್ಲ, ಇನ್ನೂ ಎಣ್ಣೆ ಹಾಕೋದು ಉಳಿದಿದೆ. ನಾಳೆ ಇಲ್ಲಾ ನಾಡಿದ್ದು."

ಶಿವಪ್ಪ ತಲೆಯಾಡಿಸಿ ಒಳಗೆ ಹೋದ. ಅವನಿಗೆ ಈ ಪ್ರಕ್ರಿಯೆಯ ಬಗ್ಗೆ ಹೆಚ್ಚು ಗೊತ್ತಿರಲಿಲ್ಲ, ಎಷ್ಟೋ ವರ್ಷದಿಂದ ಈ ಕೆಲಸ

ಪಾರ್ವತಮ್ಮಳದ್ದೇ ಆಗಿಬಿಟ್ಟಿತ್ತು, ಅವನು ಕೇವಲ ಡಬ್ಬಿ ಕೊರಿಯರ್‌ಗೆ ಕೊಂಡೊಯ್ಯುವ ಕೆಲಸ ಮಾಡುತ್ತಿದ್ದ, ಅಷ್ಟೇ.

ಪಾರ್ವತಮ್ಮ ಒಬ್ಬಳೇ ಅಂಗಳದಲ್ಲಿ ನಿಂತು, ಕೊನೆಯ ಪಾತ್ರೆಯನ್ನ ಒಳಗೆ ತರುವ ಮೊದಲು, ಒಂದು ಕ್ಷಣ ಸೂರ್ಯ ಮುಳುಗುವುದನ್ನ ನೋಡಿದಳು. ಈ ಪ್ರಕ್ರಿಯೆ ಪ್ರತಿ ವರ್ಷ ಎರಡು ಸಲ ನಡೆಯುತ್ತದೆ, ತನ್ನ ಇಡೀ ಸಂಸಾರದ ಜೀವನದ ಒಂದು ಲಯದ ಹಾಗೆ, ಬೇಸಿಗೆಗೆ ಒಂದು ಸುತ್ತು, ಚಳಿಗಾಲದ ಮೊದಲು ಇನ್ನೊಂದು ಸುತ್ತು. ಎಷ್ಟು ಸಲ ಆಗಿದೆ ಇದು, ಪಾರ್ವತಮ್ಮಗೆ ಲೆಕ್ಕ ಇಲ್ಲ. ಮಂಜು ಹುಟ್ಟಿದಾಗಿನಿಂದ ಅಂದ್ರೂ, ಸುಮಾರು ಎಂಬತ್ತು ಸಲ ಆಗಿರಬಹುದು. ಈ ಲೆಕ್ಕ ಎಂದೂ ಅವಳ ತಲೆಯಲ್ಲಿ ಬಂದಿರಲಿಲ್ಲ, ಇವತ್ತು ಇದ್ದಕ್ಕಿದ್ದಂತೆ ಬಂತು, ಮತ್ತು ಬಂದ ಕೂಡಲೇ ಒಂದು ವಿಚಿತ್ರ ಭಾವ ಎದೆಯಲ್ಲಿ ಮೂಡಿತು, ಎಷ್ಟು ಸಲ ಇನ್ನೂ ಆಗಬಹುದು ಎಂಬ ಪ್ರಶ್ನೆ, ಕೇಳಿಕೊಳ್ಳಲಿಕ್ಕೂ ಇಷ್ಟ ಇಲ್ಲದ ಪ್ರಶ್ನೆ.

ರಾತ್ರಿ ಊಟದ ನಂತರ ಸುಮಿತ್ರಳ ಫೋನ್ ಬಂತು. "ಅಮ್ಮಾ, ಉಪ್ಪಿನಕಾಯಿ ಆಯ್ತಾ?"

"ಆಗ್ತಾ ಇದೆ, ನಾಳಿದ್ದು ಕಳಿಸ್ತೀನಿ."

"ಬೇಗ ಕಳ್ಸಮ್ಮ, ಇಲ್ಲಿ ಖಾಲಿ ಆಗಿ ಎಷ್ಟೋ ದಿನ ಆಯ್ತು." ಸುಮಿತ್ರ ನಕ್ಕಳು, ಆ ನಗುವಿನಲ್ಲಿ ನಿಜವಾದ ಆತುರ ಇತ್ತು. "ಮೊನ್ನೆ

ನಮ್ಮ ಮಗಳಿಗೆ ಒಂದು ಚಮಚ ಕೊಟ್ರೆ, 'ಅಜ್ಜಿ ಮನೆದಾ' ಅಂತ ಕೇಳಿದ್ಲು. ನಂಗೇ ಆಶ್ಚರ್ಯ ಆಯ್ತು, ಇಷ್ಟು ಚಿಕ್ಕ ಮಗುಗೂ ಗೊತ್ತಾಗುತ್ತಾ ರುಚಿ ವ್ಯತ್ಯಾಸ ಅಂತ."

ಈ ಒಂದು ಮಾತು ಪಾರ್ವತಮ್ಮನ ಮನಸ್ಸಿಗೆ ಬೆಳಗಿನಿಂದ ಇದ್ದ ಭಾರವನ್ನ ಸ್ವಲ್ಪ ಹಗುರ ಮಾಡಿತು. ಮಂಜುವಿನ ಮಕ್ಕಳಿಗೆ ಖಾರ ಇಷ್ಟ ಆಗದಿದ್ದರೂ, ಸುಮಿತ್ರಳ ಮಗಳಿಗೆ ಈಗಾಗಲೇ ಈ ರುಚಿ ಗುರುತು ಸಿಕ್ಕಿದೆ ಎಂದು ಗೊತ್ತಾದಾಗ ಒಂದು ಸಣ್ಣ ಸಮಾಧಾನ ಸಿಕ್ಕಿತು, ಎಲ್ಲೋ ಒಂದು ಕಡೆಯಾದ್ರೂ ಈ ಎಳೆ ಮುಂದೆ ಹೋಗುತ್ತಿದೆ ಎಂಬ ಸಮಾಧಾನ, ಅದೆಷ್ಟು ಚಿಕ್ಕದಾದರೂ.

"ಸರಿ ಕಣೆ, ನಾಡಿದ್ದು ಕೊರಿಯರ್‌ಗೆ ಕೊಡ್ತೀನಿ. ಮಂಜುಗೂ ಒಂದು ಡಬ್ಬಿ."

"ಅವನಿಗೆ ಕಳಿಸೋದ್ರಲ್ಲಿ ಏನೂ ಪ್ರಯೋಜನ ಇಲ್ಲಮ್ಮ, ಫ್ರಿಜ್ಜಲ್ಲೇ ಇಟ್ಕೊಂಡು ಮರೀತಾನೆ," ಸುಮಿತ್ರ ಅರ್ಧ ತಮಾಷೆಯಲ್ಲಿ ಹೇಳಿದಳು.

"ಇರ್ಲಿ ಬಿಡು, ಅವನ ಮನೆ ಅವನಿಗೆ ಬಿಡು," ಪಾರ್ವತಮ್ಮ ಹೇಳಿದಳು, ಸ್ವಲ್ಪ ನಗುತ್ತ, ಆದರೆ ಆ ನಗುವಿನ ಹಿಂದೆ ಏನೋ ಒಂದು ಒಪ್ಪಿಕೊಳ್ಳುವಿಕೆ ಇತ್ತು, ಮಗ ಮತ್ತು ಮಗಳು ಈ ಒಂದೇ ವಸ್ತುವಿಗೆ ಎಷ್ಟು ಬೇರೆ ಬೇರೆ ರೀತಿ ಪ್ರತಿಕ್ರಿಯಿಸುತ್ತಾರೆ ಎಂಬ ಸೂಕ್ಷ್ಮ ಗಮನ.

ಗುರುತು

ಫೋನ್ ಇಟ್ಟ ಮೇಲೆ ಪಾರ್ವತಮ್ಮ ಬೀರುವಿನ ಬಳಿ ಹೋದಳು, ಯಾಕೋ, ಒಂದು ಕ್ಷಣದ ಮನಸ್ಸಿನಿಂದ. ಒಳಗಿನ ಒಂದು ಹಳೆಯ ಸೀರೆಗಳ ರಾಶಿಯ ಕೆಳಗೆ ಆ ನೋಟ್‌ಬುಕ್ ಇತ್ತು, ಮೂರ್ನಾಲ್ಕು ವರ್ಷದಿಂದ ಮುಟ್ಟದೇ. ತೆಗೆದು ನೋಡಿದಳು, ಎರಡು ಪುಟ ಬರೆದಿತ್ತು, ಅಪೂರ್ಣ, ಕೈಬರಹ ಆಗಲೂ ಈಗಿನಷ್ಟೇ ನಡುಗುತ್ತಿತ್ತು. "ಮಾವಿನಕಾಯಿ ಉಪ್ಪಿನಕಾಯಿ, ೫ ಕೆಜಿ ಕಾಯಿಗೆ..." ಎಂದು ಶುರುವಾಗಿ, ಮಧ್ಯದಲ್ಲೇ ನಿಂತಿತ್ತು, ಮುಂದಿನ ಸಾಲು ಖಾಲಿ.

ಪಾರ್ವತಮ್ಮ ಒಂದು ಕ್ಷಣ ಆ ಖಾಲಿ ಪುಟವನ್ನ ನೋಡುತ್ತ ನಿಂತಳು. ಇದನ್ನ ಮುಗಿಸಬೇಕಾ, ಮುಂದೆ ಬರೆಯಬೇಕಾ ಎಂದು ಯೋಚಿಸಿದಳು, ಆದರೆ ಮತ್ತೆ ಅದೇ ಗೊಂದಲ ಬಂತು, ಇಷ್ಟು ಅಂತ ಹೇಗೆ ಬರೀಬೇಕು, ಪ್ರತಿ ವರ್ಷ ಬದಲಾಗುವಂಥದ್ದನ್ನ. ಕೊನೆಗೆ ನೋಟ್‌ಬುಕ್ ಮುಚ್ಚಿ, ಅದೇ ಜಾಗದಲ್ಲಿ, ಸೀರೆಗಳ ಕೆಳಗೆ ಮತ್ತೆ ಇಟ್ಟಳು. ಬಹುಶಃ ಬರೆಯುವುದಕ್ಕಿಂತ, ಯಾರಿಗಾದ್ರೂ ಪಕ್ಕದಲ್ಲಿ ನಿಲ್ಲಿಸಿಕೊಂಡು ತೋರಿಸುವುದೇ ಸರಿಯಾದ ದಾರಿ ಎಂದು ಅವಳಿಗೆ ಅನ್ನಿಸಿತು, ಅದು ಯಾವಾಗ ಆಗುತ್ತೋ, ಆಗುತ್ತೋ ಇಲ್ವೋ, ಅವಳಿಗೆ ಗೊತ್ತಿರಲಿಲ್ಲ.

ದೀಪ ಆರಿಸುವ ಮೊದಲು ಅಡುಗೆಮನೆಗೆ ಒಮ್ಮೆ ಹೋಗಿ ನೋಡಿದಳು. ನಾಳೆ ಬೆಳಿಗ್ಗೆ ಎಣ್ಣೆ ಹಾಕಬೇಕಾದ ಪಾತ್ರೆಗಳು ಸಾಲಾಗಿ ಇಟ್ಟಿದ್ದವು, ಮುಚ್ಚಳ ಹಾಕಿ, ಬೆಳಗಿನ ಬಿಸಿಲಿಗೆ ಕಾಯುತ್ತ. ಪಾರ್ವತಮ್ಮ ಒಂದು ಕ್ಷಣ ಅವುಗಳನ್ನ ನೋಡಿ, ಮನಸ್ಸಿನಲ್ಲೇ ಒಂದು ಸಣ್ಣ ಲೆಕ್ಕ

ಹಾಕಿದಳು, ಎಷ್ಟು ದಿನ ಬೇಕಾಗಬಹುದು, ಎಂದು ಡಬ್ಬಿ ಕಳಿಸಬಹುದು, ಎಂದಿನಂತೆ. ಆಮೇಲೆ ದೀಪ ಆರಿಸಿ, ಮಲಗುವ ಕೋಣೆಗೆ ಹೋದಳು.

ಅಧ್ಯಾಯ ೪: ಪಕ್ಕದ ಮನೆಯ ಹಾಡು

ಯಾರ ಕಥೆ: ಕಮಲಮ್ಮ · *ಸ್ಥಳ:* ಬೆಂಗಳೂರು, ಅದೇ ಕಟ್ಟಡ

ಕಮಲಮ್ಮಗೆ ಭಾನುವಾರ ಬೆಳಿಗ್ಗೆ ಆರು ಗಂಟೆಗೇ ಎಚ್ಚರ ಆಗುತ್ತಿತ್ತು, ವಾರದ ಬೇರೆ ದಿನಗಳಂತೆಯೇ. ಎಪ್ಪತ್ತು ವರ್ಷ ಆದ ಮೇಲೆ ದೇಹಕ್ಕೆ ರಜೆ ಅನ್ನುವ ಕಲ್ಪನೆಯೇ ಇರಲಿಲ್ಲ, ಪ್ರತಿ ದಿನವೂ ಒಂದೇ ಲಯ. ಎದ್ದವಳೇ ಕಿಟಕಿಯ ಪರದೆ ಸರಿಸಿ ಹೊರಗೆ ನೋಡಿದಳು, ಇನ್ನೂ ಬೆಳಕು ಪೂರ್ತಿ ಹರಿದಿರಲಿಲ್ಲ, ಎದುರಿನ ಕಟ್ಟಡದ ಒಂದೆರಡು ಕಿಟಕಿಗಳಲ್ಲಿ ದೀಪ ಉರಿಯುತ್ತಿತ್ತು.

ಫ್ಲಾಟು ಚಿಕ್ಕದು, ಎರಡು ಕೋಣೆ. ಮಗ ಬೆಂಗಳೂರೇ ಬಿಟ್ಟು ಹೈದರಾಬಾದಿಗೆ ಹೋಗಿ ಎಂಟು ವರ್ಷ ಆಯಿತು, ಮಗಳು ಕೆನಡಾದಲ್ಲಿ. ಇಬ್ಬರೂ ವಾರಕ್ಕೊಮ್ಮೆ ಫೋನ್ ಮಾಡುತ್ತಾರೆ, ಕೆಲವೊಮ್ಮೆ ವೀಡಿಯೋ ಕಾಲ್, ಮೊಮ್ಮಕ್ಕಳ ಮುಖ ತೋರಿಸುತ್ತಾ. ಇದೂ ಸಾಕು ಅಂತ ಕಮಲಮ್ಮ ತನಗೆ ತಾನೇ ಹೇಳಿಕೊಳ್ಳುತ್ತಿದ್ದಳು, ಹೆಚ್ಚಿನ ಸಲ ನಂಬಿಕೆ ಬರುತ್ತಿತ್ತು, ಕೆಲವೊಮ್ಮೆ ಬರುತ್ತಿರಲಿಲ್ಲ.

ಗುರುತು

ಕಾಫಿ ಮಾಡಿಕೊಂಡು, ಪೂಜೆಯ ಕೋಣೆಗೆ ಹೋಗಿ ದೀಪ ಹಚ್ಚಿ ಬಂದ ಮೇಲೆ, ಕಮಲಮ್ಮ ಒಂದು ಕೆಲಸ ಮಾಡುತ್ತಿದ್ದಳು, ಇದನ್ನ ಪ್ರತಿ ಭಾನುವಾರವೂ ತಪ್ಪಿಸುತ್ತಿರಲಿಲ್ಲ, ಬೇರೆ ಯಾವ ದಿನವೂ ಅಲ್ಲ, ಭಾನುವಾರ ಮಾತ್ರ. ಬೀರುವಿನ ಕೆಳ ಖಾನೆಯಿಂದ ಒಂದು ಹಳೆಯ ಟೇಪ್ ರೆಕಾರ್ಡರ್ ತೆಗೆಯುತ್ತಿದ್ದಳು, ಈಗ ಇಂಥ ಸಾಧನ ಎಲ್ಲೂ ಸಿಗುವುದಿಲ್ಲ, ಒಂದು ಸಲ ರಿಪೇರಿಗೆ ಅಂಗಡಿಗೆ ಕೊಂಡೊಯ್ದಿದ್ದಳು, ಅಂಗಡಿಯವನು "ಅಮ್ಮಾ, ಇದನ್ನ ಸರಿ ಮಾಡಿಸೋಕ್ಕಿಂತ ಫೋನಲ್ಲಿ ಹಾಡು ಡೌನ್‌ಲೋಡ್ ಮಾಡ್ಕೊಳ್ಳಿ, ಸುಲಭ" ಎಂದಿದ್ದ. ಕಮಲಮ್ಮ ಏನೂ ಹೇಳದೆ ಟೇಪ್ ರೆಕಾರ್ಡರ್ ಎತ್ತಿಕೊಂಡು ವಾಪಸ್ ಬಂದಿದ್ದಳು, ಬೇರೆ ಅಂಗಡಿ ಹುಡುಕಿ ಸರಿ ಮಾಡಿಸಿದ್ದಳು.

ಅದರ ಪಕ್ಕದಲ್ಲಿ ಒಂದು ಸಣ್ಣ ಪ್ಲಾಸ್ಟಿಕ್ ಡಬ್ಬಿಯಲ್ಲಿ ಎರಡು ಕ್ಯಾಸೆಟ್ ಟೇಪುಗಳಿದ್ದವು. ಒಂದು ಈಗಾಗಲೇ ಎಷ್ಟೋ ಸಲ ಕೇಳಿ ಸವೆದಿತ್ತು, ಇನ್ನೊಂದು ಸ್ವಲ್ಪ ಹೊಸತು, ಆದರೂ ಹಳೆಯದೇ, ಕಮಲಮ್ಮ ಇದನ್ನ ಮೂವತ್ತು ವರ್ಷಕ್ಕೂ ಹಿಂದೆಯೇ ಸಂಗ್ರಹಿಸಿದ್ದು. ಅವಳು ಸವೆದ ಟೇಪನ್ನೇ ಎತ್ತಿಕೊಂಡಳು, ಎಂದಿನಂತೆ, ಮೆಲ್ಲಗೆ ಒಳಗೆ ಹಾಕಿ, ಪ್ಲೇ ಒತ್ತಿದಳು.

ಒಂದು ಕ್ಷಣ ಟೇಪಿನ ವಿಶಿಷ್ಟ ಶಬ್ದ, ಸ್ವಲ್ಪ ಗುಂಯ್‌ಗುಡುವ, ಸ್ವಲ್ಪ ಗಡುಸಾದ ಶಬ್ದ, ಆಮೇಲೆ ಹಾಡು ಶುರುವಾಯಿತು. ಹಳೆಯ ಚಿತ್ರಗೀತೆ, "ಬಾನಿಗೊಂದು ಚುಕ್ಕಿ" ಎಂಬ ಹಾಡು, ಎಪ್ಪತ್ತರ ದಶಕದ ಒಂದು ಸಿನಿಮಾದ್ದು, ಈಗ ಯಾರೂ ನೆನಪಿಸಿಕೊಳ್ಳದಂಥ ಸಿನಿಮಾ, ಆದರೆ ಈ

ಒಂದು ಹಾಡು ಮಾತ್ರ ಆಗ ರೇಡಿಯೋದಲ್ಲಿ ತುಂಬಾ ಬರುತ್ತಿತ್ತು. ಕಮಲಮ್ಮ ಕಣ್ಣು ಮುಚ್ಚಿ ಒಂದು ಕ್ಷಣ ಕುಳಿತಳು, ಸೋಫಾದ ಮೇಲೆ, ಕಾಫಿ ಲೋಟ ಕೈಯಲ್ಲಿ ಹಿಡಿದುಕೊಂಡು.

ಈ ಟೇಪನ್ನ ಅವಳ ಗಂಡ ರಾಮಚಂದ್ರ ರೆಕಾರ್ಡ್ ಮಾಡಿದ್ದ, ಎಂಬತ್ತರ ದಶಕದ ಆರಂಭದಲ್ಲಿ, ಆಗ ಇಬ್ಬರೂ ಹೊಸದಾಗಿ ಮದುವೆಯಾಗಿ ಈ ಫ್ಲಾಟಿನ ಹತ್ತಿರವೇ ಒಂದು ಬಾಡಿಗೆ ಮನೆಯಲ್ಲಿ ಇದ್ದ ಕಾಲ. ರೇಡಿಯೋದಲ್ಲಿ ಈ ಹಾಡು ಬಂದಾಗ, ರಾಮಚಂದ್ರ ಗಡಿಬಿಡಿಯಲ್ಲಿ ಆಗ ತಾನೇ ಕೊಂಡಿದ್ದ ಟೇಪ್ ರೆಕಾರ್ಡರನ್ನ ರೇಡಿಯೋ ಪಕ್ಕ ಇಟ್ಟು ರೆಕಾರ್ಡ್ ಮಾಡಿದ್ದ, ಸ್ಪೀಕರಿನ ಎದುರೇ ಮೈಕ್ ಹಿಡಿದು. ಟೇಪಿನಲ್ಲಿ ಆ ಕಾರಣಕ್ಕೇ ಸ್ವಲ್ಪ ಗದ್ದಲ ಇದೆ, ಒಂದೆಡೆ ಬೀದಿಯ ವ್ಯಾಪಾರಿಯ ಕೂಗು ಸಹ ಸ್ವಲ್ಪ ಕೇಳಿಸುತ್ತದೆ, ಆದರೆ ಆ ಗದ್ದಲವನ್ನೂ ಸೇರಿಸಿಯೇ ಕಮಲಮ್ಮಗೆ ಆ ಹಾಡು ಇಷ್ಟ. ಒಂದು ಸಂಪೂರ್ಣ, ಶುದ್ಧ ರೆಕಾರ್ಡಿಂಗ್ ಆಗಿದ್ದರೆ ಬಹುಶಃ ಇಷ್ಟು ಆಪ್ತ ಆಗುತ್ತಿರಲಿಲ್ಲ ಅಂತ ಅವಳಿಗೆ ಅನ್ನಿಸುತ್ತಿತ್ತು, ಆ ಗದ್ದಲದಲ್ಲೇ ಆ ದಿನದ ಗಾಳಿ, ಆ ಮನೆಯ ಸಂಜೆ, ಇಪ್ಪತ್ತೆರಡು ವರ್ಷದ ರಾಮಚಂದ್ರನ ಗಡಿಬಿಡಿ ಎಲ್ಲ ಸೆರೆಯಾಗಿ ಉಳಿದಿದೆ.

ರಾಮಚಂದ್ರ ಹೋಗಿ ಆರು ವರ್ಷ ಆಯಿತು. ಹೃದಯಾಘಾತ, ಇದ್ದಕ್ಕಿದ್ದಂತೆ, ಒಂದು ಬುಧವಾರ ಬೆಳಿಗ್ಗೆ, ಆಫೀಸಿಗೆ ಹೊರಡುವ ಮೊದಲು ಸ್ನಾನದ ಮನೆಯಲ್ಲಿ. ಆ ದಿನದ ವಿವರಗಳು ಕಮಲಮ್ಮಗೆ

ಇನ್ನೂ ಅಚ್ಚೊತ್ತಿದಂತೆ ನೆನಪಿವೆ, ಆದರೆ ಅದನ್ನ ಈಗ ಹೆಚ್ಚು ಯೋಚಿಸುವುದಿಲ್ಲ, ಆಗಬಾರದು ಅಂತ ಕಲಿತುಕೊಂಡಿದ್ದಾಳೆ. ಈ ಟೇಪ್ ಮಾತ್ರ ಬೇರೆ, ಇದು ಅವನ ಸಾವಿನ ನೆನಪಲ್ಲ, ಅವನ ಬದುಕಿನ ನೆನಪು. ಅವನ ಧ್ವನಿ ಟೇಪಿನಲ್ಲಿ ಇಲ್ಲ ನಿಜ, ಬರೀ ಹಾಡು ಮಾತ್ರ ಇದೆ, ಆದರೆ ಆ ಹಾಡನ್ನ ಆಯ್ದುಕೊಂಡು, ಆ ಕ್ಷಣವನ್ನ ಹಿಡಿದಿಡಬೇಕು ಅಂತ ಅನ್ನಿಸಿದ್ದು ಅವನಿಗೆ, ಆ ಒಂದು ನಿರ್ಧಾರದಲ್ಲೇ ಅವನಿದ್ದಾನೆ, ಕಮಲಮ್ಮಗೆ ಹಾಗನ್ನಿಸುತ್ತದೆ.

ಹಾಡು ಮುಗಿಯುವ ಹೊತ್ತಿಗೆ ಟೇಪಿನಲ್ಲಿ ಒಂದು ಸಣ್ಣ ಕ್ಷಣ ಮೌನ, ಆಮೇಲೆ ಇನ್ನೊಂದು ಹಾಡು ಶುರುವಾಗುತ್ತದೆ, ಬೇರೆ ಸಿನಿಮಾದ್ದು, ಅಷ್ಟು ಚೆನ್ನಾಗಿಲ್ಲ ಎಂದು ಕಮಲಮ್ಮಗೆ ಯಾವಾಗಲೂ ಅನ್ನಿಸುತ್ತದೆ, ಆದರೂ ಅವಳು ಟೇಪ್ ನಿಲ್ಲಿಸುವುದಿಲ್ಲ, ಪೂರ್ತಿ ಕೇಳುತ್ತಾಳೆ. ಟೇಪ್ ಈಗ ಸಾಕಷ್ಟು ಸವೆದಿದೆ, ಒಂದೆರಡು ಕಡೆ ಶಬ್ದ ತೊದಲುತ್ತದೆ, ಸ್ವರ ಸ್ವಲ್ಪ ಎಳೆದಂತೆ ಕೇಳಿಸುತ್ತದೆ. ಇನ್ನೆಷ್ಟು ವರ್ಷ ಈ ಟೇಪ್ ಬಾಳಿಕೆ ಬರುತ್ತದೋ ಅಂತ ಕಮಲಮ್ಮಗೆ ಈಚೆಗೆ ಆಗಾಗ ಚಿಂತೆ ಬರುತ್ತದೆ. ಡಿಜಿಟಲ್ ಆಗಿ ಪರಿವರ್ತಿಸಬಹುದು ಅಂತ ಮಗ ಒಮ್ಮೆ ಹೇಳಿದ್ದ, "ಅಮ್ಮಾ, ಕಳಿಸಿ ಕೊಡಿ, ನಾನು ಇಲ್ಲಿ ಒಬ್ಬರ ಹತ್ರ ಕನ್ವರ್ಟ್ ಮಾಡಿಸ್ತೀನಿ" ಅಂತ. ಕಮಲಮ್ಮ "ಆಯ್ತು ಮಗಾ" ಎಂದಿದ್ದಳು, ಆದರೆ ಟೇಪನ್ನ ಕಳಿಸಲಿಲ್ಲ. ಟೇಪ್ ಈ ಮನೆ ಬಿಟ್ಟು

ಹೋಗಬಾರದು ಅನ್ನುವ ಒಂದು ವಿಚಿತ್ರ ಭಯ, ಅವಳಿಗೆ ಸರಿಯಾಗಿ ವಿವರಿಸಲಿಕ್ಕೆ ಆಗದ ಭಯ.

ಈ ಫ್ಲಾಟಿನ ಗೋಡೆಗಳು ತೆಳ್ಳಗಿವೆ ಅಂತ ಕಮಲಮ್ಮಗೆ ಗೊತ್ತಿತ್ತು, ಪಕ್ಕದ ಮನೆಯ ಸದ್ದೆಲ್ಲ ಸ್ವಲ್ಪಮಟ್ಟಿಗೆ ಕೇಳಿಸುತ್ತದೆ, ತನ್ನ ಮನೆಯ ಸದ್ದೂ ಹಾಗೇ ಆಚೆ ಹೋಗುತ್ತದೆ ಅಂತ. ಈ ಬಗ್ಗೆ ಅವಳಿಗೆ ಮುಜುಗರ ಇಲ್ಲ ಈಗ, ಮೊದಮೊದಲು ಇತ್ತು, ಬಾಲ್ಕನಿಗೆ ಹಾಡು ಕೇಳಿಸುತ್ತೆ, ಪಕ್ಕದ ಮನೆಯವರಿಗೆ ತೊಂದರೆ ಆಗಬಹುದಾ ಅಂತ ಒಂದೆರಡು ಸಲ ಯೋಚಿಸಿದ್ದಳು. ಆದರೆ ಯಾರೂ ಎಂದೂ ಬಂದು ಏನೂ ಹೇಳಲಿಲ್ಲ, ಸಣ್ಣ ಧ್ವನಿಯಲ್ಲೇ ಇಡುತ್ತಿದ್ದಳು, ಕ್ರಮೇಣ ಅವಳಿಗೂ ಈ ಬಗ್ಗೆ ಯೋಚಿಸುವುದು ನಿಂತುಹೋಯಿತು.

ಮಂಜುವಿನ ಫ್ಲಾಟಿಗೆ ಈ ಹಾಡು ಕೇಳಿಸುತ್ತದೆ ಅಂತ ಅವಳಿಗೆ ಗೊತ್ತಿಲ್ಲ, ಆದರೆ ಒಂದು ಸಲ ಲಿಫ್ಟಿನಲ್ಲಿ ಮಂಜು ಏನೋ ಕೇಳುವ ಹಾಗೆ ಬಾಯಿ ತೆರೆದು, ಮತ್ತೆ ಸುಮ್ಮನಾಗಿದ್ದನ್ನ ಅವಳು ಗಮನಿಸಿದ್ದಳು. ಆ ಕ್ಷಣ ಅವಳಿಗೂ ಒಂದು ಸಣ್ಣ ಕುತೂಹಲ ಮೂಡಿತ್ತು, ಏನು ಕೇಳಬೇಕು ಅಂದುಕೊಂಡಿದ್ದನೋ ಅಂತ. ಆದರೆ ಲಿಫ್ಟ್ ಬಾಗಿಲು ಮುಚ್ಚಿ, ಅವಳು ತನ್ನ ಫ್ಲೋರಿಗೆ ಇಳಿದುಬಿಟ್ಟಳು, ಆ ಪ್ರಶ್ನೆ ಗಾಳಿಯಲ್ಲೇ ಉಳಿಯಿತು.

ಮಂಜುವಿನ ಬಗ್ಗೆ ಕಮಲಮ್ಮಗೆ ಗೊತ್ತಿರುವುದು ಕಡಿಮೆಯೇ, ಐಟಿ ಕೆಲಸ, ಇಬ್ಬರು ಮಕ್ಕಳು, ಹೆಂಡತಿ ಒಳ್ಳೆಯವಳಂತೆ ಕಾಣುತ್ತಾಳೆ,

ಯಾವಾಗಲೂ ನಗುಮುಖ. ಆದರೆ ಒಂದು ವಿಷಯ ಅವಳಿಗೆ ಗೊತ್ತಿತ್ತು, ಅಪಾರ್ಟ್‌ಮೆಂಟಿನ ಆಡಳಿತ ಸಮಿತಿಯ ಒಂದು ಹಳೆಯ ಫೈಲಿನಿಂದ ಆಕಸ್ಮಿಕವಾಗಿ ಒಮ್ಮೆ ನೋಡಿದ್ದು, ಮಂಜುವಿನ ಊರು ಹೊನ್ನೇನಹಳ್ಳಿ ಅಂತ. ಆ ಹೆಸರು ಕೇಳಿದಾಗ ಅವಳಿಗೆ ಆಶ್ಚರ್ಯ ಆಗಿತ್ತು, ರಾಮಚಂದ್ರನ ಅಜ್ಜನ ಮನೆ ಇದ್ದದ್ದೂ ಅದೇ ಕಡೆ, ಹೊನ್ನೇನಹಳ್ಳಿಯಿಂದ ಎಂಟೊ ಹತ್ತೋ ಮೈಲಿ ದೂರದ ಇನ್ನೊಂದು ಸಣ್ಣ ಊರಿನಲ್ಲಿ. ರಾಮಚಂದ್ರ ಚಿಕ್ಕಂದಿನಲ್ಲಿ ಬೇಸಿಗೆ ರಜೆಗೆ ಅಲ್ಲಿಗೆ ಹೋಗುತ್ತಿದ್ದನಂತೆ, ಒಂದೆರಡು ಸಲ ಕಮಲಮ್ಮಗೆ ಆ ಊರಿನ ಬಗ್ಗೆ ಹೇಳಿದ್ದೂ ಇತ್ತು, ಒಂದು ಕೆರೆ, ಒಂದು ಹಳೆಯ ಗುಡಿ, ಬೇಸಿಗೆಯ ಧೂಳು. ಇದನ್ನ ಮಂಜುಗೆ ಎಂದೂ ಹೇಳಿಲ್ಲ ಕಮಲಮ್ಮ, ಹೇಳಬೇಕು ಅಂತಲೂ ಅನ್ನಿಸಿರಲಿಲ್ಲ ಅಷ್ಟಾಗಿ, ಇಂಥ ಸಣ್ಣ ಸಂಬಂಧಗಳು, ಎರಡು ಊರುಗಳ ನಡುವಿನ ಎಂಟು ಮೈಲಿ ದೂರ, ಎಷ್ಟು ಜನಕ್ಕೆ ಅಂಥದ್ದೆಲ್ಲ ಇರುತ್ತೋ, ಹೇಳುತ್ತಾ ಕೂತರೆ ಮುಗಿಯುವುದೇ ಇಲ್ಲ ಅಂತ ಅವಳಿಗನ್ನಿಸುತ್ತಿತ್ತು.

ಬೆಳಗಿನ ಟೇಪ್ ಮುಗಿದ ಮೇಲೆ ಕಮಲಮ್ಮ ರೆಕಾರ್ಡರ್ ಆಫ್ ಮಾಡಿ, ಟೇಪನ್ನ ಎಚ್ಚರಿಕೆಯಿಂದ ಡಬ್ಬಿಗೆ ಹಿಂತಿರುಗಿಸಿ, ಮತ್ತೆ ಬೀರುವಿನ ಕೆಳ ಖಾನೆಗೆ ಇಟ್ಟಳು. ಸ್ನಾನ ಮುಗಿಸಿ, ಪುಟ್ಟ ಪೂಜೆ ಮಾಡಿ, ಹತ್ತು ಗಂಟೆ ಸುಮಾರಿಗೆ ಹೊರಗೆ ಹೊರಟಳು, ಪ್ರತಿ ಭಾನುವಾರ ಸಮೀಪದ ದೇವಸ್ಥಾನಕ್ಕೆ ಹೋಗುವುದು ಅವಳ ಇನ್ನೊಂದು ಅಭ್ಯಾಸ.

ದೇವಸ್ಥಾನದಲ್ಲಿ ಪರಿಚಿತ ಮುಖಗಳು ಸಿಗುತ್ತವೆ, ಇನ್ನಿಬ್ಬರು ವಿಧವೆಯರು, ಸುಮಾರು ಅವಳ ವಯಸ್ಸಿನವರೇ, ಪ್ರತಿ ಭಾನುವಾರ ಅಲ್ಲಿ ಸಿಗುತ್ತಾರೆ, ಒಟ್ಟಿಗೆ ಕುಳಿತು ಹರಟುತ್ತಾರೆ, ಒಂದು ಚಿಕ್ಕ ಸಮಾಜ ಕಟ್ಟಿಕೊಂಡಂತೆ. ಈ ಒಂದೆರಡು ಗಂಟೆ ಕಮಲಮ್ಮಗೆ ವಾರದ ಒಂದು ಉಸಿರಾಟದ ಜಾಗ.

ಸಂಜೆ ಹೊತ್ತಿಗೆ ಮನೆಗೆ ಹಿಂತಿರುಗುವಾಗ ಕೈಯಲ್ಲಿ ಪ್ರಸಾದದ ಸಣ್ಣ ಚೀಲ ಹಿಡಿದುಕೊಂಡಿದ್ದಳು. ಲಿಫ್ಟ್ ಹತ್ತುವಾಗ ಬಾಗಿಲು ಮತ್ತೆ ತೆಗೆದುಕೊಂಡು ಮಂಜು, ದೀಪಾ, ಇಬ್ಬರು ಮಕ್ಕಳು ಒಳಗೆ ಬಂದರು, ಪಾರ್ಕಿನಿಂದ ಬರುತ್ತಿರುವಂತೆ ಕಾಣುತ್ತಿದ್ದರು, ಆದಿತ್ಯನ ಬಟ್ಟೆಯಲ್ಲಿ ಸ್ವಲ್ಪ ಮಣ್ಣು, ಅನ್ವಿತಾ ದೀಪಾಳ ಕೈ ಹಿಡಿದುಕೊಂಡಿದ್ದಳು, ಅರ್ಧ ನಿದ್ದೆಗಣ್ಣಿನಲ್ಲಿ.

"ನಮಸ್ಕಾರ ಮಂಜು," ಕಮಲಮ್ಮ ಹೇಳಿದಳು, ಎಂದಿನ ಮಂದಹಾಸದೊಂದಿಗೆ.

"ನಮಸ್ಕಾರ್ರೀ," ಮಂಜು ಹೇಳಿದ. ಮಕ್ಕಳಿಬ್ಬರೂ "ನಮಸ್ಕಾರ ಆಂಟಿ" ಎಂದು ಒಟ್ಟಿಗೆ ಹೇಳಿದರು.

ಲಿಫ್ಟಿನ ಬಾಗಿಲು ಮುಚ್ಚುವ ಮೊದಲು ಒಂದು ಕ್ಷಣ ಮಂಜು ಏನೋ ಹೇಳಬೇಕು ಅನ್ನುವ ಹಾಗೆ ಕಂಡ, ಬಾಯಿ ಸ್ವಲ್ಪ ತೆರೆಯಿತು, ಕಣ್ಣುಗಳಲ್ಲಿ ಒಂದು ಪ್ರಶ್ನೆ ಮೂಡಿತು. ಆದರೆ ಲಿಫ್ಟ್ ಅವರ ಫ್ಲೋರಿಗೆ

ತಲುಪಿ, ಕಮಲಮ್ಮ "ಬರ್ತೀನಿ" ಎಂದು ಇಳಿದುಬಿಟ್ಟಳು. ಆ ಪ್ರಶ್ನೆ ಏನಾಗಿತ್ತೋ ಅವಳಿಗೆ ಗೊತ್ತಾಗಲಿಲ್ಲ.

ಮನೆಗೆ ಬಂದು, ಚಪ್ಪಲಿ ಬಿಚ್ಚಿ, ಫ್ರಿಜ್ಜಿಗೆ ಪ್ರಸಾದ ಇಟ್ಟು, ಕಮಲಮ್ಮ ಸ್ವಲ್ಪ ಹೊತ್ತು ಸೋಫಾದ ಮೇಲೆ ಕುಳಿತಳು, ಸುಮ್ಮನೆ. ಆ ಲಿಫ್ಟಿನ ಕ್ಷಣ ಅವಳ ಮನಸ್ಸಿನಲ್ಲಿ ಒಂದು ಸಣ್ಣ ಗುರುತು ಬಿಟ್ಟಿತ್ತು, ಮಂಜು ಏನೋ ಕೇಳಬಯಸಿದ್ದ, ಬಹುಶಃ ಆ ಹಾಡಿನ ಬಗ್ಗೆಯೇ ಇರಬಹುದು, ಬೆಳಿಗ್ಗೆ ಬಾಲ್ಕನಿಯಿಂದ ಕೇಳಿಸಿರಬಹುದು ಅಂತ ಅವಳಿಗೆ ಹೊಳೆಯಿತು ಇದ್ದಕ್ಕಿದ್ದಂತೆ. ಅವನಿಗೆ ಆ ಹಾಡು ಗೊತ್ತಾ, ಎಲ್ಲಿ ಕೇಳಿದ್ದನಾ, ಅಥವಾ ಬರೀ ಅಪರಿಚಿತ ಸ್ವರ ಅಂತಷ್ಟೇ ಅನ್ನಿಸಿತಾ, ಅವಳಿಗೆ ಗೊತ್ತಾಗುವ ದಾರಿ ಇರಲಿಲ್ಲ.

ಮುಂದಿನ ಸಲ ಸಿಕ್ಕಾಗ ಕೇಳಿ ಬಿಡೋಣ, ಹಾಡಿನ ಬಗ್ಗೆ ಏನಾದ್ರೂ ಕೇಳ್ತಾ ಇದ್ಯಾ ಅಂತ ಅವಳೇ ಕೇಳಬಹುದಲ್ಲ ಅಂತ ಅಂದುಕೊಂಡಳು. ಆದರೆ ಈ ಯೋಚನೆ ಬಂದ ಕೂಡಲೇ, ಅವಳಿಗೆ ಗೊತ್ತಿತ್ತು ತಾನೂ ಕೇಳಲಿಕ್ಕಿಲ್ಲ ಅಂತ, ಲಿಫ್ಟಿನ ಆ ಸಣ್ಣ ಇಪ್ಪತ್ತು ಸೆಕೆಂಡು, "ನಮಸ್ಕಾರ" ಎಂಬ ಎರಡು ಮಾತು, ಅಷ್ಟೇ ಅವರ ಸಂಬಂಧದ ಪೂರ್ತಿ ಚೌಕಟ್ಟು. ಅದನ್ನ ಮೀರಿ ಮಾತಾಡುವುದು ಎಷ್ಟೋ ವರ್ಷದಿಂದ ಅಭ್ಯಾಸ ಇಲ್ಲದ ಕೆಲಸ, ಈಗ ಇದ್ದಕ್ಕಿದ್ದಂತೆ ಮಾಡುವುದು ಸುಲಭ ಇಲ್ಲ.

ಗುರುತು

ರಾತ್ರಿ ಊಟ ಮುಗಿಸಿ, ಟಿವಿಯಲ್ಲಿ ಒಂದು ಧಾರಾವಾಹಿ ನೋಡಿ, ಕಮಲಮ್ಮ ಮಲಗುವ ಮೊದಲು ಒಮ್ಮೆ ಬಾಲ್ಕನಿಗೆ ಬಂದು ನಿಂತಳು. ಪಕ್ಕದ ಫ್ಲಾಟಿನ ಕಡೆ ನೋಡಿದಳು, ಮಂಜುವಿನ ಮನೆಯ ದೀಪ ಇನ್ನೂ ಉರಿಯುತ್ತಿತ್ತು, ಬಹುಶಃ ಅವನೊಬ್ಬನೇ ಎಚ್ಚರವಾಗಿರಬಹುದು, ಮಿಕ್ಕವರು ಮಲಗಿರಬಹುದು ಅಂತ ಅವಳಿಗೆ ಅನ್ನಿಸಿತು.

ಈ ಕಟ್ಟಡದಲ್ಲಿ ಎಷ್ಟು ಜನ ಇದ್ದಾರೆ, ಪ್ರತಿಯೊಬ್ಬರ ಕಿಟಕಿಯ ಹಿಂದೆ ಎಷ್ಟು ಕಥೆಗಳಿವೆ, ಎಷ್ಟು ಟೇಪುಗಳಿವೆ, ಎಷ್ಟು ಡಬ್ಬಿಗಳಿವೆ, ಈ ಯೋಚನೆ ಕಮಲಮ್ಮಗೆ ಆಗಾಗ ಬರುತ್ತಿತ್ತು, ಆದರೆ ಅದನ್ನ ಹೆಚ್ಚು ಆಳಕ್ಕೆ ಕೊಂಡೊಯ್ಯುತ್ತಿರಲಿಲ್ಲ. ಬರೀ ಒಂದು ಸಣ್ಣ ಅರಿವು, ಈ ಎಲ್ಲ ಮನೆಗಳ ನಡುವೆ ಕಾಣದ ಎಳೆಗಳಿವೆ ಅಂತ, ಒಂದು ಊರು, ಒಂದು ಹಾಡು, ಒಂದು ಎಂಟು ಮೈಲಿ ದೂರ, ಯಾರಿಗೂ ಗೊತ್ತಾಗದೆ ಎಲ್ಲೋ ಸಂಧಿಸಿ ಮತ್ತೆ ಬೇರೆಯಾಗುವಂಥ ಎಳೆಗಳು.

ಟೇಪ್ ಇನ್ನೂ ಎಷ್ಟು ವರ್ಷ ಬಾಳಿಕೆ ಬರುತ್ತದೋ, ಕಮಲಮ್ಮಗೆ ಗೊತ್ತಿರಲಿಲ್ಲ. ಒಂದು ದಿನ ಟೇಪ್ ಹರಿದುಹೋಗಬಹುದು, ಅಥವಾ ರೆಕಾರ್ಡರ್ ಮತ್ತೆ ಕೆಟ್ಟುಹೋಗಬಹುದು, ಆವಾಗ ಸರಿ ಮಾಡಿಸುವ ಅಂಗಡಿ ಸಿಗುತ್ತೋ ಇಲ್ವೋ ಗೊತ್ತಿಲ್ಲ. ಆ ಯೋಚನೆ ಬಂದಾಗಲೆಲ್ಲ ಎದೆಯೊಳಗೆ ಒಂದು ಸಣ್ಣ ಭಯ ಎದ್ದು ಕುಳಿತುಕೊಳ್ಳುತ್ತಿತ್ತು, ಅವಳು ಅದನ್ನ ಬೇಗ ಬೇಗ ಬದಿಗೆ ತಳ್ಳಿಬಿಡುತ್ತಿದ್ದಳು. ನಾಳೆ ಬಗ್ಗೆ ಯೋಚಿಸುವುದಕ್ಕಿಂತ, ಈ ಭಾನುವಾರ ಬೆಳಿಗ್ಗೆ ಆ ಹಾಡು ಕೇಳಿಸಿತಲ್ಲ ಅನ್ನುವುದೇ ಸಾಕು ಅಂತ ಅವಳು ತನಗೆ ತಾನೇ ಹೇಳಿಕೊಂಡಳು.

ಗುರುತು

ಬಾಲ್ಕನಿಯ ಬಾಗಿಲು ಎಳೆದುಕೊಂಡು ಒಳಗೆ ಹೋದಳು. ಮಲಗುವ ಮೊದಲು, ಎಂದಿನಂತೆ, ಬೀರುವಿನ ಕಡೆ ಒಂದು ಕ್ಷಣ ನೋಡಿದಳು, ಟೇಪ್ ಅಲ್ಲೇ ಇತ್ತು, ಮುಂದಿನ ಭಾನುವಾರಕ್ಕೆ ಕಾಯುತ್ತ.

ಅಧ್ಯಾಯ ೫: ಕಳೆದುಹೋದ ಪೆನ್ನು

ಯಾರ ಕಥೆ: ರಾಜೇಶ್ · *ಸ್ಥಳ:* ಬೆಂಗಳೂರು ಆಫೀಸ್

ರಾಜೇಶ್‌ಗೆ ಸೋಮವಾರ ಬೆಳಿಗ್ಗೆ ಏಳು ಗಂಟೆಗೇ ಆಫೀಸಿಗೆ ಹೊರಡುವ ಅಭ್ಯಾಸ. ಟ್ರಾಫಿಕ್ ಇನ್ನೂ ಶುರುವಾಗದ ಹೊತ್ತಿನಲ್ಲಿ ಬೈಕ್ ಓಡಿಸಿಕೊಂಡು ಬಂದರೆ ಇಪ್ಪತ್ತು ನಿಮಿಷದಲ್ಲಿ ತಲುಪುತ್ತಿದ್ದ. ಒಂಬತ್ತು ಗಂಟೆಯ ನಂತರ ಹೊರಟರೆ ಅದೇ ದಾರಿಗೆ ಒಂದು ಗಂಟೆ ಬೇಕಾಗುತ್ತಿತ್ತು. ಈ ಲೆಕ್ಕಾಚಾರ ಅವನಿಗೆ ಈಗ ಎಷ್ಟು ಅಭ್ಯಾಸ ಆಗಿಬಿಟ್ಟಿದೆ ಎಂದರೆ, ಯೋಚಿಸದೆಯೇ ದೇಹ ತಾನಾಗಿಯೇ ಆರೂವರೆಗೆ ಎಚ್ಚರವಾಗುತ್ತಿತ್ತು, ಶನಿವಾರ ಭಾನುವಾರ ಕೂಡ.

ಇವತ್ತು ಬೇಗ ಬರಬೇಕಿತ್ತು ಎನ್ನುವುದಕ್ಕೆ ಒಂದು ಕಾರಣ ಇತ್ತು. ಒಂಬತ್ತು ಗಂಟೆಗೆ ಕ್ಲೈಂಟ್ ಕಾಲ್, ಅಮೆರಿಕದ ಒಂದು ದೊಡ್ಡ ಬ್ಯಾಂಕಿನ ಜೊತೆ, ಮೂರು ತಿಂಗಳ ಪ್ರಾಜೆಕ್ಟ್ ಈ ಕಾಲ್‌ನಲ್ಲಿ ಮುಂದುವರೆಯುತ್ತೋ ಇಲ್ಲಾ ಮತ್ತೆ ಪ್ರಶ್ನೆಗಳ ಸುರಿಮಳೆ ಶುರುವಾಗುತ್ತೋ ಎಂದು ಗೊತ್ತಿರಲಿಲ್ಲ. ರಾಜೇಶ್ ಡೆಸ್ಕಿಗೆ ಬಂದವನೇ ಲ್ಯಾಪ್‌ಟಾಪ್ ತೆಗೆದು, ಇಮೇಲ್ ನೋಡಿ, ಮಂಜು ಕಳಿಸಿದ್ದ ಡೆಕ್ ಒಮ್ಮೆ ಕಣ್ಣಾಡಿಸಿದ. ಚೆನ್ನಾಗಿತ್ತು, ಎಂದಿನಂತೆ. ಮಂಜುವಿನ ಕೆಲಸದಲ್ಲಿ ಒಂದು ಗುಣ ಇತ್ತು, ರಾಜೇಶ್‌ಗೆ ಯಾವಾಗಲೂ ಇಷ್ಟ ಆಗುತ್ತಿದ್ದ ಗುಣ.

ಅಗತ್ಯಕ್ಕಿಂತ ಜಾಸ್ತಿ ಮಾತಾಡುವುದಿಲ್ಲ, ಸ್ಲೈಡ್‌ನಲ್ಲಿ ಒಂದೇ ಒಂದು ಹೆಚ್ಚಿನ ಪದ ಇರುವುದಿಲ್ಲ. ಇದನ್ನ ಎಂದಾದರೂ ಮಂಜುಗೆ ಹೇಳಬೇಕು ಅಂತ ಎಷ್ಟೋ ಸಲ ಅಂದುಕೊಂಡಿದ್ದ, ಆದರೂ ಹೇಳಿರಲಿಲ್ಲ. ಪ್ರತಿ ದಿನದ ಕೆಲಸದ ಗಡಿಬಿಡಿಯಲ್ಲಿ ಇಂಥ ಸಣ್ಣ ಮಾತುಗಳಿಗೆ ಸಮಯವೇ ಸಿಗುತ್ತಿರಲಿಲ್ಲ.

ಕಾಲ್ ಎಂಟೂವರೆಗೆ ಶುರುವಾಯಿತು, ಒಂಬತ್ತಕ್ಕಲ್ಲ, ಕ್ಲೈಂಟ್ ಕಡೆಯಿಂದ ಒಬ್ಬರು ಬೇಗ ಸೇರಿಕೊಂಡಿದ್ದರಿಂದ. ರಾಜೇಶ್, ಮಂಜು, ಮತ್ತು ಇನ್ನಿಬ್ಬರು ಟೀಮ್ ಸದಸ್ಯರು ಒಂದು ಕಾನ್ಫರೆನ್ಸ್ ರೂಮಿನಲ್ಲಿ ಕುಳಿತಿದ್ದರು, ಪರದೆಯ ಮೇಲೆ ಆ ಡೆಕ್ ತೆರೆದುಕೊಂಡಿತ್ತು. ಮಂಜು ಪ್ರಸ್ತುತಿ ಮಾಡುತ್ತಿದ್ದ, ರಾಜೇಶ್ ಪಕ್ಕದಲ್ಲೇ ಕುಳಿತು ಆಗಾಗ ಒಂದೆರಡು ಮಾತು ಸೇರಿಸುತ್ತಿದ್ದ. ಕ್ಲೈಂಟ್ ಕಡೆಯಿಂದ ಕೆಲವು ಕಠಿಣ ಪ್ರಶ್ನೆಗಳು ಬಂದವು, ಒಂದೆರಡು ಸಲ ಮಂಜು ತಡವರಿಸಿದ, ಆದರೆ ರಾಜೇಶ್ ಆ ಕ್ಷಣಗಳಲ್ಲಿ ಮಧ್ಯೆ ಬಂದು ಮಾತು ಮುಂದುವರೆಸಿದ, ಮಂಜುಗೆ ಸ್ವಲ್ಪ ಉಸಿರಾಡುವ ಜಾಗ ಕೊಟ್ಟ. ಇದನ್ನ ಅವನು ಪ್ರಜ್ಞಾಪೂರ್ವಕವಾಗಿ ಮಾಡುತ್ತಿದ್ದ, ಎಷ್ಟೋ ವರ್ಷದ ಅನುಭವದಿಂದ ಕಲಿತ ಒಂದು ಕೌಶಲ. ಟೀಮ್‌ನ ಯಾರೂ ಒಬ್ಬಂಟಿಯಾಗಿ ಒತ್ತಡದಲ್ಲಿ ಸಿಲುಕಬಾರದು ಎಂಬ ಅಭ್ಯಾಸ.

ಕಾಲ್ ಮುಗಿಯುವ ಹೊತ್ತಿಗೆ ಒಂಬತ್ತು ಗಂಟೆ ಐವತ್ತು ನಿಮಿಷ, ಎಲ್ಲರ ಮುಖದಲ್ಲೂ ಒಂದು ಸಣ್ಣ ಸಮಾಧಾನ. ಕ್ಲೈಂಟ್ ಪ್ರಾಜೆಕ್ಟ್

ಮುಂದುವರೆಸಲು ಒಪ್ಪಿಗೆ ಕೊಟ್ಟಿದ್ದರು, ಇನ್ನೂ ಎರಡು ಮೂರು ಸಣ್ಣ ಬದಲಾವಣೆ ಕೇಳಿದ್ದರು ಅಷ್ಟೇ.

"ಚೆನ್ನಾಗಿ ಆಯ್ತು," ರಾಜೇಶ್ ಮಂಜುಗೆ ಹೇಳಿದ, ಎಲ್ಲರೂ ರೂಮಿನಿಂದ ಹೊರಡುವಾಗ. "ಆ ಸ್ಲೈಡ್ ಒಂಬತ್ತು, ಚೆನ್ನಾಗಿ ವಿವರಿಸಿದೆ."

"ಥ್ಯಾಂಕ್ಸ್ ಸಾರ್," ಮಂಜು ಹೇಳಿದ, ಲ್ಯಾಪ್‌ಟಾಪ್ ಮುಚ್ಚುತ್ತ.

ಇಷ್ಟೇ ಮಾತು, ಆಮೇಲೆ ಇಬ್ಬರೂ ತಮ್ಮ ತಮ್ಮ ಡೆಸ್ಕಿಗೆ ಹಿಂತಿರುಗಿದರು. ಇಂಥ ಸಣ್ಣ ವಿನಿಮಯಗಳೇ ಆಫೀಸಿನ ಬಹುಪಾಲು ಸಂಬಂಧಗಳ ಚೌಕಟ್ಟು ಎಂದು ರಾಜೇಶ್‌ಗೆ ಎಷ್ಟೋ ವರ್ಷದಿಂದ ಗೊತ್ತಿತ್ತು. ಜನ ಒಟ್ಟಿಗೆ ಎಂಟು ಒಂಬತ್ತು ಗಂಟೆ ಒಂದೇ ಫ್ಲೋರಿನಲ್ಲಿ ಕೂತಿರುತ್ತಾರೆ, ಆದರೆ ಒಬ್ಬರ ಬಗ್ಗೆ ಇನ್ನೊಬ್ಬರಿಗೆ ಗೊತ್ತಿರುವುದು ಕೆಲಸಕ್ಕೆ ಸಂಬಂಧಿಸಿದಷ್ಟೇ, ಉಳಿದದ್ದೆಲ್ಲ ಊಹೆ.

ಮಧ್ಯಾಹ್ನ ಊಟದ ನಂತರ ರಾಜೇಶ್‌ಗೆ ಒಂದು ಇಮೇಲ್ ಬಂತು, ಫೆಸಿಲಿಟೀಸ್ ಟೀಮ್‌ನಿಂದ. ಮುಂದಿನ ತಿಂಗಳು ಫ್ಲೋರ್ ಮರುಜೋಡಣೆ ಆಗುತ್ತಿದೆ, ಎಲ್ಲರೂ ತಮ್ಮ ಡ್ರಾಯರ್‌ಗಳನ್ನ ಖಾಲಿ ಮಾಡಬೇಕು, ಬೇಡದಿದ್ದ ಸಾಮಾನುಗಳನ್ನ ಎಸೆಯಬೇಕು ಎಂಬ ಸೂಚನೆ. ರಾಜೇಶ್ ಒಂದು ದೀರ್ಘ ಉಸಿರು ಬಿಟ್ಟು ತನ್ನ ಡೆಸ್ಕಿನ ಕೆಳಗಿನ ಡ್ರಾಯರ್ ಎಳೆದ. ಎಂಟು ವರ್ಷದಿಂದ ಮುಟ್ಟದ

ಸಾಮಾನುಗಳ ರಾಶಿ, ಹಳೆಯ ವಿಸಿಟಿಂಗ್ ಕಾರ್ಡುಗಳು, ಬಳಸಿ ಮುಗಿದ ಕ್ಯಾಲೆಂಡರ್, ಒಂದು ಒಡೆದ ಹೆಡ್‌ಫೋನ್, ಯಾವುದೋ ಟ್ರೈನಿಂಗ್ ಸೆಷನ್‌ನ ಪ್ರಿಂಟೌಟ್.

ಈ ರಾಶಿಯ ಮಧ್ಯದಲ್ಲಿ ಒಂದು ಸಾಮಾನ್ಯ ನೀಲಿ ಪೆನ್ನು ಸಿಕ್ಕಿತು, ಮುಚ್ಚಳ ಸ್ವಲ್ಪ ಸವೆದಿತ್ತು, ಬರೆಯುವ ತುದಿಯ ಬಳಿ ಒಂದು ಸಣ್ಣ ಗೀರು ಇತ್ತು. ಅದನ್ನ ಕೈಗೆತ್ತಿಕೊಂಡ ಕೂಡಲೇ ರಾಜೇಶ್‌ಗೆ ಒಂದು ಕ್ಷಣ ಏನೂ ನೆನಪಾಗಲಿಲ್ಲ. ಆಮೇಲೆ ಇದ್ದಕ್ಕಿದ್ದಂತೆ ನೆನಪಾಯಿತು, ಒಂದೇ ಸಲಕ್ಕೆ, ಪೂರ್ತಿಯಾಗಿ.

ಎಂಟು ವರ್ಷದ ಹಿಂದೆ, ಮಂಜು ಈ ಟೀಮ್‌ಗೆ ಸೇರಿ ಆಗಷ್ಟೇ ಒಂದೆರಡು ವರ್ಷ ಆಗಿತ್ತು, ರಾಜೇಶ್ ಕೂಡ ಆಗ ಟೀಮ್ ಲೀಡ್ ಆಗಿ ಹೆಚ್ಚು ಕಾಲ ಆಗಿರಲಿಲ್ಲ. ಒಂದು ಬಿಡುವಿಲ್ಲದ ಕ್ವಾರ್ಟರ್, ಒಂದು ದೊಡ್ಡ ರಿಲೀಸ್ ಮುಂದೆ ಇತ್ತು, ಟೀಮ್ ರಾತ್ರಿ ಒಂಬತ್ತು ಹತ್ತು ಗಂಟೆಯ ತನಕ ಆಫೀಸಿನಲ್ಲೇ ಇರುತ್ತಿದ್ದ ದಿನಗಳು. ಒಂದು ರಾತ್ರಿ, ಎಲ್ಲರೂ ಒಂದು ಕಾನ್ಫರೆನ್ಸ್ ರೂಮಿನಲ್ಲಿ ಕುಳಿತು ಕೊನೆಯ ಬಗ್ ಫಿಕ್ಸ್ ಟೆಸ್ಟ್ ಮಾಡುತ್ತಿದ್ದಾಗ, ಮಂಜುಗೆ ಫೋನ್ ಬಂತು. ಮಂಜು ಒಂದು ಕ್ಷಣ ಫೋನ್ ಸ್ಕ್ರೀನ್ ನೋಡಿ ಮುಖ ಬಿಳುಚಿಕೊಂಡ ಹಾಗಾಗಿ, "ಒಂದು ನಿಮಿಷ ಸಾರ್" ಎಂದು ಹೇಳಿ ಆತುರದಲ್ಲಿ ಎದ್ದು ಹೊರಗೆ ಓಡಿದ.

ಅದು ಊರಿನಿಂದ ಫೋನ್ ಆಗಿತ್ತು ಎಂದು ಆಮೇಲೆ ಮಂಜು ಹೇಳಿದ್ದ, ಅಪ್ಪ ಆಸ್ಪತ್ರೆಗೆ ಸೇರಿದ್ದಾರೆ ಅಂತ, ಸಣ್ಣ ಎದೆನೋವು, ದೊಡ್ಡ ವಿಷಯ ಆಗಿರಲಿಲ್ಲ ಕೊನೆಗೆ, ಆದರೆ ಆ ಒಂದು ಗಂಟೆ ಮಂಜುಗೆ ಎಲ್ಲಿಲ್ಲದ ಆತಂಕ ಇತ್ತು. ಅವನು ಹೊರಗೋಡುವಾಗ ಗಡಿಬಿಡಿಯಲ್ಲಿ ಟೇಬಲಿನ ಮೇಲಿದ್ದ ಪೆನ್ನು ಕೈಯಿಂದ ಜಾರಿ ಕುರ್ಚಿಯ ಕೆಳಗೆ ಬಿದ್ದದ್ದು ಯಾರ ಗಮನಕ್ಕೂ ಬರಲಿಲ್ಲ. ರಾಜೇಶ್ ಮಾತ್ರ ಒಂದು ಗಂಟೆ ಆದ ಮೇಲೆ ಕುರ್ಚಿ ಅಲುಗಾಡಿಸುವಾಗ ಅದನ್ನ ಕಂಡ, ಬಗ್ಗಿ ಎತ್ತಿಕೊಂಡ, ಜೇಬಿಗೆ ಹಾಕಿಕೊಂಡ, ಮಂಜು ವಾಪಸ್ ಬಂದ ಮೇಲೆ ಕೊಡೋಣ ಅಂತ.

ಆದರೆ ಮಂಜು ವಾಪಸ್ ಬಂದಾಗ ಅಪ್ಪನ ಆರೋಗ್ಯದ ಸುದ್ದಿಯೇ ಪ್ರಧಾನ ವಿಷಯ ಆಗಿಬಿಟ್ಟಿತ್ತು, ಎಲ್ಲರೂ ಅವನ ಸುತ್ತ ಸೇರಿ ಸಮಾಧಾನ ಹೇಳುತ್ತಿದ್ದರು, "ಏನೂ ಇಲ್ಲ, ಸರಿಯಾಗುತ್ತೆ" ಎಂದು. ಆ ಗಡಿಬಿಡಿಯಲ್ಲಿ ಒಂದು ಪೆನ್ನಿನ ವಿಷಯ ಎತ್ತುವುದೇ ಎಷ್ಟು ಚಿಕ್ಕದು ಅನ್ನಿಸಿ ರಾಜೇಶ್ ಸುಮ್ಮನಾಗಿಬಿಟ್ಟಿದ್ದ. ಮರುದಿನ ಹೇಳಬಹುದು ಅಂದುಕೊಂಡ. ಮರುದಿನ ಬೇರೆ ಕೆಲಸಗಳ ಒತ್ತಡ, ಆಮೇಲೆ ಆ ಪೆನ್ನಿನ ವಿಷಯವೇ ಮನಸ್ಸಿನಿಂದ ಜಾರಿಹೋಯಿತು. ಪೆನ್ನು ಜೇಬಿನಿಂದ ಬ್ಯಾಗಿಗೆ, ಬ್ಯಾಗಿನಿಂದ ಡ್ರಾಯರಿಗೆ ಸೇರಿಕೊಂಡಿತು, ಬೇರೆ ಪೆನ್ನುಗಳ ಜೊತೆ ಬೆರೆತು, ಕಾಲಕ್ರಮೇಣ ಒಂದು ಸಾಮಾನ್ಯ ಸಾಮಾನಾಗಿ ಉಳಿದುಬಿಟ್ಟಿತು.

ಗುರುತು

ಇಷ್ಟು ವರ್ಷದಲ್ಲಿ ರಾಜೇಶ್ ಒಂದೆರಡು ಸಲ ಈ ಪೆನ್ನನ್ನ ಡ್ರಾಯರ್ ಸ್ವಚ್ಛ ಮಾಡುವಾಗ ಕಂಡಿದ್ದ, ಪ್ರತಿ ಸಲ ಒಂದು ಸಣ್ಣ ಸ್ಮರಣೆ ಮನಸ್ಸಿನಲ್ಲಿ ಹಾದುಹೋಗುತ್ತಿತ್ತು, "ಓಹ್, ಇದು ಮಂಜುದು" ಅಂತ. ಆದರೆ ಆ ಸ್ಮರಣೆ ಬಂದ ಕೂಡಲೇ ಒಂದು ವಿಚಿತ್ರ ಇಕ್ಕಟ್ಟು ಕೂಡ ಬರುತ್ತಿತ್ತು, ಈಗ ಎಂಟು ವರ್ಷದ ಮೇಲೆ "ಇದು ನಿನ್ನ ಪೆನ್ನು" ಅಂತ ಒಬ್ಬರ ಕೈಗೆ ಕೊಟ್ಟರೆ ಎಷ್ಟು ವಿಚಿತ್ರ ಕಾಣುತ್ತೆ ಅಂತ. ಇಂಥ ಸಣ್ಣ ವಿಷಯಗಳಿಗೆ ಸರಿಯಾದ ಸಮಯ ಎಂಬುದೇ ಇರುವುದಿಲ್ಲ ಎಂದು ಅವನಿಗೆ ಅನ್ನಿಸುತ್ತಿತ್ತು. ಒಮ್ಮೆ ಆ ಸಮಯ ಮಿಸ್ ಆದರೆ, ಮತ್ತೆ ಎಂದೂ ಸರಿಯಾದ ಸಮಯ ಬರುವುದಿಲ್ಲ.

ಈಗ ಈ ಡ್ರಾಯರ್ ಖಾಲಿ ಮಾಡುವ ಕೆಲಸದ ಮಧ್ಯೆ, ಪೆನ್ನು ಮತ್ತೆ ಕೈಯಲ್ಲಿತ್ತು. ರಾಜೇಶ್ ಒಂದು ಕ್ಷಣ ಅದನ್ನ ತಿರುಗಿಸಿ ನೋಡಿದ. ಒಂದು ಸಾಮಾನ್ಯ ಪೆನ್ನು, ಬೇರೆ ಯಾವ ಪೆನ್ನಿಗಿಂತಲೂ ವಿಶೇಷ ಅಲ್ಲ, ಆದರೆ ಅವನಿಗೆ ಗೊತ್ತು ಇದು ಎಲ್ಲಿಂದ ಬಂತು ಅಂತ, ಬೇರೆಯವರಿಗೆ ಗೊತ್ತಿಲ್ಲದ ಒಂದು ಸಣ್ಣ ಕಥೆ ಇದರ ಹಿಂದೆ ಇದೆ ಅಂತ.

ಮೊಬೈಲ್ ಕೈಗೆ ತೆಗೆದುಕೊಂಡು ಮಗನ ಒಂದು ಮೆಸೇಜ್ ನೋಡಿದ, ಬೆಳಿಗ್ಗೆ ಬಂದಿದ್ದು, ಕಾಲೇಜ್ ಅಪ್ಲಿಕೇಶನ್ ಡೆಡ್‌ಲೈನ್ ಬಗ್ಗೆ ಏನೋ ಪ್ರಶ್ನೆ. ಮಗ ಈಗ ಹನ್ನೆರಡನೇ ಕ್ಲಾಸು, ಇನ್ನೊಂದೆರಡು ವರ್ಷದಲ್ಲಿ ಮನೆ ಬಿಟ್ಟು ಹೋಗುತ್ತಾನೆ, ಬಹುಶಃ ಬೇರೆ ಊರಿಗೆ, ಬಹುಶಃ ಬೇರೆ ದೇಶಕ್ಕೆ. ರಾಜೇಶ್‌ಗೆ ಈಚೆಗೆ ಇಂಥ ಸಣ್ಣ ಸಣ್ಣ

ಕ್ಷಣಗಳಲ್ಲಿ, ಡ್ರಾಯರ್ ಸ್ವಚ್ಛ ಮಾಡುವಾಗಲೋ, ಹಳೆಯ ಫೋಟೋ ಕಾಣುವಾಗಲೋ, ಒಂದು ಸಮಯ ಎಷ್ಟು ಬೇಗ ಹೋಗಿಬಿಡುತ್ತೆ ಎಂಬ ಭಾವ ಬರುತ್ತಿತ್ತು. ಎಂಟು ವರ್ಷ ಒಂದು ಪೆನ್ನಿನ ಜೊತೆ ಹೀಗೆ ಕಳೆದುಹೋಗುತ್ತೆ ಅಂದ್ರೆ, ಇನ್ನೆಷ್ಟು ಸಣ್ಣ ಸಣ್ಣ ವಿಷಯಗಳು ಹೀಗೆ ಡ್ರಾಯರ್‌ಗಳಲ್ಲಿ, ಬ್ಯಾಗುಗಳಲ್ಲಿ, ಮನಸ್ಸಿನ ಮೂಲೆಗಳಲ್ಲಿ ಮರೆತು ಬಿದ್ದಿರಬಹುದು ಅಂತ ಅವನಿಗೆ ಅನ್ನಿಸಿತು.

ಮಧ್ಯಾಹ್ನ ಮೂರು ಗಂಟೆಗೆ ಮಂಜು ಒಂದು ಮೀಟಿಂಗ್‌ಗೆ ಹೋಗಿದ್ದ, ಅವನ ಡೆಸ್ಕ್ ಖಾಲಿ ಇತ್ತು, ಬ್ಯಾಗ್ ಕುರ್ಚಿಯ ಹಿಂದೆ ನೇತಾಡುತ್ತಿತ್ತು. ರಾಜೇಶ್ ಆ ಕಡೆ ಹೋಗುತ್ತಿದ್ದದ್ದು ಮತ್ತೊಂದೇ ಕೆಲಸಕ್ಕೆ, ಪಕ್ಕದ ಡೆಸ್ಕಿನ ಒಬ್ಬರಿಗೆ ಒಂದು ಫೈಲ್ ಕೊಡಬೇಕಿತ್ತು. ಆ ದಾರಿಯಲ್ಲಿ ಮಂಜುವಿನ ಖಾಲಿ ಕುರ್ಚಿಯ ಪಕ್ಕ ಬಂದಾಗ, ಜೇಬಿನಲ್ಲಿದ್ದ ಆ ಪೆನ್ನು ನೆನಪಾಯಿತು. ಯಾಕೋ, ಆ ಕ್ಷಣಕ್ಕೆ, ಇದನ್ನ ಈಗಲೇ ಮುಗಿಸಿಬಿಡೋಣ ಅಂತ ಅನ್ನಿಸಿತು, ದೊಡ್ಡ ಮಾತಿಲ್ಲದೆ, ದೊಡ್ಡ ವಿವರಣೆ ಇಲ್ಲದೆ.

ಒಂದು ಕ್ಷಣ ನಿಂತು ಸುತ್ತ ನೋಡಿದ, ಯಾರೂ ಗಮನಿಸುತ್ತಿಲ್ಲ ಎಂದು ಖಚಿತಪಡಿಸಿಕೊಂಡ ಹಾಗಲ್ಲ, ಬರೀ ಒಂದು ಸಹಜ ನೋಟ. ಬ್ಯಾಗಿನ ಹೊರಗಿನ ಸಣ್ಣ ಪಾಕೆಟ್ಟು ಸ್ವಲ್ಪ ತೆರೆದೇ ಇತ್ತು. ರಾಜೇಶ್ ಪೆನ್ನನ್ನ ಆ ಪಾಕೆಟ್ಟಿಗೆ ಜಾರಿಸಿದ, ಒಂದು ಸೆಕೆಂಡಿಗಿಂತ ಕಡಿಮೆ

ಸಮಯದಲ್ಲಿ, ಆಮೇಲೆ ಏನೂ ಆಗಿಲ್ಲದ ಹಾಗೆ ತನ್ನ ಫೈಲ್ ಹಿಡಿದುಕೊಂಡು ಮುಂದೆ ನಡೆದ.

ಇದನ್ನ ಯಾಕೆ ಮಾಡಿದೆ, ಯಾಕೆ ಮಂಜುಗೆ ನೇರವಾಗಿ ಕೊಟ್ಟು "ಇದು ನಿನ್ನದೇ, ಎಂಟು ವರ್ಷದ ಹಿಂದೆ ಬಿದ್ದಿತ್ತು" ಅಂತ ಹೇಳಬಾರದಿತ್ತು ಎಂದು ರಾಜೇಶ್‌ಗೆ ಸರಿಯಾಗಿ ವಿವರಿಸಲಿಕ್ಕೆ ಆಗುತ್ತಿರಲಿಲ್ಲ. ಬಹುಶಃ ಆ ಮಾತು ಹೇಳಿದ ಕೂಡಲೇ, ಮಂಜು ಆ ರಾತ್ರಿಯ ಆತಂಕವನ್ನ ಮತ್ತೆ ನೆನಪು ಮಾಡಿಕೊಳ್ಳಬೇಕಾಗುತ್ತೆ, ಅಪ್ಪನ ಆಸ್ಪತ್ರೆ ಸುದ್ದಿ, ಆ ಭಯ, ಎಲ್ಲ ಮತ್ತೆ ಮೇಲೆ ಬರುತ್ತೆ ಅಂತ ಒಂದು ಸಣ್ಣ ಹಿಂಜರಿಕೆ ಇತ್ತೇನೋ. ಅಥವಾ ಬಹುಶಃ, ಎಂಟು ವರ್ಷ ಒಂದು ಸಣ್ಣ ವಸ್ತುವನ್ನ ಸುಮ್ಮನೆ ಇಟ್ಟುಕೊಂಡಿದ್ದೆ ಎಂದು ಒಪ್ಪಿಕೊಳ್ಳುವುದೇ ಸ್ವಲ್ಪ ಮುಜುಗರದ ವಿಷಯ ಆಗಿತ್ತೇನೋ, ರಾಜೇಶ್‌ಗೆ ಸರಿಯಾಗಿ ಗೊತ್ತಿರಲಿಲ್ಲ. ಯಾವ ಕಾರಣ ಇರಲಿ, ಈಗ ಆಗಿಹೋಗಿತ್ತು, ಪೆನ್ನು ವಾಪಸ್ ಸೇರಿತ್ತು, ಯಾರಿಗೂ ಗೊತ್ತಾಗದ ಹಾಗೆ.

ಸಂಜೆ ಆರೂವರೆಗೆ ಮಂಜು ಮನೆಗೆ ಹೊರಡುವ ಮೊದಲು ಒಮ್ಮೆ ಬ್ಯಾಗ್ ಎತ್ತಿಕೊಂಡ, ಗಡಿಬಿಡಿಯಲ್ಲಿ, ಬೇರೆ ಎಲ್ಲರ ಹಾಗೆಯೇ ಸಂಜೆಯ ಟ್ರಾಫಿಕ್‌ಗೆ ಮೊದಲೇ ಹೊರಡುವ ಆತುರದಲ್ಲಿ. ಅವನಿಗೆ ಬ್ಯಾಗಿನ ಪಾಕೆಟ್ಟಿನಲ್ಲಿ ಏನೋ ಹೊಸತು ಇದೆ ಎಂದು ಗಮನಕ್ಕೇ ಬರಲಿಲ್ಲ. ರಾಜೇಶ್ ದೂರದಿಂದ ಇದನ್ನ ನೋಡಿದ, ತನ್ನ ಡೆಸ್ಕಿನಿಂದಲೇ, ಗಾಜಿನ ಕ್ಯಾಬಿನ್‌ನ ಇನ್ನೊಂದು ಬದಿಯಿಂದ. ಮಂಜು ಬ್ಯಾಗ್ ಹೆಗಲಿಗೆ

ಹಾಕಿಕೊಂಡು, ಎಲ್ಲರಿಗೂ "ಬರ್ತೀನಿ ಸಾರ್" ಎಂದು ಒಂದು ಸಣ್ಣ ಕೈ ಬೀಸಿ ಹೊರಟುಹೋದ.

ರಾಜೇಶ್‌ಗೆ ಒಂದು ವಿಚಿತ್ರ ಸಮಾಧಾನ ಆಯಿತು, ಆದರೆ ಅದನ್ನ ಹಂಚಿಕೊಳ್ಳಲಿಕ್ಕೆ ಯಾರೂ ಇರಲಿಲ್ಲ, ಹಂಚಿಕೊಳ್ಳುವ ಅಗತ್ಯವೂ ಇರಲಿಲ್ಲ ಅನ್ನಿಸಿತು. ಇದೊಂದು ಚಿಕ್ಕ ಸಾಲ, ಎಂಟು ವರ್ಷದಿಂದ ಎಲ್ಲೋ ಬಾಕಿ ಉಳಿದಿದ್ದ ಸಾಲ, ಈಗ ತೀರಿಸಿದ ಹಾಗಾಗಿತ್ತು, ಯಾರಿಗೂ ಗೊತ್ತಾಗದ ಹಾಗೆ. ಮಂಜುಗೆ ಎಂದಿಗೂ ಗೊತ್ತಾಗುವುದಿಲ್ಲ ಆ ಪೆನ್ನು ಎಲ್ಲಿಂದ ಬಂತು ಅಂತ, ಬಹುಶಃ ಒಂದು ದಿನ ಬ್ಯಾಗ್ ಜಾಲಾಡುವಾಗ "ಇದೆಲ್ಲಿಂದ ಬಂತು" ಅಂತ ಒಂದು ಕ್ಷಣ ಯೋಚಿಸಿ, ಆಮೇಲೆ ಮರೆತುಬಿಡಬಹುದು, ಅಥವಾ ಸುಮ್ಮನೆ ಬಳಸುತ್ತಲೇ ಇರಬಹುದು, ಒಂದು ಸಾಮಾನ್ಯ ಪೆನ್ನು ಅಂತ.

ಆ ರಾತ್ರಿ ಮನೆಗೆ ಹೋದ ಮೇಲೆ, ರಾಜೇಶ್‌ಗೆ ಊಟದ ಮೇಜಿನ ಬಳಿ ಮಗ ಕಾಲೇಜ್ ಅಪ್ಲಿಕೇಶನ್ ಬಗ್ಗೆ ಮಾತಾಡುತ್ತಿದ್ದ, ಯಾವ ಊರಿಗೆ ಹೋಗಬೇಕು, ಯಾವ ಕೋರ್ಸ್ ಎಂದು. ಹೆಂಡತಿ ಪಕ್ಕದಲ್ಲೇ ಕುಳಿತು ಕೇಳುತ್ತಿದ್ದಳು, ಆಗಾಗ ಒಂದೆರಡು ಸಲಹೆ ಸೇರಿಸುತ್ತ. ರಾಜೇಶ್ ಆ ಮಾತಿನ ಮಧ್ಯೆ ಸುಮ್ಮನೆ ಕುಳಿತು, ಮಗನ ಮುಖ ನೋಡುತ್ತ, ಇನ್ನೊಂದೆರಡು ವರ್ಷದಲ್ಲಿ ಈ ಮೇಜಿನ ಬಳಿ ಈ ಸೀಟು ಖಾಲಿ ಆಗುತ್ತೆ ಅಂತ ಯೋಚಿಸಿದ. ಆ ಯೋಚನೆಯಲ್ಲಿ ಎಷ್ಟೋ ಸಂತೋಷ ಇತ್ತು, ಜೊತೆಗೆ ಒಂದು ಸಣ್ಣ ಭಾರವೂ ಇತ್ತು.

ಗುರುತು

ಮಲಗುವ ಮೊದಲು ಒಮ್ಮೆ ಫೋನ್ ನೋಡುತ್ತ, ರಾಜೇಶ್‌ಗೆ ಆ ಪೆನ್ನಿನ ವಿಷಯ ಮತ್ತೆ ನೆನಪಾಯಿತು, ಸ್ವಲ್ಪ ಹೊತ್ತು ಮಾತ್ರ. ಒಂದು ಸಣ್ಣ ವಸ್ತು, ಎಂಟು ವರ್ಷ ಇಟ್ಟುಕೊಂಡು, ಒಂದು ಸೆಕೆಂಡಿನಲ್ಲಿ ಮತ್ತೆ ಹಿಂತಿರುಗಿಸಿದ್ದು, ಇದರಲ್ಲಿ ಏನೋ ದೊಡ್ಡ ಅರ್ಥ ಇದೆ ಅಂತ ಅವನಿಗೆ ಅನ್ನಿಸಬೇಕಿತ್ತು, ಆದರೆ ಅಷ್ಟೇನೂ ಅನ್ನಿಸಲಿಲ್ಲ. ಬರೀ ಒಂದು ಸಣ್ಣ ಕೆಲಸ ಮುಗಿಸಿದ ಹಾಗಾಗಿತ್ತು, ಡ್ರಾಯರ್ ಖಾಲಿ ಮಾಡುವಂಥ ಒಂದು ಕೆಲಸ. ಆದರೂ, ಎಷ್ಟೋ ದಿನದ ನಂತರ, ಇವತ್ತು ಒಂದು ವಿಷಯ ಸರಿಯಾದ ಜಾಗಕ್ಕೆ ಹೋಯಿತು ಎಂಬ ಸಣ್ಣ ಸಮಾಧಾನ ಇತ್ತು, ಮಾತಿಲ್ಲದೆ, ಗುರುತಿಲ್ಲದೆ, ಎಲ್ಲೋ ಒಂದು ಕಡೆ ಇಟ್ಟುಬಿಟ್ಟ ಹಾಗೆ.

ನಾಳೆ ಇನ್ನೊಂದು ದಿನ, ಇನ್ನೊಂದು ಮೀಟಿಂಗ್, ಇನ್ನೊಂದು ಡೆಕ್. ರಾಜೇಶ್ ಫೋನ್ ಪಕ್ಕಕ್ಕಿಟ್ಟು ದೀಪ ಆರಿಸಿದ. ಎಂಟು ವರ್ಷದ ಹಿಂದೆ ಬಿದ್ದ ಒಂದು ಪೆನ್ನಿನ ಕಥೆ ಯಾರಿಗೂ ಗೊತ್ತಾಗದೆ ಅಲ್ಲಿಗೆ ಮುಗಿದಿತ್ತು, ಮಂಜುವಿನ ಬ್ಯಾಗಿನಲ್ಲಿ ಒಂದು ಸಾಮಾನ್ಯ ಪೆನ್ನಾಗಿ ಮುಂದುವರೆಯಲಿಕ್ಕೆ.

ಅಧ್ಯಾಯ ೬: ಪುಣೆಯ ಫೋಟೋ

ಯಾರ ಕಥೆ: ಪ್ರಶಾಂತ್ · *ಸ್ಥಳ:* ಪುಣೆ

ಪ್ರಶಾಂತ್‌ಗೆ ಸೋಮವಾರ ಬೆಳಿಗ್ಗೆ ಎಂಟು ಗಂಟೆಗೆ ಆಫೀಸಿಗೆ ಹೊರಡುವ ಮೊದಲು ಒಂದು ಚಿಕ್ಕ ಅಭ್ಯಾಸ ಇತ್ತು, ಯಾರಿಗೂ ಹೇಳಿಕೊಂಡಿರದ ಅಭ್ಯಾಸ. ಕಾಫಿ ಕುಡಿಯುತ್ತ ಬಾಲ್ಕನಿಯಲ್ಲಿ ನಿಂತು, ಕೆಳಗಿನ ಸೊಸೈಟಿ ಆವರಣದಲ್ಲಿ ಒಂದೆರಡು ನಿಮಿಷ ನೋಡುತ್ತ ನಿಲ್ಲುವುದು. ಈ ಸೊಸೈಟಿಗೆ ಬಂದು ಮೂರು ವರ್ಷ ಆಗಿತ್ತು, ಪುಣೆಯ ಈ ಭಾಗ ಇನ್ನೂ ಪೂರ್ತಿ ಹೊಸತು ಅನ್ನಿಸುತ್ತಿತ್ತು, ಆದರೂ ಈ ಎರಡು ನಿಮಿಷ ಮಾತ್ರ ಅವನಿಗೆ ಪರಿಚಿತವಾಗಿತ್ತು, ಸ್ವಂತದ್ದು ಅನ್ನುವ ಹಾಗೆ.

ಇವತ್ತು ಕಾಫಿ ಮುಗಿಸಿ ಒಳಗೆ ಬಂದಾಗ, ಅಂಜಲಿ ಇನ್ನೂ ಎದ್ದಿರಲಿಲ್ಲ. ಬಾಗಿಲು ಮುಚ್ಚಿತ್ತು, ಒಳಗಿನಿಂದ ಯಾವ ಸದ್ದೂ ಇಲ್ಲ. ಪ್ರಶಾಂತ್ ಎರಡು ಸಲ ಆ ಬಾಗಿಲ ಕಡೆ ನೋಡಿದ, ಒಳಗೆ ಹೋಗಿ ಎಬ್ಬಿಸಬೇಕಾ ಅಂತ ಒಂದು ಕ್ಷಣ ಯೋಚಿಸಿ, ಆಮೇಲೆ ಬೇಡ ಅಂದುಕೊಂಡ. ನಿನ್ನೆ ರಾತ್ರಿ ಆದ ಆ ಸಣ್ಣ ಜಗಳ, ಜಗಳ ಅನ್ನುವಷ್ಟು ದೊಡ್ಡದೂ ಅಲ್ಲ, ಆದರೆ ಎರಡು ಗಂಟೆ ಮೌನ ಬಿಟ್ಟುಹೋದ ಒಂದು ಮಾತಿನ ವಿಷಯ, ಇನ್ನೂ ಗಾಳಿಯಲ್ಲಿ ಇತ್ತು. ಬೆಳಿಗ್ಗೆ ಎಂಟಕ್ಕೆ ಅದನ್ನ ಎತ್ತಿ ಮಾತಾಡುವ ಮನಸ್ಸೂ ಇರಲಿಲ್ಲ, ಸಮಯವೂ ಇರಲಿಲ್ಲ.

ಗುರುತು

ಆಫೀಸು ಇಲ್ಲಿಂದ ಇಪ್ಪತ್ತೈದು ನಿಮಿಷ, ಹಿಂಜೆವಾಡಿಯ ಒಂದು ಟೆಕ್ ಪಾರ್ಕಿನಲ್ಲಿ ಅಲ್ಲ, ಪ್ರಶಾಂತ್ ಕೆಲಸ ಮಾಡುತ್ತಿದ್ದದ್ದು ಒಂದು ಮಧ್ಯಮ ಗಾತ್ರದ ಆಟೋ ಪಾರ್ಟ್ಸ್ ಕಂಪನಿಯಲ್ಲಿ, ಸಪ್ಲೈ ಚೈನ್ ಮ್ಯಾನೇಜರ್ ಆಗಿ. ಮಂಜು ಮತ್ತು ಅವನ ಬೇರೆ ಕಾಲೇಜು ಗೆಳೆಯರೆಲ್ಲ ಐಟಿಗೆ ಹೋದಾಗ, ಪ್ರಶಾಂತ್ ಮಾತ್ರ ಬೇರೆ ದಾರಿ ಹಿಡಿದಿದ್ದ, ಮ್ಯಾನುಫ್ಯಾಕ್ಚರಿಂಗ್ ಕಡೆಗೆ. ಆಗ ಇದನ್ನ ಎಷ್ಟೋ ಸಲ ಸ್ನೇಹಿತರು ತಮಾಷೆ ಮಾಡಿದ್ದಿದೆ, "ಪ್ರಶಾಂತ್ ಫ್ಯಾಕ್ಟರಿಗೆ ಹೋದ, ನಾವೆಲ್ಲ ಎಸಿ ಆಫೀಸಿಗೆ" ಅಂತ. ಪ್ರಶಾಂತ್ ಆಗ ನಗುತ್ತಿದ್ದ, ಈಗಲೂ ನಗುತ್ತಾನೆ, ಆದರೆ ಈಗ ಆ ನಗುವಿನ ಹಿಂದೆ ಒಂದು ವಿಚಿತ್ರ ಸಮಾಧಾನ ಇರುತ್ತದೆ, ಯಾಕೆಂದರೆ ಅವನ ಸಂಬಳ ಈಗ ಎಷ್ಟೋ ಐಟಿ ಗೆಳೆಯರಿಗಿಂತ ಚೆನ್ನಾಗಿಯೇ ಇತ್ತು, ಇದನ್ನ ಅವನು ಯಾರಿಗೂ ಹೇಳಿಕೊಂಡಿರಲಿಲ್ಲ, ಹೇಳುವ ಅಗತ್ಯವೂ ಅನ್ನಿಸಿರಲಿಲ್ಲ.

ಡೆಸ್ಕಿಗೆ ಬಂದವನೇ ಲ್ಯಾಪ್‌ಟಾಪ್ ತೆಗೆದ. ಡೆಸ್ಕಿನ ಮೂಲೆಯಲ್ಲಿ, ಫೈಲುಗಳ ಒಂದು ಸಣ್ಣ ರಾಶಿಯ ಪಕ್ಕದಲ್ಲಿ, ಒಂದು ಚಿಕ್ಕ ಫೋಟೋ ಫ್ರೇಮ್ ಇತ್ತು. ಫ್ರೇಮ್ ಸ್ವಲ್ಪ ಹಳೆಯದು, ಮೂಲೆಯ ಒಂದು ಕಡೆ ಪ್ಲಾಸ್ಟಿಕ್ ಸ್ವಲ್ಪ ಬಿರುಕು ಬಿಟ್ಟಿತ್ತು. ಒಳಗಿನ ಫೋಟೋ ಇಪ್ಪತ್ತು ವರ್ಷಕ್ಕೂ ಹಳೆಯದು, ಕಾಲೇಜು ದಿನಗಳದ್ದು, ಮಾಥೇರಾನ್‌ಗೆ ಹೋಗಿದ್ದ ಒಂದು ಟ್ರಿಪ್‌ನಲ್ಲಿ ತೆಗೆದದ್ದು. ಫೋಟೋದಲ್ಲಿ ಪ್ರಶಾಂತ್, ಇಪ್ಪತ್ತೊಂದು ವರ್ಷದವನಂತೆ ಕಾಣುತ್ತಿದ್ದ, ಒಂದು ಬಂಡೆಯ ಮೇಲೆ

ಕುಳಿತು, ಪಕ್ಕದ ಗೆಳೆಯನ ಹೆಗಲ ಮೇಲೆ ಕೈ ಹಾಕಿ, ಬಾಯಿ ಪೂರ್ತಿ ತೆರೆದು ನಗುತ್ತಿದ್ದ, ಯಾವುದೋ ಒಂದು ತಮಾಷೆಗೆ, ಈಗ ಪ್ರಶಾಂತ್‌ಗೆ ಆ ತಮಾಷೆ ಏನಾಗಿತ್ತು ಅಂತ ಸರಿಯಾಗಿ ನೆನಪಿರಲಿಲ್ಲ.

ಈ ಫೋಟೋವನ್ನ ತೆಗೆದದ್ದು ಮಂಜು. ಆಗ ಮಂಜು ಬಳಿ ಒಂದು ಸೆಕೆಂಡ್ ಹ್ಯಾಂಡ್ ಕ್ಯಾಮೆರಾ ಇತ್ತು, ಅವನ ಚಿಕ್ಕಪ್ಪನದ್ದು, ಎರವಲು ತಂದಿದ್ದ ಆ ಟ್ರಿಪ್‌ಗೆ. ಇಡೀ ಟ್ರಿಪ್‌ನಲ್ಲಿ ಮಂಜು ಬೇರೆಯವರ ಫೋಟೋನೇ ಜಾಸ್ತಿ ತೆಗೆದಿದ್ದ, ತಾನು ಫೋಟೋದಲ್ಲಿ ಬರುವುದು ಕಡಿಮೆ. ಈ ಒಂದು ಫೋಟೋ ಪ್ರಶಾಂತ್‌ಗೆ ಯಾಕೋ ವಿಶೇಷ ಅನ್ನಿಸುತ್ತಿತ್ತು, ಬೇರೆ ಫೋಟೋಗಳಂತೆ ಫೋಸ್ ಕೊಟ್ಟದ್ದಲ್ಲ, ಪ್ರಶಾಂತ್‌ಗೆ ಗೊತ್ತೂ ಇಲ್ಲದ ಹಾಗೆ ಆ ಕ್ಷಣ ಸೆರೆ ಹಿಡಿದಿದ್ದ, ಆ ಪೂರ್ತಿ ನಗು, ಆ ಮುಕ್ತ ಭಾವ.

ಆ ಫೋಟೋ ಮೊದಲಿಗೆ ಒಂದು ಡಿಜಿಟಲ್ ಕ್ಯಾಮೆರಾ ಸ್ಟುಡಿಯೋದ CD ಒಳಗೆ ವರ್ಷಗಟ್ಟಲೆ ಬಿದ್ದಿತ್ತು. ಪ್ರಶಾಂತ್ ಆ CDಯನ್ನ ಎಂಟು ವರ್ಷದ ಹಿಂದೆ, ಮದುವೆಯಾದ ಹೊಸತರಲ್ಲಿ, ಹಳೆಯ ಸಾಮಾನುಗಳ ಪೆಟ್ಟಿಗೆಯಲ್ಲಿ ಆಕಸ್ಮಿಕವಾಗಿ ಕಂಡಿದ್ದ. ಆಗ ಅಂಜಲಿ ಪಕ್ಕದಲ್ಲೇ ಇದ್ದಳು, ಇಬ್ಬರೂ ಹೊಸ ಮನೆ ಜೋಡಿಸುತ್ತಿದ್ದ ಸಮಯ. "ಇದೇನಿದು?" ಅಂತ ಅಂಜಲಿ ಕೇಳಿದಾಗ, ಪ್ರಶಾಂತ್ ಲ್ಯಾಪ್‌ಟಾಪ್‌ಗೆ ಹಾಕಿ ಫೋಟೋಗಳನ್ನೆಲ್ಲ ತೋರಿಸಿದ್ದ, ಕಾಲೇಜಿನ ಆ ಟ್ರಿಪ್, ಆ ಗೆಳೆಯರು, ಆ ಬಂಡೆಯ ಮೇಲಿನ ಫೋಟೋ ಬಂದಾಗ

ಅಂಜಲಿ ನಕ್ಕಿದ್ದಳು, "ಎಷ್ಟು ಚಿಕ್ಕವನಂತೆ ಕಾಣ್ತೀಯ, ಇಷ್ಟು ಫ್ರೀಯಾಗಿ ನಗ್ತಿದ್ದೀಯ, ಈಗ ಹಾಗೆ ನಗೋದೇ ಇಲ್ಲ ನೀನು" ಅಂತ ಹೇಳಿದ್ದಳು, ಅರ್ಧ ತಮಾಷೆಯಲ್ಲಿ, ಅರ್ಧ ನಿಜವಾಗಿ. ಪ್ರಶಾಂತ್ ಆ ಫೋಟೋ ಪ್ರಿಂಟ್ ಮಾಡಿಸಿ, ಒಂದು ಸಾದಾ ಫ್ರೇಮ್‌ಗೆ ಹಾಕಿಸಿ, ಆಗ ತಾನೇ ಸೇರಿದ ಆಫೀಸಿನ ಡೆಸ್ಕಿಗೆ ತಂದಿಟ್ಟಿದ್ದ. ಅಲ್ಲಿಂದ ಎರಡು ಬಾರಿ ಆಫೀಸ್ ಬದಲಾಗಿತ್ತು, ಡೆಸ್ಕ್ ಬದಲಾಗಿತ್ತು, ಆದರೆ ಆ ಫ್ರೇಮ್ ಮಾತ್ರ ಪ್ರತಿ ಸಲ ಜೊತೆಗೇ ಬಂದಿತ್ತು.

ಬೆಳಗಿನ ಒಂದೆರಡು ಗಂಟೆ ಪ್ರಶಾಂತ್‌ಗೆ ಸಪ್ಲೈಯರ್ ಕರೆಗಳಲ್ಲೇ ಕಳೆದುಹೋಯಿತು. ಒಂದು ಶಿಪ್‌ಮೆಂಟ್ ಚೀನಾದಿಂದ ವಾರ ತಡವಾಗುತ್ತಿತ್ತು, ಪ್ರೊಡಕ್ಷನ್ ಲೈನ್ ಒಂದೆರಡು ದಿನ ನಿಲ್ಲುವ ಸಾಧ್ಯತೆ ಇತ್ತು, ಇದನ್ನ ಸರಿಪಡಿಸುವುದೇ ಇವತ್ತಿನ ಮುಖ್ಯ ಕೆಲಸ. ಪ್ರಶಾಂತ್ ಈ ರೀತಿಯ ಒತ್ತಡವನ್ನ ಸುಲಭವಾಗಿ ತಗೊಳ್ಳುತ್ತಿದ್ದ, ಒಂದು ವಿಚಿತ್ರ ಅಂದರೆ ಈ ಒತ್ತಡ ಅವನಿಗೆ ಮನೆಯ ಒತ್ತಡಕ್ಕಿಂತ ಸುಲಭ ಅನ್ನಿಸುತ್ತಿತ್ತು, ಯಾಕೆಂದರೆ ಇಲ್ಲಿ ಒಂದು ಸ್ಪಷ್ಟ ಸಮಸ್ಯೆ ಇರುತ್ತೆ, ಒಂದು ಪರಿಹಾರ ಹುಡುಕಬೇಕು, ಪರಿಹಾರ ಸಿಕ್ಕ ಕೂಡಲೇ ಒತ್ತಡ ಇಳಿಯುತ್ತೆ. ಮನೆಯಲ್ಲಿ ಹಾಗಲ್ಲ, ಸಮಸ್ಯೆ ಏನು ಅಂತಲೇ ಸ್ಪಷ್ಟವಾಗಿ ಗೊತ್ತಾಗುತ್ತಿರಲಿಲ್ಲ, ಇನ್ನು ಪರಿಹಾರ ಎಲ್ಲಿಂದ ಬರಬೇಕು.

ಮಧ್ಯಾಹ್ನ ಊಟದ ಹೊತ್ತಿಗೆ ಫೋನ್ ಸದ್ದಾಯಿತು, ಮಂಜುವಿನ ವಾಟ್ಸಪ್ ಮೆಸೇಜ್. "ಎಲ್ಲಿದೀಯ ಮಚ್ಚಾ, ಎಷ್ಟು ದಿನ ಆಯ್ತು

ಮಾತಾಡಿ." ಪ್ರಶಾಂತ್ ನಗುತ್ತ ಫೋನ್ ನೋಡಿದ. ಇಬ್ಬರೂ ಗ್ರೂಪ್ ಚಾಟ್‌ನಲ್ಲಿ ಆಗಾಗ ಒಂದೆರಡು ಮೆಸೇಜ್ ಕಳಿಸುತ್ತಿದ್ದರು, ಕ್ರಿಕೆಟ್ ಮ್ಯಾಚ್ ಬಗ್ಗೆ, ಯಾವುದೋ ಫಾರ್ವರ್ಡ್ ಮಾಡಿದ ವಿಡಿಯೋ ಬಗ್ಗೆ. ಆದರೆ ಇಬ್ಬರೇ ಮಾತಾಡಿ ತಿಂಗಳುಗಳೇ ಆಗಿತ್ತು. "ಬ್ಯುಸಿ ಕಣೋ, ಶಿಪ್‌ಮೆಂಟ್ ಇಷ್ಯೂ. ನೀನೆಲ್ಲಿ?" ಎಂದು ಟೈಪ್ ಮಾಡಿದ.

"ಇಲ್ಲೇ ಬೆಂಗಳೂರಲ್ಲಿ, ಎಂದಿನಂತೆ. ಸಂಜೆ ಫ್ರೀ ಇದ್ರೆ ಕಾಲ್ ಮಾಡು." ಎಂದು ಮಂಜು ಬರೆದ.

ಪ್ರಶಾಂತ್ "ಸರಿ" ಎಂದು ಟೈಪ್ ಮಾಡಿ ಫೋನ್ ಕೆಳಗಿಟ್ಟ. ಸಂಜೆ ಫ್ರೀ ಇರುತ್ತಾ ಅಂತ ಅವನಿಗೇ ಗೊತ್ತಿರಲಿಲ್ಲ, ಆದರೆ ಫೋನ್ ಮಾಡುತ್ತೇನೆ ಅಂತ ಒಂದು ಸಣ್ಣ ಆಶಯ ಮನಸ್ಸಿನಲ್ಲಿ ಉಳಿಯಿತು, ಬೇರೆ ಎಷ್ಟೋ ಆಶಯಗಳ ಥರ.

ಸಂಜೆ ಆರೂವರೆಗೆ ಪ್ರಶಾಂತ್ ಮನೆ ತಲುಪಿದ. ಅಂಜಲಿ ಸೋಫಾದ ಮೇಲೆ ಲ್ಯಾಪ್‌ಟಾಪ್ ಇಟ್ಟುಕೊಂಡು ಕುಳಿತಿದ್ದಳು, ಯಾವುದೋ ರಿಪೋರ್ಟ್ ಮುಗಿಸುತ್ತಿದ್ದಳು, ಅವಳು ಒಂದು ಫಾರ್ಮಾ ಕಂಪನಿಯಲ್ಲಿ ಕೆಲಸ ಮಾಡುತ್ತಿದ್ದಳು, ಈಚೆಗೆ ಪ್ರಮೋಷನ್ ಆಗಿ ಜವಾಬ್ದಾರಿ ಜಾಸ್ತಿ ಆಗಿತ್ತು.

"ಬಂದ್ಯಾ," ಎಂದಳು, ಲ್ಯಾಪ್‌ಟಾಪ್‌ನಿಂದ ಕಣ್ಣೆತ್ತದೆ.

ಗುರುತು

"ಬಂದೆ." ಪ್ರಶಾಂತ್ ಬ್ಯಾಗ್ ಕೆಳಗಿಟ್ಟು ಸ್ವಲ್ಪ ಹೊತ್ತು ಸುಮ್ಮನೆ ನಿಂತ. ನಿನ್ನೆ ರಾತ್ರಿಯ ಆ ಮೌನ ಇನ್ನೂ ಸ್ವಲ್ಪ ಮನೆಯ ಗಾಳಿಯಲ್ಲಿ ಇತ್ತು, ಆದರೆ ಇಬ್ಬರೂ ಅದನ್ನ ಮಾತಾಡುವ ಬದಲು, ಎಂದಿನಂತೆ, ಸುಮ್ಮನೆ ಮುಂದೆ ಹೋಗುತ್ತಿದ್ದರು, ಇಂಥ ಮೌನಗಳು ತಾವಾಗಿಯೇ ಕರಗುತ್ತವೆ ಎಂಬ ನಂಬಿಕೆಯಲ್ಲಿ, ಎಷ್ಟೋ ಸಲ ಆ ನಂಬಿಕೆ ಸರಿ ಆಗುತ್ತಿತ್ತು, ಎಷ್ಟೋ ಸಲ ಇಲ್ಲ.

ನಿನ್ನೆ ರಾತ್ರಿಯ ವಿಷಯ ದೊಡ್ಡದೇನಲ್ಲ ಅಂತ ಪ್ರಶಾಂತ್‌ಗೂ ಗೊತ್ತಿತ್ತು, ಒಂದು ಸಿನಿಮಾಗೆ ಹೋಗುವ ಪ್ಲಾನ್, ಪ್ರಶಾಂತ್ ಕೊನೆಯ ಕ್ಷಣದಲ್ಲಿ ಕ್ಯಾನ್ಸಲ್ ಮಾಡಿದ್ದು, ಆಫೀಸಿನ ಒಂದು ಕರೆ ಬಂತು ಅಂತ ಹೇಳಿ. ಅಂಜಲಿಗೆ ಇದು ಹೊಸತಲ್ಲ, ಆದರೆ ಪ್ರತಿ ಸಲ ಇದೇ ಥರ ಆದಾಗ ಅವಳ ಮುಖದಲ್ಲಿ ಒಂದು ನಿರ್ದಿಷ್ಟ ಬೇಸರ ಬರುತ್ತಿತ್ತು, ಆ ಬೇಸರದ ಹಿಂದೆ ಬರೀ ಸಿನಿಮಾ ಮಿಸ್ ಆಗಿದ್ದರ ಬಗ್ಗೆ ಅಲ್ಲ ಎಂಬುದು ಪ್ರಶಾಂತ್‌ಗೂ ಗೊತ್ತಿತ್ತು, ಆದರೆ ಆ ಬೇಸರದ ನಿಜವಾದ ಬೇರು ಎಲ್ಲಿ ಇದೆ ಅಂತ ಸರಿಯಾಗಿ ಗುರುತಿಸಲಿಕ್ಕೆ ಅವನಿಗೂ ಆಗುತ್ತಿರಲಿಲ್ಲ.

ಮದುವೆಯಾಗಿ ಆರು ವರ್ಷ. ಮಗು ಇನ್ನೂ ಇಲ್ಲ, ಇದೊಂದು ವಿಷಯ ಇಬ್ಬರ ಮನೆಯವರೂ ಆಗಾಗ ಎತ್ತುತ್ತಾರೆ, ನೇರವಾಗಿ ಅಲ್ಲ, ಪರೋಕ್ಷವಾಗಿ, "ಎಷ್ಟು ವರ್ಷ ಆಯ್ತಲ್ಲ" ಅನ್ನುವ ಒಂದು ಮಾತಿನಲ್ಲಿ. ಪ್ರಶಾಂತ್ ಮತ್ತು ಅಂಜಲಿ ಈ ವಿಷಯದ ಬಗ್ಗೆ ಇಬ್ಬರೇ ಮಾತಾಡಿದ್ದೂ ಕಡಿಮೆ, ಇಬ್ಬರಿಗೂ ಇದೊಂದು ಜಟಿಲ ವಿಷಯ, ಒಬ್ಬರಿಗೆ ಇನ್ನೂ ಸಮಯ ಬೇಕು ಅನ್ನಿಸುತ್ತೆ, ಇನ್ನೊಬ್ಬರಿಗೆ ಎಷ್ಟು ಸಮಯ ಕಾಯುವುದು

ಅಂತ ಪ್ರಶ್ನೆ ಇರುತ್ತೆ, ಈ ಎರಡು ಭಾವನೆಗಳ ನಡುವೆ ಮನೆಯ ಗಾಳಿ ಈಚೆಗೆ ಸ್ವಲ್ಪ ಭಾರವಾಗಿಯೇ ಇರುತ್ತಿತ್ತು.

ಊಟದ ಮೇಜಿನ ಬಳಿ ಇಬ್ಬರೂ ಸುಮ್ಮನೆ ಕುಳಿತರು, ಟಿವಿ ಆನ್ ಇತ್ತು, ಯಾವುದೋ ನ್ಯೂಸ್ ಚಾನೆಲ್, ಯಾರೂ ಸರಿಯಾಗಿ ನೋಡುತ್ತಿರಲಿಲ್ಲ. "ಆಫೀಸ್ ಹೇಗಿತ್ತು?" ಅಂಜಲಿ ಕೇಳಿದಳು, ಸ್ವಲ್ಪ ಸಹಜವಾಗಿ ಆಗಲಿಕ್ಕೆ ಪ್ರಯತ್ನಿಸುತ್ತ.

"ಬ್ಯುಸಿ. ಶಿಪ್‌ಮೆಂಟ್ ಇಷ್ಯೂ, ಸರಿ ಮಾಡ್ದೆ." ಪ್ರಶಾಂತ್ ಹೇಳಿದ. "ನಿಂದು?"

"ಸರಿ ಇತ್ತು. ರಿಪೋರ್ಟ್ ಡೆಡ್‌ಲೈನ್ ನಾಳೆ." ಅಂಜಲಿ ಒಂದು ಕ್ಷಣ ನಿಲ್ಲಿಸಿ, "ಮಂಜು ಮೆಸೇಜ್ ಮಾಡಿದ್ನಂತೆ, ಫೋನ್ ನೋಡ್ದೆ ನಿಂದು."

"ಹೂಂ, ಫೋನ್ ಮಾಡ್ಬೇಕು ಸಂಜೆ." ಪ್ರಶಾಂತ್ ಹೇಳಿದ, ಆದರೆ ಅವನಿಗೇ ಗೊತ್ತಿತ್ತು ಇವತ್ತು ಫೋನ್ ಮಾಡಲಿಕ್ಕೆ ಆಗದೇ ಇರಬಹುದು ಅಂತ, ಈ ರೀತಿಯ "ಫೋನ್ ಮಾಡ್ಬೇಕು" ಎಷ್ಟೋ ಸಲ ಬರೀ ಮಾತಾಗಿಯೇ ಉಳಿಯುತ್ತಿತ್ತು.

"ಎಷ್ಟು ವರ್ಷ ಆಯ್ತು ಅವನ ನೋಡಿ?" ಅಂಜಲಿ ಕೇಳಿದಳು.

ಪ್ರಶಾಂತ್ ಲೆಕ್ಕ ಹಾಕಲಿಕ್ಕೆ ಪ್ರಯತ್ನಿಸಿದ. "ಮೂರು, ನಾಲ್ಕು ವರ್ಷ ಆಗಿರ್ಬೇಕು. ಕೊನೇ ಸಲ ಬೆಂಗಳೂರಿಗೆ ಹೋಗಿದ್ದಾಗ ಸಿಕ್ಕಿದ್ದೆ, ಒಂದು ಗಂಟೆ ಕಾಫಿಗೆ."

"ಅಷ್ಟೇನಾ. ಕಾಲೇಜು ದಿನದಲ್ಲಿ ಪ್ರತಿ ದಿನ ಒಟ್ಟಿಗೆ ಇರ್ತಿದ್ರಂತಲ್ಲ ನೀವು." ಅಂಜಲಿ ಹೇಳಿದಳು, ಸ್ವಲ್ಪ ಅಚ್ಚರಿಯಿಂದ, ಅಥವಾ ಬಹುಶಃ ಅದೊಂದು ಸಾಮಾನ್ಯ ಗಮನಿಸುವಿಕೆ ಮಾತ್ರ.

"ಇರ್ತಿದ್ವಿ," ಪ್ರಶಾಂತ್ ಹೇಳಿದ, ಆ ಮಾತಿನಲ್ಲಿ ಎಷ್ಟೋ ಅಂತರ ಬೆಚ್ಚಿಸಿದ ಹಾಗೆ. ಅವನ ಮನಸ್ಸು ಒಂದು ಕ್ಷಣ ಡೆಸ್ಕಿನ ಮೇಲಿನ ಆ ಫೋಟೋಗೆ ಹೋಯಿತು, ಆ ಬಂಡೆಯ ಮೇಲಿನ ನಗು, ಆ ಮುಕ್ತ ಕ್ಷಣ. ಆಗ ಇಬ್ಬರಿಗೂ ಮುಂದೆ ಇಷ್ಟೊಂದು ದಾರಿ ಬೇರೆ ಬೇರೆ ಆಗುತ್ತೆ ಅಂತ ಗೊತ್ತಿರಲಿಲ್ಲ. ಒಬ್ಬ ಬೆಂಗಳೂರಿಗೆ, ಇನ್ನೊಬ್ಬ ಪುಣೆಗೆ, ಒಬ್ಬ ಐಟಿಗೆ, ಇನ್ನೊಬ್ಬ ಫ್ಯಾಕ್ಟರಿಗೆ, ಇಬ್ಬರೂ ಬೇರೆ ಬೇರೆ ಮನೆ, ಬೇರೆ ಬೇರೆ ಚಿಂತೆ. ಆದರೂ ಆ ಒಂದು ಫೋಟೋ ಇಬ್ಬರ ಜೀವನದ ಈ ಎಲ್ಲ ಬೇರೆತನಗಳ ಹಿಂದೆಯೂ ಒಂದು ಸಣ್ಣ ಎಳೆ ಇನ್ನೂ ಇದೆ ಅಂತ ಅವನಿಗೆ ಆಗಾಗ ನೆನಪಿಸುತ್ತಿತ್ತು.

ಊಟ ಮುಗಿಸಿ, ಪಾತ್ರೆ ಎತ್ತಿಟ್ಟು, ಅಂಜಲಿ ಮತ್ತೆ ಲ್ಯಾಪ್‌ಟಾಪ್ ಮುಂದೆ ಕುಳಿತಳು, ರಿಪೋರ್ಟ್ ಮುಗಿಸಬೇಕಿತ್ತು. ಪ್ರಶಾಂತ್ ಸ್ವಲ್ಪ

ಹೊತ್ತು ಟಿವಿ ನೋಡುತ್ತ ಕುಳಿತ, ಆಮೇಲೆ ಫೋನ್ ಕೈಗೆತ್ತಿಕೊಂಡು ಮಂಜುವಿನ ನಂಬರ್ ಡಯಲ್ ಮಾಡಿದ.

"ಹಲೋ ಮಚ್ಚಾ," ಮಂಜುವಿನ ಧ್ವನಿ ಬಂತು, ಸ್ವಲ್ಪ ಸುಸ್ತಾಗಿ ಕೇಳಿಸಿತು.

"ಏನ್ ಗುರು, ಮಕ್ಕಳು ಮಲಗಿದ್ವಾ?"

"ಈಗ ತಾನೇ. ಸಂಜೆ ಪಾರ್ಕಿಗೆ ಕರ್ಕೊಂಡು ಹೋಗಿದ್ದೆ, ಇಬ್ರೂ ಸಿಕ್ಕಾಪಟ್ಟೆ ಆಡಿ ಸುಸ್ತಾಗಿ ಈಗ್ ಮಲಗಿದ್ರು." ಮಂಜು ಒಂದು ಕ್ಷಣ ನಿಲ್ಲಿಸಿ, "ನಿಂದೇನ್ ವಿಷ್ಯ, ಆ ಶಿಪ್‌ಮೆಂಟ್ ಸರಿಯಾಯ್ತಾ?"

"ಆಯ್ತು ಕಣೋ, ಮ್ಯಾನೇಜ್ ಮಾಡ್ದೆ." ಪ್ರಶಾಂತ್ ಹೇಳಿದ. ಸ್ವಲ್ಪ ಹೊತ್ತು ಇಬ್ಬರೂ ಕೆಲಸದ ಬಗ್ಗೆ, ಬೇರೆ ಗೆಳೆಯರ ಬಗ್ಗೆ ಮಾತಾಡಿದರು, ಸಾಮಾನ್ಯ ಮಾತುಗಳು, ಆದರೆ ಆ ಮಾತುಗಳ ನಡುವೆ ಒಂದು ಸುಖ ಇತ್ತು, ಪ್ರಶಾಂತ್‌ಗೆ ಇಡೀ ದಿನದಲ್ಲಿ ಇದೇ ಮೊದಲ ಸಲ ಮನಸ್ಸು ಸ್ವಲ್ಪ ಹಗುರ ಆಗಿದ್ದು ಅನ್ನಿಸಿತು.

"ಲೇ, ಒಂದ್ ವಿಷಯ," ಮಂಜು ಇದ್ದಕ್ಕಿದ್ದಂತೆ ಹೇಳಿದ, "ಮೊನ್ನೆ ಹಳೇ ಫೋಟೋಗಳ ಫೋಲ್ಡರ್ ನೋಡ್ತಿದ್ದೆ, ಆ ಮಾಥೇರಾನ್ ಟ್ರಿಪ್‌ದೊಂದಿಷ್ಟು ಸಿಕ್ತು. ನೆನಪಿದ್ಯಾ ಆ ಟ್ರಿಪ್?"

ಪ್ರಶಾಂತ್‌ಗೆ ಒಂದು ಕ್ಷಣ ಏನೂ ಹೇಳಲಿಕ್ಕೆ ಆಗಲಿಲ್ಲ, ಎಷ್ಟು ಆಶ್ಚರ್ಯ ಅಂದ್ರೆ, ಡೆಸ್ಕಿನ ಮೇಲಿನ ಆ ಫೋಟೋ ಇನ್ನೂ ಅವನ ಕಣ್ಣ

ಮುಂದೆ ಇತ್ತು, ಈಗಷ್ಟೇ ಮಂಜು ಅದನ್ನೇ ಎತ್ತಿದ್ದ, ಗೊತ್ತೂ ಇಲ್ಲದೆ. "ನೆನಪಿದೆ ಕಣೋ. ಆ ಫೋಟೋ ಇನ್ನೂ ನನ್ ಡೆಸ್ಕಲ್ಲಿ ಇದೆ."

"ಸತ್ಯನಾ?" ಮಂಜುವಿನ ಧ್ವನಿಯಲ್ಲಿ ನಿಜವಾದ ಆಶ್ಚರ್ಯ. "ಯಾವ್ದು, ಆ ಬಂಡೆ ಮೇಲಿನದಾ?"

"ಹೂಂ ಅದೇ. ನೀನು ತೆಗ್ದಿದ್ದಲ್ವಾ, ನಿನ್ ಚಿಕ್ಕಪ್ಪನ ಕ್ಯಾಮೆರಾದಲ್ಲಿ."

ಫೋನಿನ ಆ ಕಡೆ ಒಂದು ಕ್ಷಣ ಮೌನ, ಆಮೇಲೆ ಮಂಜು ನಕ್ಕ. "ಅಷ್ಟೆಲ್ಲಾ ನೆನಪಿಟ್ಟಿದೀಯ. ನಂಗೇ ಆ ಕ್ಯಾಮೆರಾ ವಿಷಯ ಮರ್ತೇ ಹೋಗಿತ್ತು."

"ಆ ಫೋಟೋ ಪ್ರತಿ ದಿನ ನೋಡ್ತೀನಿ ಕಣೋ, ಡೆಸ್ಕಲ್ಲೇ ಇರುತ್ತಲ್ಲ." ಪ್ರಶಾಂತ್ ಹೇಳಿದ, ಇಷ್ಟು ಹೇಳುವಾಗ ಅವನ ಧ್ವನಿಯಲ್ಲಿ ಏನೋ ಒಂದು ಭಾವ ಬಂತು, ಅವನಿಗೆ ಸ್ವತಃ ಆಶ್ಚರ್ಯ ಆಗುವಷ್ಟು.

"ಚೆನ್ನಾಗಿತ್ತು ಕಣೋ ಆ ಟೈಮ್," ಮಂಜು ಹೇಳಿದ, ಸ್ವಲ್ಪ ಮೃದುವಾಗಿ. "ಈಗ ಎಲ್ರೂ ಬಿಸಿ. ನೀನೂ, ನಾನೂ, ಸುರೇಶ್ ಅಂತೂ ಅಮೆರಿಕದಲ್ಲಿ, ಆರು ತಿಂಗಳಿಗೊಮ್ಮೆ ಮೆಸೇಜ್ ಮಾಡ್ಕೊಳ್ತೀವಿ ಅಷ್ಟೇ."

"ಹೂಂ." ಪ್ರಶಾಂತ್‌ಗೆ ಈ ಮಾತಿನಲ್ಲಿ ಒಂದು ಸಣ್ಣ ಸತ್ಯ ಕಂಡಿತು, ಎಷ್ಟೋ ದಿನದಿಂದ ಒಪ್ಪಿಕೊಳ್ಳಲಿಕ್ಕೆ ಮನಸ್ಸು ಒಪ್ಪದ ಸತ್ಯ.

ಕಾಲ್ ಮುಗಿಸಿದ ಮೇಲೆ ಪ್ರಶಾಂತ್ ಸ್ವಲ್ಪ ಹೊತ್ತು ಸೋಫಾದ ಮೇಲೆ ಸುಮ್ಮನೆ ಕುಳಿತ. ಅಂಜಲಿ ಇನ್ನೂ ಲ್ಯಾಪ್‌ಟಾಪ್‌ನಲ್ಲಿ ಕೆಲಸ ಮಾಡುತ್ತಿದ್ದಳು, ಮುಖದಲ್ಲಿ ಆಯಾಸ ಕಾಣುತ್ತಿತ್ತು. ಪ್ರಶಾಂತ್‌ಗೆ ಇದ್ದಕ್ಕಿದ್ದಂತೆ ಅವಳ ಬಳಿ ಹೋಗಿ ಏನಾದ್ರೂ ಮಾತಾಡಬೇಕು ಅನ್ನಿಸಿತು, ನಿನ್ನೆ ರಾತ್ರಿಯ ಬಗ್ಗೆ, ಸಿನಿಮಾ ಕ್ಯಾನ್ಸಲ್ ಮಾಡಿದ್ದರ ಬಗ್ಗೆ, ಅಥವಾ ಬೇರೆ ಏನೋ, ಅವನಿಗೇ ಸರಿಯಾಗಿ ಗೊತ್ತಿರಲಿಲ್ಲ ಏನು ಮಾತಾಡಬೇಕು ಅಂತ. ಎದ್ದು ಎರಡು ಹೆಜ್ಜೆ ಅವಳ ಕಡೆ ಇಟ್ಟ, ಆಮೇಲೆ ನಿಂತ.

"ಏನಾಯ್ತು?" ಅಂಜಲಿ ಕೇಳಿದಳು, ಲ್ಯಾಪ್‌ಟಾಪ್‌ನಿಂದ ಕಣ್ಣೆತ್ತಿ.

"ಏನಿಲ್ಲ," ಪ್ರಶಾಂತ್ ಹೇಳಿದ. "ಮಂಜು ಜೊತೆ ಮಾತಾಡ್ದೆ, ಅಷ್ಟೇ."

"ಸರಿ ಇದ್ದಾನಾ?"

"ಸರಿ ಇದಾನೆ." ಪ್ರಶಾಂತ್ ಒಂದು ಕ್ಷಣ ನಿಂತು, ಏನೋ ಹೇಳಬೇಕು ಅನ್ನಿಸಿ, ಕೊನೆಗೆ ಏನೂ ಹೇಳಲಿಲ್ಲ. "ಮಲಗ್ತೀನಿ ಬಾ" ಎಂದು ಮಲಗುವ ಕೋಣೆಗೆ ಹೋದ.

ಆ ರಾತ್ರಿ ಮಲಗುವ ಮೊದಲು, ಪ್ರಶಾಂತ್‌ಗೆ ಒಮ್ಮೆ ಫೋನ್‌ನಲ್ಲಿ ಆ ಹಳೆಯ ಫೋಟೋಗಳ ಫೋಲ್ಡರ್ ನೋಡಬೇಕು ಅನ್ನಿಸಿತು, ಆದರೆ ಫೋನ್ ಕೈಗೆ ತೆಗೆದುಕೊಳ್ಳಲಿಲ್ಲ. ಬದಲಿಗೆ ಅಂಜಲಿ ಪಕ್ಕದಲ್ಲಿ ಮಲಗಿ,

ಬೆನ್ನು ಅವನ ಕಡೆ ತಿರುಗಿಸಿಕೊಂಡಿದ್ದನ್ನ ಸ್ವಲ್ಪ ಹೊತ್ತು ನೋಡುತ್ತ ಕುಳಿತ. ಇವತ್ತು ರಾತ್ರಿಯೂ ಆ ಸಿನಿಮಾ ವಿಷಯ ಎತ್ತಲಿಲ್ಲ, ಮಾತೂ ಆಗಲಿಲ್ಲ, ಬರೀ "ಗುಡ್ ನೈಟ್" ಎಂದಷ್ಟೇ ಆಗಿತ್ತು, ಆದರೆ ಆ ಮಾತಿನ ಹಿಂದೆ ಇಬ್ಬರಿಗೂ ಗೊತ್ತಿತ್ತು, ಇಂಥ ಚಿಕ್ಕ ಚಿಕ್ಕ ಮೌನಗಳು ಒಂದೊಂದಾಗಿ ಸೇರಿಕೊಳ್ಳುತ್ತಿವೆ ಅಂತ, ಎಲ್ಲಿಗೆ ಹೋಗಿ ಸೇರುತ್ತವೋ ಇಬ್ಬರಿಗೂ ಸ್ಪಷ್ಟವಿರಲಿಲ್ಲ.

ಮಾರನೇ ದಿನ ಬೆಳಿಗ್ಗೆ ಆಫೀಸಿಗೆ ಬಂದಾಗ, ಪ್ರಶಾಂತ್ ಡೆಸ್ಕಿನ ಮೇಲಿನ ಆ ಫೋಟೋ ಫ್ರೇಮ್ ಒಮ್ಮೆ ಕೈಗೆತ್ತಿಕೊಂಡ. ಒಂದು ಕ್ಷಣ ಬಿರುಕು ಬಿಟ್ಟ ಮೂಲೆಯನ್ನ ಬೆರಳಿನಿಂದ ಸವರಿದ, ಆಮೇಲೆ ಫ್ರೇಮ್‌ನ ಜಾಗ ಸ್ವಲ್ಪ ಸರಿಪಡಿಸಿ, ಫೈಲುಗಳ ರಾಶಿಯ ಪಕ್ಕದಲ್ಲೇ ಮತ್ತೆ ಇಟ್ಟ. ಕಂಪ್ಯೂಟರ್ ಆನ್ ಮಾಡಿ ಇಮೇಲ್ ತೆರೆಯುವ ಮೊದಲು, ಒಂದು ಕ್ಷಣ ಆ ಫೋಟೋನ ಕಡೆಗೇ ನೋಡುತ್ತ ಕುಳಿತ, ಆ ಬಂಡೆಯ ಮೇಲಿನ ನಗು, ಬಹಳ ಹಿಂದೆ ಬಿಟ್ಟುಬಂದ ಒಂದು ಆವೃತ್ತಿಯ ತಾನೇ ಅಂತ. ಆಮೇಲೆ ಇಮೇಲ್ ತೆರೆದ, ದಿನ ಶುರುವಾಯಿತು.

ಅಧ್ಯಾಯ ೭: ಸೂಟ್‌ಕೇಸಿನಲ್ಲಿ ಊರು

ಯಾರ ಕಥೆ: ಸುರೇಶ್ · *ಸ್ಥಳ:* ಅಮೆರಿಕ, ಬೇ ಏರಿಯಾ

ಸುರೇಶ್‌ಗೆ ಬೆಳಿಗ್ಗೆ ಆರೂವರೆಗೆ ಎಚ್ಚರ ಆಗುತ್ತಿತ್ತು, ಅಲಾರಾಂ ಇಲ್ಲದೆಯೇ. ಇದು ದೇಹಕ್ಕೆ ಹೊಂದಿಕೊಂಡ ಒಂದು ಅಭ್ಯಾಸ, ಎಂಟು ವರ್ಷದ ಹಿಂದೆ ಅಮೆರಿಕಕ್ಕೆ ಬಂದಾಗ ಇರಲಿಲ್ಲ, ಈಗ ಬಿಡಿಸಿಕೊಳ್ಳಲಿಕ್ಕೆ ಆಗದಷ್ಟು ಗಟ್ಟಿಯಾಗಿ ಬೇರೂರಿತ್ತು. ಕಿಟಕಿಯ ಪರದೆ ಸರಿಸಿ ನೋಡಿದಾಗ, ಹೊರಗೆ ಇನ್ನೂ ಕತ್ತಲೆ ಪೂರ್ತಿ ಕರಗಿರಲಿಲ್ಲ, ಬೇ ಏರಿಯಾದ ಚಳಿಗಾಲದ ಬೆಳಗುಗಳು ಹೀಗೇ, ನಿಧಾನ. ಮೇಘನಾ ಇನ್ನೂ ಮಲಗಿದ್ದಳು, ಪಕ್ಕದ ಕೋಣೆಯಲ್ಲಿ ಮಗಳು ಶ್ರೀಯಾಳ ಸದ್ದೂ ಇಲ್ಲ, ಇನ್ನೂ ಅರ್ಧ ಗಂಟೆ ಸಮಯ ಇತ್ತು ಎದ್ದೇಳಲಿಕ್ಕೆ.

ಸುರೇಶ್ ಕೆಳಗಿಳಿದು ಕಾಫಿ ಹಾಕಿಕೊಂಡ. ಮನೆಯಲ್ಲಿ ಇಂಡಿಯನ್ ಫಿಲ್ಟರ್ ಕಾಫಿ ಪುಡಿ ಇರಲಿಲ್ಲ, ಒಂದು ಸಾಮಾನ್ಯ ಡ್ರಿಪ್ ಕಾಫಿ ಮೆಷಿನ್, ಪ್ರತಿ ದಿನ ಬೆಳಿಗ್ಗೆ ಅದೇ ಸದ್ದು, ಗುರ್ ಗುರ್ ಎಂದು ನೀರು ಬಸಿದು ಕಾಫಿ ಆಗುವ ಸದ್ದು. ಎಂಟು ವರ್ಷದ ಹಿಂದೆ ಇದೇ ಸದ್ದು ಹೊಸತಾಗಿ, ವಿಚಿತ್ರವಾಗಿ ಕೇಳಿಸುತ್ತಿತ್ತು, ಈಗ ಇದೇ ಸಹಜ ಆಗಿಬಿಟ್ಟಿತ್ತು.

ಗುರುತು

ಎಂಟೂವರೆಗೆ ಶ್ರೀಯಾಳನ್ನ ಸ್ಕೂಲ್ ಬಸ್ಸಿಗೆ ಕಳಿಸಿ, ಸುರೇಶ್ ಲ್ಯಾಪ್‌ಟಾಪ್ ತೆಗೆದುಕೊಂಡು ಮನೆಯ ಒಂದು ಮೂಲೆಯಲ್ಲಿ ಕೂತ, ಅದೇ ಜಾಗ, ಪ್ರತಿ ದಿನ. ಕಂಪನಿ ಇನ್ನೂ ಹೈಬ್ರಿಡ್ ಇತ್ತು, ವಾರಕ್ಕೆ ಎರಡು ದಿನ ಆಫೀಸಿಗೆ ಹೋಗಬೇಕಿತ್ತು, ಉಳಿದ ದಿನ ಮನೆಯಿಂದಲೇ. ಇವತ್ತು ಮನೆಯ ದಿನ. ಒಂಬತ್ತು ಗಂಟೆಗೆ ಮೊದಲ ಮೀಟಿಂಗ್ ಶುರುವಾಯಿತು, ಒಂದು ಇಂಡಿಯಾ ಟೀಮ್ ಜೊತೆ ಸ್ಟ್ಯಾಂಡಪ್ ಕಾಲ್, ಬೆಂಗಳೂರಿನಲ್ಲಿ ಆಗಲೇ ಸಂಜೆ ಆಗಿತ್ತು ಅವರಿಗೆ, ಅವರ ಧ್ವನಿಯಲ್ಲಿ ಸುಸ್ತು ಕೇಳಿಸುತ್ತಿತ್ತು, ಸುರೇಶ್‌ಗೆ ಇದು ಪ್ರತಿ ದಿನದ ಒಂದು ಸಣ್ಣ ವಿಪರ್ಯಾಸ ಅನ್ನಿಸುತ್ತಿತ್ತು, ಒಂದೇ ಕೆಲಸ, ಎರಡು ಬೇರೆ ಬೇರೆ ಸಮಯ, ಎರಡು ಬೇರೆ ಬೇರೆ ಆಯಾಸ.

ಕಾಲ್ ಮುಗಿದ ಮೇಲೆ ಫೋನ್ ನೋಡಿದ. ಅಮ್ಮನಿಂದ ಒಂದು ವಾಟ್ಸಪ್ ಮೆಸೇಜ್ ಬಂದಿತ್ತು, ರಾತ್ರಿ ಬಂದದ್ದು, ಅಮೆರಿಕದ ಪ್ರಕಾರ ಆಗ ಇಲ್ಲಿ ಮಧ್ಯಾಹ್ನ ಆಗಿತ್ತು ಇರಬಹುದು. "ಪ್ರವೀಣ್ ಅನ್ನುವ ಹುಡುಗ ಬರ್ತಾನೆ ನಿಮ್ಮ ಆಫೀಸಿಗೆ, ಮುಂದಿನ ವಾರ. ಅವನ ಕೈಲಿ ಒಂದು ಡಬ್ಬ ಕಳಿಸಿದ್ದೀನಿ ನಿನಗೆ." ಅಷ್ಟೇ ಬರೆದಿದ್ದಳು, ಏನು ಡಬ್ಬ ಅಂತ ಹೇಳಿರಲಿಲ್ಲ.

ಪ್ರವೀಣ್ ಯಾರು ಅಂತ ಸುರೇಶ್‌ಗೆ ಸರಿಯಾಗಿ ಗೊತ್ತಿರಲಿಲ್ಲ, ಅಮ್ಮ ಮೊದಲೊಮ್ಮೆ ಫೋನಿನಲ್ಲಿ ಹೇಳಿದ್ದು ನೆನಪಿತ್ತು, ಅವರ ಬೀದಿಯ ಯಾವುದೋ ಮನೆಯ ಹುಡುಗ, ಸುರೇಶ್ ಕೆಲಸ ಮಾಡುವ

ಕಂಪನಿಯ ಬೆಂಗಳೂರು ಆಫೀಸಿನಲ್ಲೇ ಸೇರಿಕೊಂಡಿದ್ದಾನೆ, ಈಗ ಬೇ ಏರಿಯಾ ಆಫೀಸಿಗೆ ಎರಡು ವರ್ಷದ ಒಂದು ಅಸ್ಸೈನ್‌ಮೆಂಟ್‌ಗೆ ಬರುತ್ತಿದ್ದಾನೆ ಅಂತ. ಅಮ್ಮ ಹೇಗೋ ಆ ಹುಡುಗನ ಅಮ್ಮನ ಜೊತೆ ಮಾತಾಡಿ, "ನಮ್ಮ ಸುರೇಶ್‌ಗೆ ಒಂದು ಡಬ್ಬ ತಗೊಂಡು ಹೋಗು" ಅಂತ ಕಳಿಸಿದ್ದಳು. ಇಂಥ ಜಾಲ ಎಷ್ಟೋ ವರ್ಷದಿಂದ ನಡೆಯುತ್ತಿತ್ತು, ಯಾರೋ ಒಬ್ಬರು ಅಮೆರಿಕಕ್ಕೆ ಹೋಗುತ್ತಿದ್ದಾರೆ ಅಂತ ಗೊತ್ತಾದ ಕೂಡಲೇ, ಊರಿನ ಅಮ್ಮಂದಿರೆಲ್ಲ ಆ ಸುದ್ದಿ ಹಂಚಿಕೊಂಡು, ಒಬ್ಬೊಬ್ಬರೂ ಒಂದೊಂದು ಡಬ್ಬ, ಒಂದೊಂದು ಪೊಟ್ಟಣ ಕೊಟ್ಟು ಕಳಿಸುತ್ತಿದ್ದರು, ಪಾಪ ಆ ಹುಡುಗ ಎಷ್ಟು ಹೊತ್ತುಕೊಂಡು ಬರಬೇಕೋ.

ಸುರೇಶ್ ಪ್ರವೀಣ್‌ಗೆ ಒಂದು ಪರಿಚಯ ಮೆಸೇಜ್ ಕಳಿಸಿದ, "ಬಂದ ಮೇಲೆ ಹೇಳಿ, ಪಿಕಪ್ ಮಾಡ್ಕೊಳ್ತೀನಿ" ಎಂದು. ಪ್ರವೀಣ್ ಒಂದು ಸ್ಮೈಲಿ ಜೊತೆ "ಸರಿ ಸರ್" ಅಂತ ಉತ್ತರಿಸಿದ, ಆ "ಸರ್" ಪದ ಸುರೇಶ್‌ಗೆ ಸ್ವಲ್ಪ ವಿಚಿತ್ರ ಅನ್ನಿಸಿತು, ತಾನಿನ್ನೂ ಸರ್ ಆಗುವಷ್ಟು ವಯಸ್ಸಾಗಿದ್ದೀನಾ ಅಂತ ಒಂದು ಕ್ಷಣ ಯೋಚಿಸಿ, ನಕ್ಕುಬಿಟ್ಟ.

ಆ ವಾರ ಪೂರ್ತಿ ಸುರೇಶ್‌ಗೆ ಬಿಡುವೇ ಇರಲಿಲ್ಲ. ಒಂದು ಪ್ರೊಡಕ್ಟ್ ಲಾಂಚ್ ಹತ್ತಿರ ಬಂದಿತ್ತು, ಪ್ರತಿ ದಿನ ಸಂಜೆ ಎಂಟು, ಒಂಬತ್ತರ ತನಕ ಕೆಲಸ. ಮೇಘನಾ ಕೂಡ ಒಂದು ಹೆಲ್ತ್‌ಕೇರ್ ಸ್ಟಾರ್ಟಪ್‌ನಲ್ಲಿ ಕೆಲಸ ಮಾಡುತ್ತಿದ್ದಳು, ಅವಳಿಗೂ ಬಿಡುವಿಲ್ಲ. ಶ್ರೀಯಾಳ ಸ್ಕೂಲ್, ಆಫ್ಟರ್‌ಸ್ಕೂಲ್ ಆಕ್ಟಿವಿಟಿ, ಡಿನ್ನರ್, ಇವೆಲ್ಲ

ಇಬ್ಬರೂ ಹಂಚಿಕೊಂಡು ನಿಭಾಯಿಸುತ್ತಿದ್ದರು, ಒಂದು ಚಲಾವಣೆಯ ಹಾಗೆ, ಒಬ್ಬರು ಇವತ್ತು ಸ್ಕೂಲ್ ಡ್ರಾಪ್, ಇನ್ನೊಬ್ಬರು ನಾಳೆ, ಇವತ್ತು ಒಬ್ಬರು ಅಡುಗೆ, ನಾಳೆ ಇನ್ನೊಬ್ಬರು. ಇದೆಲ್ಲ ಚೆನ್ನಾಗಿಯೇ ನಡೆಯುತ್ತಿತ್ತು, ಆದರೆ ಇದರ ನಡುವೆ ಬೇರೆ ಯಾವುದಕ್ಕೂ ಸಮಯ ಸಿಗುತ್ತಿರಲಿಲ್ಲ, ಫೋನ್ ಮಾಡುವುದಕ್ಕೂ, ಹಳೆಯ ಗೆಳೆಯರ ಜೊತೆ ಮಾತಾಡುವುದಕ್ಕೂ.

ಗುರುವಾರ ರಾತ್ರಿ, ಎಲ್ಲ ಮಲಗಿದ ಮೇಲೆ, ಸುರೇಶ್ ಸ್ವಲ್ಪ ಹೊತ್ತು ಫೋನಿನಲ್ಲಿ ಕಾಲೇಜು ಗ್ರೂಪ್ ಚಾಟ್ ನೋಡಿದ. ಕೊನೆಯ ಮೆಸೇಜ್ ಎರಡು ತಿಂಗಳ ಹಿಂದಿನದ್ದು, ಯಾವುದೋ ಒಂದು ಕ್ರಿಕೆಟ್ ಫಾರ್ವರ್ಡ್. ಅದಕ್ಕೂ ಮೊದಲು ಮಂಜು ಒಂದು ಮೆಸೇಜ್ ಹಾಕಿದ್ದ, "ಎಲ್ರೂ ಹೇಗಿದೀರ" ಅಂತ, ಅದಕ್ಕೆ ಎರಡು ಜನ ಮಾತ್ರ ಉತ್ತರ ಕೊಟ್ಟಿದ್ದರು, ಸುರೇಶ್ ಆ ಪಟ್ಟಿಯಲ್ಲಿ ಇರಲಿಲ್ಲ. ಆ ಮೆಸೇಜ್ ಬಂದಾಗ ಸುರೇಶ್‌ಗೆ ಒಂದು ಪ್ರೊಡಕ್ಷನ್ ಇಷ್ಯೂ ಇತ್ತು ಅಂತ ನೆನಪು, ಆಮೇಲೆ ಉತ್ತರ ಕೊಡುವುದೇ ಮರೆತುಹೋಗಿತ್ತು.

ಮಂಜು, ಪ್ರಶಾಂತ್, ಅನಿಲ್, ಇನ್ನೂ ಒಂದಿಬ್ಬರು, ಎಲ್ಲರೂ ಒಂದೇ ಕಾಲೇಜು, ಒಂದೇ ಹಾಸ್ಟೆಲ್ ಫ್ಲೋರ್‌ನಲ್ಲಿ ನಾಲ್ಕು ವರ್ಷ ಕಳೆದವರು. ಈಗ ಎಲ್ಲರೂ ಬೇರೆ ಬೇರೆ ಕಾಂಟಿನೆಂಟ್, ಬೇರೆ ಬೇರೆ ಸಮಯ ವಲಯ. ಸುರೇಶ್‌ಗೆ ಇದೊಂದು ವಿಚಿತ್ರ ಸತ್ಯ ಅನ್ನಿಸುತ್ತಿತ್ತು, ಫೋನ್ ಎಷ್ಟು ಸುಲಭ ಆಗಿದೆ ಅಂದ್ರೂ, ಮಾತಾಡುವುದೇ ಎಷ್ಟು ಕಷ್ಟ

ಆಗಿಬಿಟ್ಟಿದೆ ಅಂತ. ಮೊದಲು ದೂರವಾಣಿ ಕರೆ ಬೆಲೆಬಾಳುತ್ತಿತ್ತು, ಈಗ ಉಚಿತ, ಆದರೂ ಯಾರೂ ಮಾಡುವುದಿಲ್ಲ.

ಪ್ರವೀಣ್ ಶನಿವಾರ ಬಂದಿಳಿದ, ಸೋಮವಾರ ಆಫೀಸಿಗೆ ಬಂದ. ಸುರೇಶ್ ಮಧ್ಯಾಹ್ನ ಊಟದ ಹೊತ್ತಿಗೆ ಅವನನ್ನ ಭೇಟಿಯಾದ, ಕ್ಯಾಫಿಟೇರಿಯಾದಲ್ಲಿ. ಪ್ರವೀಣ್ ಇನ್ನೂ ಫ್ಲೈಟ್ ಸುಸ್ತು, ಟೈಮ್‌ಝೋನ್ ಸುಸ್ತಿನಿಂದ ಚೇತರಿಸಿಕೊಂಡಿರಲಿಲ್ಲ, ಆದರೆ ಮುಖದಲ್ಲಿ ಒಂದು ಉತ್ಸಾಹ ಇತ್ತು, ಹೊಸ ದೇಶ, ಹೊಸ ಆಫೀಸ್, ಎಲ್ಲ ನೋಡುವ ಕುತೂಹಲ.

"ಆಂಟಿ ತುಂಬಾ ಜಾಗ್ರತೆ ಮಾಡಿ ಕಳಿಸಿದ್ರು ಸರ್," ಪ್ರವೀಣ್ ಹೇಳಿದ, ತನ್ನ ಬ್ಯಾಗಿನಿಂದ ಒಂದು ಪ್ಲಾಸ್ಟಿಕ್ ಕವರ್ ತೆಗೆಯುತ್ತ. "ಎಷ್ಟು ಸಲ ಚೆಕ್ ಮಾಡಿದ್ರೂ ಗೊತ್ತಿಲ್ಲ, ಸೂಟ್‌ಕೇಸಲ್ಲಿ ಇದೆಯಾ ಇಲ್ವಾ ಅಂತ."

ಕವರ್ ತೆಗೆದ. ಒಳಗೆ ಒಂದು ಸಣ್ಣ ಗಾಜಿನ ಜಾಡಿ ಇತ್ತು, ಎರಡು ಪದರ ಪ್ಲಾಸ್ಟಿಕ್ ಚೀಲದಲ್ಲಿ ಸುತ್ತಿ, ಪ್ರತಿ ಸಂಧಿಗೂ ಟೇಪ್ ಸುತ್ತಿ, ಅದರ ಸುತ್ತ ಹಳೇ ಪೇಪರ್ ಸುತ್ತಿ, ಇನ್ನೊಂದು ಕವರ್‌ನಲ್ಲಿ ಹಾಕಿ. ಒಂದು ಜಾಡಿ ಪಿಕಲ್ ಇಷ್ಟೆಲ್ಲ ಸುರಕ್ಷತೆ ಬಯಸುತ್ತೆ ಅಂತ ಯೋಚಿಸಿ ಸುರೇಶ್‌ಗೆ ಒಂದು ಸಣ್ಣ ನಗು ಬಂತು, ಆದರೆ ಆ ನಗುವಿನ ಹಿಂದೆ ಎಂಥದೋ ಒಂದು ಭಾವ ಸಹ ಎದ್ದಿತು, ಹೆಸರಿಡಲಿಕ್ಕೆ ಆಗದಂಥದ್ದು.

"ಇದೇನು?" ಎಂದು ಕೇಳಿದ.

"ಗೊತ್ತಿಲ್ಲ ಸರ್, ಆಂಟಿ ಹೇಳಿದ್ರು ಪಿಕಲ್ ಅಂತ. ಇನ್ಯಾರೋ ಒಬ್ಬರ ಅಮ್ಮ ಮಾಡಿದ್ದಂತೆ, ಆಂಟಿಗೆ ಕೊಟ್ಟಿದ್ದು ನಿಮಗೆ ಕಳಿಸಿ ಅಂತ."

ಸುರೇಶ್‌ಗೆ ಇನ್ನೂ ಸ್ಪಷ್ಟ ಆಗಲಿಲ್ಲ, ಆದರೆ ಪ್ರವೀಣ್ ಜೊತೆ ಇನ್ನೂ ಸ್ವಲ್ಪ ಹೊತ್ತು ಮಾತಾಡಿ, ಆಫೀಸಿನ ಬಗ್ಗೆ, ಎಲ್ಲಿ ಮನೆ ಹುಡುಕಬೇಕು ಅನ್ನುವ ಬಗ್ಗೆ, ಒಂದೆರಡು ಸಲಹೆ ಕೊಟ್ಟು, ಡೆಸ್ಕಿಗೆ ವಾಪಸ್ ಹೋದ. ಜಾಡಿ ಬ್ಯಾಗಿನ ಒಳಗೆ ಇಟ್ಟುಕೊಂಡ.

ಸಂಜೆ ಮನೆಗೆ ಬಂದು, ಜಾಡಿಯನ್ನ ಕೌಂಟರ್ ಮೇಲಿಟ್ಟು ಬಿಚ್ಚಿದ. ಪ್ಲಾಸ್ಟಿಕ್, ಟೇಪ್, ಪೇಪರ್, ಪದರ ಪದರ ಬಿಚ್ಚುತ್ತ ಹೋದಂತೆ, ಒಳಗಿನ ಜಾಡಿ ಕಾಣಿಸಿತು, ಸಣ್ಣದು, ಎಣ್ಣೆ ತೇಲುತ್ತಿತ್ತು ಮೇಲೆ, ಕೆಳಗೆ ಕೆಂಪು ಮಿಶ್ರಿತ ಹಳದಿ ಬಣ್ಣದ ಪಿಕಲ್. ಮುಚ್ಚಳ ತೆಗೆದು ಮೂಗಿಗೆ ಹಿಡಿದ ಕೂಡಲೇ, ಆ ವಾಸನೆ ಸುರೇಶ್‌ನ ತಲೆಯನ್ನ ಇಪ್ಪತ್ತು ವರ್ಷ ಹಿಂದಕ್ಕೆ ಎಳೆದುಕೊಂಡು ಹೋಯಿತು.

ಹಾಸ್ಟೆಲ್ ಕೋಣೆ, ಮಂಜುವಿನ ಮೇಲಿನ ಬರ್ತ್, ಸುರೇಶ್‌ನ ಕೆಳಗಿನದ್ದು. ಪ್ರತಿ ಒಂದೆರಡು ತಿಂಗಳಿಗೊಮ್ಮೆ ಮಂಜುವಿನ ಅಮ್ಮ ಒಂದು ಡಬ್ಬ ಪಿಕಲ್ ಕಳಿಸುತ್ತಿದ್ದರು, ಬಸ್ಸಿನಲ್ಲಿ, ಯಾರೋ ಪರಿಚಯದವರ ಕೈಲಿ. ಆ ಡಬ್ಬ ಬಂದ ದಿನ ಇಡೀ ರೂಮ್ ಪಾರ್ಟಿ, ಎಲ್ಲರೂ ಬಂದು ಒಂದೊಂದು ಚಮಚ ತಗೊಂಡು, ಮೆಸ್ ಅನ್ನಕ್ಕೆ

ಹಾಕಿಕೊಂಡು ತಿನ್ನುತ್ತಿದ್ದರು. ಸುರೇಶ್‌ಗೆ ಆ ಪಿಕಲ್ ಅಂದ್ರೆ ವಿಶೇಷ ಇಷ್ಟ, "ಸುರೇಶ್‌ಗೆ ಜಾಸ್ತಿ ಕೊಡು, ಇವ್ನ ಅಮ್ಮ ಮಾಡಲ್ಲ ಚೆನ್ನಾಗಿ" ಅಂತ ಮಂಜು ತಮಾಷೆ ಮಾಡುತ್ತಿದ್ದ, ಸುರೇಶ್ ನಗುತ್ತಾ ಜಗಳ ಆಡುತ್ತಿದ್ದ, ಆದರೆ ಆ ಮಾತಿನಲ್ಲಿ ಸ್ವಲ್ಪ ಸತ್ಯವೂ ಇತ್ತು, ಸುರೇಶ್‌ನ ಅಮ್ಮ ಕೆಲಸಕ್ಕೆ ಹೋಗುತ್ತಿದ್ದರು, ಮನೆಯಲ್ಲಿ ಇಂಥ ಸಮಯ ಕೊಟ್ಟು ಪಿಕಲ್ ಮಾಡುವುದು ಕಡಿಮೆ ಆಗಿತ್ತು.

ಈಗ ಈ ಜಾಡಿ ನೋಡಿ, ಆ ಎಲ್ಲ ದಿನಗಳು ಒಂದೊಂದಾಗಿ ಎದ್ದವು, ಎಷ್ಟು ದೂರ ಬಂದುಬಿಟ್ಟಿದ್ದೇವೆ ಅಂತ ಸುರೇಶ್‌ಗೆ ಒಮ್ಮೆಗೇ ಅನ್ನಿಸಿತು. ಅಮ್ಮನಿಗೆ ಕಾಲ್ ಮಾಡಿದ.

"ಈ ಪಿಕಲ್ ಯಾರದ್ದು ಅಮ್ಮ?" ಎಂದು ಕೇಳಿದ.

"ಪಾರ್ವತಮ್ಮ ಕಳಿಸಿದ್ರು ಕಣೋ, ಮಂಜುವಿನ ಅಮ್ಮ. ನಾನೊಂದು ದಿನ ಫೋನ್ ಮಾಡಿ ಮಾತಾಡ್ತಿದ್ದೆ, ನೀನಿಲ್ಲಿ ಸ್ವಲ್ಪ ಆರಾಮಿಲ್ಲ ಇತ್ತೀಚೆಗೆ, ತಿಂಡಿ ಸರಿ ಇಲ್ವಂತೆ ಅಂತ ಹೇಳಿದೆ, ಆವಾಗ ಪಾರ್ವತಮ್ಮ ಸುಮ್ಮನೆ ಹೇಳಿದ್ರು, 'ಸುರೇಶ್‌ಗೆ ಪಿಕಲ್ ಇಷ್ಟ ಅಲ್ವಾ, ಒಂದ್ ಜಾಡಿ ಕಳಿಸ್ಲಾ' ಅಂತ."

ಸುರೇಶ್‌ಗೆ ಒಂದು ಕ್ಷಣ ಏನೂ ಹೇಳಲಿಕ್ಕೆ ತೋಚಲಿಲ್ಲ. "ಆಂಟಿಗೆ ನಂಗೆ ಇಷ್ಟ ಅಂತ ಇನ್ನೂ ನೆನಪಿದ್ಯಾ?"

ಗುರುತು

"ಅವ್ರಿಗೆ ಎಲ್ಲಾ ನೆನಪಿರುತ್ತೆ ಕಣೋ, ಆ ಥರದ ಜನ ಅವ್ರು." ಅಮ್ಮ ಒಂದು ಕ್ಷಣ ನಿಲ್ಲಿಸಿ, "ಮಂಜು ಜೊತೆ ಮಾತಾಡ್ತಿಯೇನೋ ಸರಿಯಾಗಿ? ಎಷ್ಟು ವರ್ಷ ಆಗಿರ್ಬೇಕು."

"ಮಾತಾಡ್ತೀನಿ ಕಣಮ್ಮ, ಗ್ರೂಪ್‌ನಲ್ಲಿ." ಸುರೇಶ್ ಹೇಳಿದ, ಆ ಮಾತು ಎಷ್ಟು ಟೊಳ್ಳು ಅಂತ ಅವನಿಗೇ ಗೊತ್ತಿತ್ತು.

ಆ ರಾತ್ರಿ ಮೇಘನಾ ಮತ್ತು ಶ್ರೀಯಾ ಮಲಗಿದ ಮೇಲೆ, ಸುರೇಶ್ ಒಬ್ಬನೇ ಕಿಚನ್‌ನಲ್ಲಿ ನಿಂತು, ಸ್ವಲ್ಪ ಅನ್ನ ಬಿಸಿ ಮಾಡಿಕೊಂಡು, ಒಂದು ಚಮಚ ಪಿಕಲ್ ಹಾಕಿಕೊಂಡ. ಮೊದಲ ತುತ್ತಿಗೇ ನಾಲಿಗೆಗೆ ಆ ಹುಳಿ, ಖಾರ, ಎಣ್ಣೆಯ ರುಚಿ ಬಡಿಯಿತು, ಎಷ್ಟೋ ವರ್ಷದಿಂದ ಮರೆತಿದ್ದ ಒಂದು ರುಚಿ, ಆದರೆ ನಾಲಿಗೆ ಮಾತ್ರ ಮರೆತಿರಲಿಲ್ಲ, ಕೂಡಲೇ ಗುರುತು ಹಿಡಿಯಿತು.

ಈ ಎಂಟು ವರ್ಷದಲ್ಲಿ ಎಷ್ಟೋ ಸಲ ಇಂಡಿಯನ್ ಸ್ಟೋರ್‌ನಿಂದ ಬಾಟಲಿ ಪಿಕಲ್ ತಂದಿದ್ದ, ರುಚಿ ಸರಿ ಇರಲಿಲ್ಲ ಅಂತ ಅಲ್ಲ, ಆದರೆ ಏನೋ ಒಂದು ಕೊರತೆ ಯಾವಾಗಲೂ ಇರುತ್ತಿತ್ತು, ಈಗ ಈ ಒಂದು ಚಮಚ ತಿಂದಾಗ ಆ ಕೊರತೆ ಏನಾಗಿತ್ತು ಅಂತ ಸ್ಪಷ್ಟ ಆಯಿತು. ಇದು ಬರೀ ಒಂದು ಅಡುಗೆ ಆಗಿರಲಿಲ್ಲ, ಇದರ ಹಿಂದೆ ಒಬ್ಬ ಅಮ್ಮ, ಒಂದು ಅಡುಗೆಮನೆ, ಒಂದು ಬೀದಿ, ಒಂದು ಇಡೀ ಬಾಲ್ಯ ಇತ್ತು,

ಸುರೇಶ್‌ನದ್ದೂ ಅಲ್ಲ, ಆದರೂ ಸುರೇಶ್‌ಗೆ ಸ್ವಲ್ಪ ಸ್ವಂತದ್ದೇ ಅನ್ನಿಸುವಷ್ಟು ಹತ್ತಿರದ್ದು.

ಫೋನ್ ಕೈಗೆತ್ತಿಕೊಂಡು ಮಂಜುವಿಗೆ ಮೆಸೇಜ್ ಟೈಪ್ ಮಾಡಲಿಕ್ಕೆ ಶುರುಮಾಡಿದ, "ಮಚ್ಚಾ, ನಿಮ್ಮಮ್ಮ ಪಿಕಲ್ ಕಳ್ಸಿದ್ರು, ಇಲ್ಲಿಗೆ ಬಂತು ಇವತ್ತು..." ಎಂದು ಬರೆದು, ಒಂದು ಕ್ಷಣ ನಿಲ್ಲಿಸಿದ. ಏನು ಬರೆಯಬೇಕು ಮುಂದೆ ಅಂತ ಗೊತ್ತಾಗಲಿಲ್ಲ. ಕೃತಜ್ಞತೆ ಹೇಳುವುದಾ, ಹಳೆಯ ದಿನ ನೆನಪಿಸುವುದಾ, ಅಥವಾ ಫೋನ್ ಮಾಡ್ತೀನಿ ಅಂತ ಸೇರಿಸುವುದಾ, ಆದರೆ ಫೋನ್ ಮಾಡ್ತೀನಿ ಅಂತ ಬರೆದರೆ ಅದನ್ನ ಉಳಿಸಿಕೊಳ್ಳಬೇಕಾಗುತ್ತೆ, ಸುರೇಶ್‌ಗೆ ಅದೇ ಕಷ್ಟ ಆಗಿತ್ತು ಈಚೆಗೆ, ಸಮಯ ಸಿಗಲ್ಲ ಅಂತಲ್ಲ, ಸಮಯ ಸಿಕ್ಕಾಗ ಯಾಕೋ ಫೋನ್ ಎತ್ತುವ ಮನಸ್ಸೇ ಆಗಲ್ಲ, ಇಷ್ಟು ದಿನ ಮಾತಾಡದೇ ಇದ್ದ ಮೇಲೆ ಏನ್ ಮಾತಾಡುವುದು ಅಂತ ಒಂದು ವಿಚಿತ್ರ ಹಿಂಜರಿಕೆ ಬರುತ್ತಿತ್ತು.

ಕೊನೆಗೆ "ಮಚ್ಚಾ, ನಿಮ್ಮಮ್ಮ ಪಿಕಲ್ ಕಳ್ಸಿದ್ರು, ಥ್ಯಾಂಕ್ಸ್ ಹೇಳು ಅವರಿಗೆ. ಇಲ್ಲೇ ಆಫ್ ಇದ್ದಾಗ ಒಮ್ಮೆ ಫೋನ್ ಮಾಡ್ತೀನಿ" ಎಂದಷ್ಟೇ ಬರೆದು ಕಳಿಸಿದ. ಎರಡು ನಿಮಿಷದಲ್ಲಿ ಮಂಜುವಿನಿಂದ ಒಂದು "😊 👍" ಬಂತು, ಜೊತೆಗೆ "ಅಮ್ಮನಿಗೆ ಹೇಳ್ತೀನಿ, ಖುಷಿ ಆಗ್ತಾರೆ" ಅಂತ.

ಗುರುತು

ಸುರೇಶ್ ಜಾಡಿ ಮುಚ್ಚಳ ಹಾಕಿ, ಫ್ರಿಡ್ಜ್‌ನಲ್ಲಿ ಇಟ್ಟ. ಫ್ರಿಡ್ಜ್ ಬಾಗಿಲು ಹಾಕುವ ಮೊದಲು ಒಮ್ಮೆ ಒಳಗೆ ಇಣುಕಿ ನೋಡಿದ, ಅಮೆರಿಕದ ಬಾಟಲಿ ಸಾಸ್, ಚೀಸ್, ಶ್ರೀಯಾಳ ಜ್ಯೂಸ್ ಬಾಕ್ಸ್, ಇವೆಲ್ಲದರ ನಡುವೆ ಈ ಒಂದು ಚಿಕ್ಕ ಗಾಜಿನ ಜಾಡಿ ಸ್ವಲ್ಪ ಬೇರೆಯದೇ ಆಗಿ ಕುಳಿತಿತ್ತು, ಒಂದು ಇಡೀ ಊರನ್ನ, ಒಂದು ಇಡೀ ಕಾಲವನ್ನ ಸೂಟ್‌ಕೇಸಿನಲ್ಲಿ ತುಂಬಿಕೊಂಡು ಬಂದ ಹಾಗೆ.

ವಾರಾಂತ್ಯದಲ್ಲಿ ಫೋನ್ ಮಾಡ್ತೀನಿ ಅಂತ ಮನಸ್ಸಿನಲ್ಲಿ ಒಂದು ಸಣ್ಣ ಗುರುತು ಹಾಕಿಕೊಂಡ, ಫೋನಿನ ಕ್ಯಾಲೆಂಡರ್‌ನಲ್ಲಿ ಅಲ್ಲ, ಬರೀ ಮನಸ್ಸಿನಲ್ಲಿ. ಆ ವಾರಾಂತ್ಯ ಶ್ರೀಯಾಳ ಸಾಕರ್ ಗೇಮ್, ಮನೆ ಸಾಮಾನು ತರುವುದು, ಒಂದೆರಡು ಪೆಂಡಿಂಗ್ ಕೆಲಸ, ಇವೆಲ್ಲದರ ನಡುವೆ ಆ ಗುರುತು ಎಲ್ಲೋ ಕರಗಿಹೋಗುತ್ತೆ ಅಂತ ಸುರೇಶ್‌ಗೆ ಒಳಗೊಳಗೇ ಗೊತ್ತಿತ್ತು, ಎಷ್ಟೋ ಸಲ ಆಗಿದ್ದ ಹಾಗೆ. ಆದರೂ ಈ ಕ್ಷಣಕ್ಕೆ ಆ ಸಣ್ಣ ಆಶಯ ಇಟ್ಟುಕೊಳ್ಳುವುದೇ ಸಾಕು ಅನ್ನಿಸಿತು, ಬೆಳಕು ಆರಿಸಿ ಮಲಗುವ ಕೋಣೆಗೆ ಹೋದ.

ಅಧ್ಯಾಯ ೮: ಮಾರಿದ ಸೈಕಲ್

ಯಾರ ಕಥೆ: ಬಸವರಾಜ್ · *ಸ್ಥಳ:* ಹೊನ್ನೇನಹಳ್ಳಿ

ಬೆಳಿಗ್ಗೆ ಆರೂವರೆ ಗಂಟೆಗೆ ಬಸವರಾಜ್ ಹೊಲದ ಬದುವಿನ ಮೇಲೆ ನಿಂತಿದ್ದ, ಕೈಯಲ್ಲಿ ಒಂದು ಚಿಕ್ಕ ಪಂಪಿನ ಪೈಪು, ನೀರು ಸರಿಯಾಗಿ ಹೋಗ್ತಿದೆಯೋ ಇಲ್ಲವೋ ಎಂದು ನೋಡ್ತಾ. ಈ ಸಲ ಮಳೆ ಸ್ವಲ್ಪ ತಡವಾಗಿತ್ತು, ಬೋರ್‌ವೆಲ್ ನೀರೇ ಗತಿ ಆಗಿತ್ತು ಈ ವಾರ. ಮೂರು ಎಕರೆ ಜಮೀನಿನಲ್ಲಿ ಎರಡು ಎಕರೆ ರಾಗಿ, ಒಂದು ಎಕರೆ ತೊಗರಿ, ಇವೆರಡರ ನಡುವೆ ಬಸವರಾಜ್‌ನ ದಿನಗಳು ಹಂಚಿಹೋಗುತ್ತಿದ್ದವು.

ಮನೆಗೆ ಹಿಂತಿರುಗುವಾಗ, ಜಗುಲಿಯ ಮೇಲೆ ಗಿರೀಶ ಶೂ ಲೇಸು ಕಟ್ಟುತ್ತಿದ್ದ, ಸ್ಕೂಲ್ ಬ್ಯಾಗು ಪಕ್ಕದಲ್ಲಿ. ಎಂಟನೇ ಕ್ಲಾಸು, ಈಗ ಆರು ಕಿಲೋಮೀಟರ್ ದೂರದ ಹೈಸ್ಕೂಲಿಗೆ ಹೋಗಬೇಕಿತ್ತು, ಹಳೆಯ ಪ್ರೈಮರಿ ಸ್ಕೂಲಿನಂತೆ ಪಕ್ಕದ ಬೀದಿಯಲ್ಲ.

"ಚೈನ್ ಮತ್ತೆ ಕಳಚ್ತಾ ಇದೆ ಅಪ್ಪ," ಗಿರೀಶ ಹೇಳಿದ, ಎದ್ದು ನಿಂತು, ಸೈಕಲ್ಲಿನ ಕಡೆ ಕೈ ತೋರಿಸ್ತಾ.

ಬಸವರಾಜ್ ಬಗ್ಗಿ ನೋಡಿದ. ಚೈನು ಸ್ವಲ್ಪ ಸಡಿಲವಾಗಿತ್ತು, ಗೇರಿನ ಹಲ್ಲುಗಳು ಸವೆದಿದ್ದವು. ಈ ಸೈಕಲ್ಲನ್ನ ಗಿರೀಶ ಎರಡು ವರ್ಷದಿಂದ ಬಳಸ್ತಾ ಇದ್ದ, ಆಗ ಚಿಕ್ಕ ಸೈಜಿಗೆ ಸರಿಯಾಗಿತ್ತು, ಈಗ ಹುಡುಗ ಬೆಳೆದು ಕಾಲುಗಳು ಪೆಡಲಿಗೆ ಸರಿಯಾಗಿ ಸಿಗ್ತಾ ಇರಲಿಲ್ಲ, ಮೊಣಕಾಲು ಹ್ಯಾಂಡಲ್ ಬಾರಿಗೆ ತಾಗ್ತಿತ್ತು.

"ಆರು ಕಿಲೋಮೀಟರ್ ಇದ್ರಲ್ಲಿ ಹೋಗ್ಬೇಕು ಅಂದ್ರೆ ದೊಡ್ಡ ಸೈಕಲ್ ಬೇಕು ಅಪ್ಪ, ಗೇರ್ ಇರೋದು. ಸಂಜಯ್ ಹತ್ರ ಇದೆ, ಅವ್ನದ್ದು ಎಷ್ಟು ಚೆನ್ನಾಗಿ ಓಡುತ್ತೆ ಗೊತ್ತಾ." ಗಿರೀಶನ ಧ್ವನಿಯಲ್ಲಿ ಒಂದು ಆಸೆ ಇತ್ತು, ಆದರೆ ಕೇಳುವ ರೀತಿಯಲ್ಲಿ ಸ್ವಲ್ಪ ಹಿಂಜರಿಕೆಯೂ ಇತ್ತು, ಮನೆಯ ಪರಿಸ್ಥಿತಿ ಗೊತ್ತಿರುವ ಹುಡುಗನ ಹಿಂಜರಿಕೆ.

"ನೋಡೋಣ," ಬಸವರಾಜ್ ಹೇಳಿದ, ಇನ್ನೇನೂ ಸೇರಿಸದೆ. ಈ "ನೋಡೋಣ" ಎಂಬ ಮಾತು ಎಷ್ಟೋ ಸಲ ಮನೆಯಲ್ಲಿ ಕೇಳಿಬರುತ್ತಿತ್ತು, ರಸಗೊಬ್ಬರದ ಕಂತು ಇನ್ನೂ ಉಳಿದಿತ್ತು, ಗಿರೀಶನ ಶಾಲಾ ಶುಲ್ಕ ಬೇರೆ ಕಟ್ಟಬೇಕಿತ್ತು ಮುಂದಿನ ತಿಂಗಳು.

ಗಿರೀಶ ಚೈನನ್ನ ಮೆಲ್ಲಗೆ ಸರಿಪಡಿಸಿಕೊಂಡು, ಸೈಕಲ್ ಹತ್ತಿ ಶಾಲೆಗೆ ಹೊರಟ.

ಮಧ್ಯಾಹ್ನ, ಒಂದು ಹಳೆಯ ಪಿಕಾಸಿ ಹುಡುಕುತ್ತ ಬಸವರಾಜ್ ಮನೆಯ ಹಿಂಬದಿಯ ಶೆಡ್ಡಿಗೆ ಹೋದ. ಗೊಬ್ಬರದ ಚೀಲ, ಮುರಿದ

ಕುರ್ಚಿ, ಬಾಗಿಲ ಹಳೆಯ ಚೌಕಟ್ಟು, ಇವುಗಳ ನಡುವೆ ಒಂದು ಚೀಲ ಹೊದಿಸಿದ ಆಕೃತಿ ಗೋಡೆಗೆ ಒರಗಿಸಿ ಇಡಲಾಗಿತ್ತು. ಪಿಕಾಸಿ ಹುಡುಕುವ ಭರದಲ್ಲಿ ಆ ಚೀಲ ಜಾರಿ ಬಿತ್ತು.

ಒಳಗಿನದ್ದು ಒಂದು ಸೈಕಲ್, ಹಳೆಯ ಕಪ್ಪು ಬಣ್ಣದ ಹೀರೋ ಸೈಕಲ್, ಚಕ್ರಗಳ ಗಾಳಿ ಎಂದೋ ಇಳಿದುಹೋಗಿತ್ತು, ಸೀಟಿನ ಚರ್ಮ ಬಿರುಕುಬಿಟ್ಟಿತ್ತು, ಹ್ಯಾಂಡಲ್ ಬಾರಿನ ಒಂದು ತುದಿಯ ರಬ್ಬರ್ ಗ್ರಿಪ್ ಮಾಯವಾಗಿತ್ತು. ಬಸವರಾಜ್ ಒಂದು ಕ್ಷಣ ಅಲ್ಲೇ ನಿಂತು ನೋಡಿದ, ಪಿಕಾಸಿಯ ವಿಷಯ ಮರೆತು.

ಈ ಸೈಕಲ್ಲನ್ನ ಕೊನೆ ಬಾರಿ ಹೊರಗೆ ತೆಗೆದದ್ದು ಯಾವಾಗ ಎಂದು ಸರಿಯಾಗಿ ನೆನಪಿರಲಿಲ್ಲ ಅವನಿಗೆ, ಹತ್ತು ವರ್ಷವಾದ್ರೂ ಆಗಿರಬಹುದು. ಗಿರೀಶ ಚಿಕ್ಕವನಿದ್ದಾಗ ಒಂದೆರಡು ಸಲ ಇದರ ಮೇಲೆ ಕುಳ್ಳಿರಿಸಿ ಅಂಗಳದಲ್ಲಿ ತಳ್ಳಿದ್ದ ನೆನಪಿತ್ತು, ಆಮೇಲೆ ಚೀಲ ಹೊದಿಸಿ ಇಲ್ಲೇ ಬಿಟ್ಟಿದ್ದ, ಯಾಕೆ ಅಂತ ಸ್ಪಷ್ಟವಾಗಿ ಯಾವತ್ತೂ ಯೋಚಿಸಿರಲಿಲ್ಲ. ಬರೀ ಬಿಡಲಿಕ್ಕೆ ಮನಸ್ಸು ಬಂದಿರಲಿಲ್ಲ, ಅಷ್ಟೇ.

ಬಗ್ಗಿ ಒಂದು ಪೆಡಲ್ ತಿರುಗಿಸಿ ನೋಡಿದ, ಚೈನಿನ ಸದ್ದು ಕರ್ಕಶವಾಗಿ ಬಂತು, ತುಕ್ಕು ಹಿಡಿದಿತ್ತು. ಫ್ರೇಮಿನ ಮೇಲಿನ ಬಣ್ಣ ಬಹಳ ಕಡೆ ಎದ್ದುಹೋಗಿ ಒಳಗಿನ ಲೋಹ ಕಾಣಿಸ್ತಿತ್ತು, ಆದರೆ ಫ್ರೇಮ್ ಗಟ್ಟಿಯಾಗಿಯೇ ಇತ್ತು, ಅಲುಗಾಡಲಿಲ್ಲ ಕೈಯಲ್ಲಿ ಹಿಡಿದಾಗ.

ಗುರುತು

ಈ ಸೈಕಲ್ಲನ್ನ ಬಸವರಾಜ್ ಕೊಂಡುಕೊಂಡಿದ್ದು ಇಪ್ಪತ್ತೆರಡು ವರ್ಷದ ಹಿಂದೆ, ಮಂಜು ಇಂಜಿನಿಯರಿಂಗ್‌ಗೆ ಬೆಂಗಳೂರಿಗೆ ಹೊರಡುವ ಮೂರು ದಿನ ಮೊದಲು.

ಅಂದು ಮಂಜು ಬಸವರಾಜನ ಮನೆಯ ಮುಂದೆ ಬಂದು ನಿಂತಿದ್ದ, ಸೈಕಲ್ ಜೊತೆಗೇ, "ಇದನ್ನ ಇಟ್ಕೋತೀಯಾ" ಅಂತ ಕೇಳಿದ್ದ, ನೇರವಾಗಿ. ಅಂದಿನ ಟಿಕೆಟ್ ದುಡ್ಡು, ಹಾಸ್ಟೆಲ್ ಡೆಪಾಸಿಟ್, ಎಲ್ಲ ಸೇರಿ ಶಿವಪ್ಪ ಹೊಂದಿಸಿಟ್ಟ ದುಡ್ಡು ಸಾಲುತ್ತಿರಲಿಲ್ಲ ಸ್ವಲ್ಪ, ಮಂಜು ಇದನ್ನ ಯಾರಿಗೂ ಹೇಳದೆ ಸ್ವತಃ ಸರಿಪಡಿಸಿಕೊಳ್ಳಬೇಕು ಅಂತ ಅಂದುಕೊಂಡಿದ್ದ. ಈ ಸೈಕಲ್ಲೇ ಅವನ ಬಳಿ ಇದ್ದ ಒಂದೇ ಒಂದು ಮಾರಬಹುದಾದ ವಸ್ತು.

"ಎಷ್ಟು ಕೊಡ್ಬೇಕು?" ಬಸವರಾಜ್ ಕೇಳಿದ್ದ, ಆ ಸಮಯದಲ್ಲಿ ಇಬ್ಬರಿಗೂ ಹದಿನೆಂಟೊ ಹತ್ತೊಂಬತ್ತೋ ವಯಸ್ಸು.

"ನಿನ್ ಇಷ್ಟ." ಮಂಜು ಅಂದಿದ್ದ, ಕಣ್ಣು ಬೇರೆ ಕಡೆ ತಿರುಗಿಸ್ತಾ. ಬಸವರಾಜ್‌ಗೆ ಗೊತ್ತಿತ್ತು ಆ ಸೈಕಲ್ಲಿನ ನಿಜವಾದ ಬೆಲೆ ಎಷ್ಟು, ಆದರೆ ಎಷ್ಟು ಕೊಟ್ರೂ ಸಾಕಾಗಲ್ಲ ಅನ್ನುವ ಹಾಗೆ ಮಂಜುವಿನ ಮುಖ ಇತ್ತು ಆ ಕ್ಷಣ, ಬಿಡುಗಡೆಯ ಸಂತೋಷ ಮತ್ತು ಬಿಟ್ಟುಹೋಗುತ್ತಿರುವ ಸಂಕಟ ಎರಡೂ ಒಟ್ಟಿಗೆ.

ಒಳಗೆ ಹೋಗಿ ಅಪ್ಪ ಇಟ್ಟಿದ್ದ ಪೆಟ್ಟಿಗೆಯಿಂದ ಬಸವರಾಜ್ ದುಡ್ಡು ತಂದುಕೊಟ್ಟ, ಎಷ್ಟು ಕೊಟ್ಟ ಎಂದು ಈಗ ಬಸವರಾಜ್‌ಗೆ ಸರಿಯಾದ

ಸಂಖ್ಯೆ ನೆನಪಿಲ್ಲ, ಆದರೆ ಆ ಮೊತ್ತ ಆಗಿನ ಕಾಲಕ್ಕೆ ಸೈಕಲ್ಲಿನ ನಿಜ ಬೆಲೆಗಿಂತ ಸ್ವಲ್ಪ ಜಾಸ್ತಿಯೇ ಇತ್ತು ಅಂತ ಇಬ್ಬರಿಗೂ ಗೊತ್ತಿತ್ತು, ಯಾರೂ ಆ ಬಗ್ಗೆ ಮಾತಾಡಲಿಲ್ಲ.

"ಇಲ್ಲಿಂದ ದುಡ್ಡು ಮಾಡ್ಕೊಂಡು ಬಂದ್ ಮೇಲೆ ಒಳ್ಳೆ ಬೈಕ್ ತಗೋತೀನಿ, ಆವಾಗ ನಿಂಗೆ ಇನ್ನೊಂದು ಒಳ್ಳೇ ಸೈಕಲ್ ಕೊಡಿಸ್ತೀನಿ," ಮಂಜು ಆ ದಿನ ಹೇಳಿದ್ದ, ನಗುತ್ತಾ, ಬಹುಶಃ ಆ ಕ್ಷಣದ ಭಾರ ಕಡಿಮೆ ಮಾಡಿಕೊಳ್ಳುವ ಸಲುವಾಗಿ.

"ಬೇಡ ಬಿಡು, ಇದೇ ಸಾಕು," ಬಸವರಾಜ್ ಅಂದಿದ್ದ.

ಆ ಮಾತು ಇಬ್ಬರಿಗೂ ಆ ಕ್ಷಣಕ್ಕೆ ಬರೀ ಒಂದು ಔಪಚಾರಿಕ ಮಾತಾಗಿತ್ತು, ಯಾರೂ ಗಂಭೀರವಾಗಿ ತೊಗೊಂಡಿರಲಿಲ್ಲ. ಬೈಕ್ ಇನ್ನೊಂದು ಸೈಕಲ್ಲಿಗೆ ಬದಲಾಗುವಂಥ ಮಾತಲ್ಲ ಅಂತ ಇಬ್ಬರಿಗೂ ಒಳಗೊಳಗೇ ಗೊತ್ತಿತ್ತೇನೋ. ಮೂರು ದಿನದ ಮೇಲೆ ಮಂಜು ಬಸ್ಸು ಹತ್ತಿ ಬೆಂಗಳೂರಿಗೆ ಹೊರಟುಹೋದ, ಬಸವರಾಜ್ ಆ ಸೈಕಲ್ಲನ್ನ ಎರಡು ಮೂರು ವರ್ಷ ಚೆನ್ನಾಗಿ ಬಳಸಿದ, ಆಮೇಲೆ ಒಂದು ಚಿಕ್ಕ ಟಿವಿಎಸ್ ಮೊಪೆಡ್ ಬಂತು ಮನೆಗೆ, ಸೈಕಲ್ ಶೆಡ್ಡಿಗೆ ಸೇರಿತು.

ಬಸವರಾಜ್ ಈಗ ಆ ಸೈಕಲ್ಲಿನ ಸೀಟಿನ ಮೇಲೆ ಕೈ ಆಡಿಸಿದ, ಬಿರುಕುಬಿಟ್ಟ ಚರ್ಮದ ಮೇಲೆ. ಗಿರೀಶ್‌ಗೆ ಹೊಸ ಸೈಕಲ್ ತಗೊಳ್ಳಿಸಬೇಕಾದ್ರೆ ಕಡಿಮೆ ಅಂದ್ರೂ ಆರೇಳು ಸಾವಿರ ಬೇಕು, ಗೇರ್

ಇದ್ದದ್ದು ಬೇಕು ಅಂದ್ರೆ ಇನ್ನೂ ಜಾಸ್ತಿ. ಈ ವಾರ ಆ ದುಡ್ಡು ಇಟ್ಟುಕೊಳ್ಳುವಂತಿರಲಿಲ್ಲ, ರಸಗೊಬ್ಬರದ ಕಂತು ಮೊದಲು.

ಒಂದು ಯೋಚನೆ ಬಂತು ಅವನಿಗೆ, ಪಟ್ಟಣದಲ್ಲಿ ಸೈಕಲ್ ರಿಪೇರಿ ಮಾಡುವ ಚಂದ್ರು ಇದಾನೆ, ಹಳೆಯ ಫ್ರೇಮಿಗೆ ಹೊಸ ಚಕ್ರ, ಹೊಸ ಚೈನು, ಹೊಸ ಸೀಟು ಹಾಕಿಸಿ, ಬಣ್ಣ ಬಳಿಸಿದ್ರೆ ಎಷ್ಟಾಗಬಹುದು ಅಂತ. ಇದೇ ಫ್ರೇಮು, ಹಳೆಯದಾದ್ರೂ ಇನ್ನೂ ಗಟ್ಟಿಯಾಗಿದೆ, ಈಗಿನ ಸೈಕಲ್ಲುಗಳ ತೆಳ್ಳಗಿನ ಫ್ರೇಮಿಗಿಂತ ಗಟ್ಟಿಯಾಗೇ ಇರಬಹುದು ಅಂತ ಅವನಿಗೆ ಅನ್ನಿಸಿತು.

ಆ ಸಂಜೆಯೇ ಸೈಕಲ್ಲನ್ನ ಟ್ರ್ಯಾಕ್ಟರಿನ ಟ್ರಾಲಿಗೆ ಹಾಕಿ ಪಟ್ಟಣಕ್ಕೆ ಒಯ್ದ.

ಚಂದ್ರುವಿನ ಅಂಗಡಿ ಒಂದು ಚಿಕ್ಕ ಶೆಡ್ಡು, ಎಲ್ಲಿ ನೋಡಿದ್ರೂ ಟೈರು, ಟ್ಯೂಬು, ಸ್ಪೇರ್ ಪಾರ್ಟುಗಳ ರಾಶಿ. ಚಂದ್ರು ಸೈಕಲ್ಲನ್ನ ಎತ್ತಿ ತಿರುಗಿಸಿ ನೋಡಿದ.

"ಎಲ್ಲಿಂದ ತಂದ್ರಿ ಇಂಥಾ ಹಳೆದು?" ಚಂದ್ರು ಕೇಳಿದ, ಅಚ್ಚರಿಯಿಂದ. "ಈಗ ಇಂಥ ಹೀರೋ ಫ್ರೇಮು ಸಿಗೋದೇ ಕಷ್ಟ, ಎಲ್ಲಾ ಇಂಪೋರ್ಟೆಡ್ ಫ್ರೇಮು ಆಗೋಗಿದೆ."

"ಮನೇಲಿ ಇತ್ತು, ಇಪ್ಪತ್ತು ವರ್ಷದಿಂದ ಶೆಡ್ಡಲ್ಲಿ ಬಿದ್ದಿತ್ತು," ಬಸವರಾಜ್ ಹೇಳಿದ, ಇನ್ಯಾವ ವಿವರವನ್ನೂ ಕೊಡಲಿಲ್ಲ.

"ಮಗನಿಗೆ ಬೇಕಾ?"

"ಹೂಂ, ಶಾಲೆಗೆ ಹೋಗ್ಬೇಕು ಪ್ರತಿ ದಿನ, ಆರು ಕಿಲೋಮೀಟರ್."

ಚಂದ್ರು ಫ್ರೇಮನ್ನ ಒಮ್ಮೆ ಬಡಿದು ನೋಡಿದ, ಟೈರುಗಳ ಸ್ಥಿತಿ ಪರೀಕ್ಷಿಸಿದ. "ಫ್ರೇಮು ಗಟ್ಟಿಯಾಗಿದೆ ಸ್ವಾಮಿ, ಚಿಂತೆ ಇಲ್ಲ. ಎರಡೂ ಟೈರು ಬದಲಾಯಿಸ್ಬೇಕು, ಚೈನು, ಸೀಟು, ಎರಡು ಕಡೆ ಬ್ರೇಕ್ ವೈರು. ಬಣ್ಣ ಬೇಕು ಅಂದ್ರೆ ಇನ್ನೊಂದ್ನೈನೂರು ಜಾಸ್ತಿ. ಒಟ್ಟಿಗೆ ಸಾವಿರದ ಎಂಟುನೂರರ ಒಳಗೆ ಆಗುತ್ತೆ ಎಲ್ಲಾ ಸೇರಿ."

ಒಂದು ಸಾವಿರದ ಎಂಟುನೂರು. ಹೊಸ ಸೈಕಲ್ಲಿನ ಕಾಲುಭಾಗವೂ ಇಲ್ಲ ಇದು. ಬಸವರಾಜ್ ಒಂದು ಕ್ಷಣ ಲೆಕ್ಕ ಹಾಕಿ, "ಆಗ್ಲಿ, ಮಾಡು," ಅಂದ. "ಗಿಯರ್ ಬೇಕಾ ಸ್ವಾಮಿ ಹಾಕಿಸಕ್ಕೆ, ಅದೂ ಆಗುತ್ತೆ," ಚಂದ್ರು ಕೇಳಿದ. ಬಸವರಾಜ್ ಒಂದು ಕ್ಷಣ ಯೋಚಿಸಿ, "ಬೇಡ, ಇದ್ದ ಹಾಗೇ ಸಾಕು," ಅಂದ.

ಮೂರು ದಿನದ ಮೇಲೆ ಸೈಕಲ್ ರೆಡಿಯಾಯ್ತು, ಚಂದ್ರು ಕಪ್ಪು ಬಣ್ಣ ಬಳಿದಿದ್ದ, ಹೊಳೆಯುತ್ತಿತ್ತು ಹೊಸದರ ಥರ, ಹೊಸ ಟೈರು, ಹೊಸ ಸೀಟು, ಚೈನು ಸದ್ದಿಲ್ಲದೆ ತಿರುಗುತ್ತಿತ್ತು. ಬಸವರಾಜ್ ಸಂಜೆ ಮನೆಗೆ ತಂದ, ಗಿರೀಶ ಸ್ಕೂಲಿನಿಂದ ಬರುವ ಮೊದಲೇ, ಅಂಗಳದಲ್ಲಿ ನಿಲ್ಲಿಸಿ ಇಟ್ಟ.

ಗಿರೀಶ ಬಂದವನೇ ದಂಗಾದ. "ಇದ್ ಎಲ್ಲಿಂದ ಬಂತಪ್ಪ?"

"ಮನೇಲೇ ಇತ್ತು, ಶೆಡ್ಡಲ್ಲಿ. ರಿಪೇರಿ ಮಾಡ್ಸಿ ತಂದೆ."

"ಗೇರ್ ಇಲ್ವಲ್ಲ ಇದಕ್ಕೆ," ಗಿರೀಶ ಸ್ವಲ್ಪ ನಿರಾಶೆಯಿಂದ ಹೇಳಿದ, ಆದರೆ ಆ ನಿರಾಶೆ ಬಹಳ ಹೊತ್ತು ಉಳಿಯಲಿಲ್ಲ, ಹೊಸ ಫ್ರೇಮಿನ ಹೊಳಪು, ಗಟ್ಟಿಯಾದ ಚಕ್ರಗಳು ಹುಡುಗನ ಗಮನ ಸೆಳೆದವು. ಹತ್ತಿ ಅಂಗಳದಲ್ಲಿ ಒಂದು ಸುತ್ತು ಹೊಡೆದ, ಇನ್ನೊಂದು ಸುತ್ತು, ಇಷ್ಟವಾಯ್ತು ಅಂತ ಮುಖ ನೋಡಿದ್ರೆ ಗೊತ್ತಾಗ್ತಿತ್ತು.

"ಚೆನ್ನಾಗಿ ಓಡುತ್ತೆ ಅಪ್ಪ," ಗಿರೀಶ ಒಂದು ಸುತ್ತು ಮುಗಿಸಿ ಹೇಳಿದ.

"ಜೋಪಾನ ಇಟ್ಕೋ. ಇದು ಬಹಳ ಹಳೆಯ ಫ್ರೇಮು," ಅಷ್ಟೇ ಹೇಳಿದ ಬಸವರಾಜ್, ಇನ್ಯಾವ ವಿವರವನ್ನೂ ಸೇರಿಸದೆ.

ರಾತ್ರಮ್ಮ ಒಳಗಿನಿಂದ ಬಂದು ನೋಡಿ, "ಹೊಸ ಸೈಕಲ್ ಥರಾನೇ ಕಾಣ್ತಾ ಇದೆ, ಎಷ್ಟಾಯ್ತು?" ಕೇಳಿದಳು.

"ಎರಡು ಸಾವಿರದ ಒಳಗೆ. ಹೊಸದು ತಗೊಂಡ್ರೆ ಆರೇಳು ಸಾವಿರ ಆಗ್ತಿತ್ತು," ಬಸವರಾಜ್ ಹೇಳಿದ.

"ಒಳ್ಳೆದೇ ಆಯ್ತು ಬಿಡಿ," ರಾತ್ರಮ್ಮ ಅಂದಳು, ಇನ್ಯಾವ ಪ್ರಶ್ನೆ ಕೇಳದೆ ಒಳಗೆ ಹೋದಳು, ಅಡುಗೆ ಕೆಲಸ ಇತ್ತು.

ಬಸವರಾಜ್ ಇನ್ನೊಂದು ಕ್ಷಣ ಅಲ್ಲೇ ನಿಂತ, ಮಗ ಸೈಕಲ್ ಮೇಲೆ ಸುತ್ತು ಹೊಡೆಯುತ್ತಿರುವುದನ್ನ ನೋಡ್ತಾ. ಎಷ್ಟು ಹೇಳ್ಬೇಕು ಎಷ್ಟು ಬಿಡ್ಬೇಕು ಅಂತ ಅವನಿಗೆ ಗೊತ್ತಿರಲಿಲ್ಲ, ಈ ಸೈಕಲ್ಲಿನ ಕಥೆ ಗಿರೀಶ್‌ಗೆ ಎಷ್ಟರ ಮಟ್ಟಿಗೆ ಅರ್ಥ ಆಗುತ್ತೋ. ಬರೀ ಒಂದು ಹಳೇ ಸೈಕಲ್ ರಿಪೇರಿ ಮಾಡ್ಸಿ ತಂದ ಕಥೆ ಅಂತಷ್ಟೇ ಗಿರೀಶ್‌ಗೆ ಗೊತ್ತಾಯ್ತು, ಅಷ್ಟೇ ಸಾಕು ಅಂತ ಬಸವರಾಜ್ ಒಳಗೊಳಗೇ ಒಪ್ಪಿಕೊಂಡ.

ರಾತ್ರಿ ಊಟದ ನಂತರ ಬಸವರಾಜ್ ಜಗುಲಿಯ ಮೇಲೆ ಒಬ್ಬನೇ ಕುಳಿತ, ಗಿರೀಶ ಒಳಗೆ ಹೋಂವರ್ಕ್ ಮಾಡ್ತಾ ಇದ್ದ. ಫೋನ್ ಕೈಗೆತ್ತಿಕೊಂಡು ಮಂಜುವಿನ ನಂಬರ್ ನೋಡಿದ, ಕಾಂಟ್ಯಾಕ್ಟ್ ಲಿಸ್ಟಿನಲ್ಲಿ "ಮಂಜಣ್ಣ ಬೆಂಗಳೂರು" ಅಂತ ಸೇವ್ ಆಗಿತ್ತು. ಕರೆ ಮಾಡುವ ಯೋಚನೆ ಬಂತು, ಇವತ್ತು ಆ ಹಳೇ ಸೈಕಲ್ಲಿಗೆ ಬಣ್ಣ ಬಳಿಸಿ ಮಗನಿಗೆ ಕೊಟ್ಟೆ ಅಂತ ಹೇಳ್ಬೇಕು ಅಂತ. ಮಂಜು ಇದನ್ನ ಕೇಳಿ ಏನಂತಾನೋ, ಬಹುಶಃ ನಗ್ತಾನೆ, ಬಹುಶಃ ಏನೂ ಅನ್ನಿಸಲ್ಲ ಅವನಿಗೆ, ಎಷ್ಟೋ ವರ್ಷದ ಹಿಂದಿನ ಒಂದು ಸಣ್ಣ ವಿಷಯ ಅವನ ಜ್ಞಾಪಕದಲ್ಲಿ ಇಷ್ಟು ಸ್ಪಷ್ಟವಾಗಿ ಉಳಿದಿದೆಯೋ ಇಲ್ಲವೋ.

ಕೊನೆಗೆ ಫೋನನ್ನ ಮತ್ತೆ ಪಕ್ಕಕ್ಕಿಟ್ಟ. ಈಗ ಮಾಡಿದ್ರೆ ಏನೋ ದೊಡ್ಡ ವಿಷಯ ಹೇಳ್ಬೇಕು ಅನ್ನುವ ಹಾಗೆ ಆಗುತ್ತೆ, ಬಸವರಾಜ್‌ಗೆ ಅದು ಬೇಡ ಅನ್ನಿಸಿತು. ಒಂದು ಸೈಕಲ್ ರಿಪೇರಿ ಮಾಡ್ಸಿದ್ದನ್ನ ಫೋನ್ ಮಾಡಿ ಹೇಳುವಷ್ಟು ವಿಷಯವಲ್ಲ ಅಂತ ಒಂದು ಮನಸ್ಸು ಹೇಳ್ತಿತ್ತು,

ಇನ್ನೊಂದು ಮನಸ್ಸಿಗೆ ಯಾಕೋ ಹೇಳ್ಬೇಕು ಅನ್ನಿಸ್ತಿತ್ತು. ಎರಡರ ನಡುವೆ ಬಸವರಾಜ್ ಸುಮ್ಮನೇ ಕುಳಿತ.

ಮುಂದಿನ ಸಲ ಮಂಜು ಊರಿಗೆ ಬಂದಾಗ ಹೇಳ್ಬಹುದು, ಆ ಸೈಕಲ್ ಮೇಲೆ ಗಿರೀಶ ಶಾಲೆಗೆ ಹೋಗ್ತಾ ಇದಾನೆ ಅಂತ, ಬಸವರಾಜ್ ಅಂದುಕೊಂಡ. ಆದ್ರೆ ಮಂಜು ಕೊನೆ ಸಲ ಬಂದದ್ದೇ ಎಷ್ಟೋ ತಿಂಗಳ ಹಿಂದೆ, ಒಂದು ದಿನಕ್ಕೆ ಬಂದು ಹೋಗಿದ್ದ, ಬಸವರಾಜ್‌ಗೆ ಸಿಗುವ ಸಮಯವೇ ಸಿಕ್ಕಿರಲಿಲ್ಲ ಅವತ್ತು, ಸುದ್ದಿ ಬಂದಿದ್ದೇ ಎರಡು ದಿನದ ಮೇಲೆ ಶಿವಪ್ಪನ ಬಾಯಿಂದ.

ಆಕಾಶ ನೋಡಿದ, ಬಯಲಿನ ಆಚೆ ದೂರದಲ್ಲಿ ಒಂದೆರಡು ಮಿಂಚುಹುಳುಗಳು ಹಾರಾಡ್ತಾ ಇದ್ದವು. ಅಂಗಳದ ಮೂಲೆಯಲ್ಲಿ ಹೊಸ ಬಣ್ಣದ ಸೈಕಲ್ ಮಬ್ಬು ಬೆಳಕಲ್ಲಿ ಸ್ವಲ್ಪ ಹೊಳೆಯುತ್ತಾ ನಿಂತಿತ್ತು, ಗೋಡೆಗೆ ಒರಗಿಸಿ.

ಬಸವರಾಜ್ ಎದ್ದು ಒಳಗೆ ಹೋಗುವ ಮೊದಲು ಒಮ್ಮೆ ಆ ಸೈಕಲ್ಲಿನ ಸೀಟನ್ನ ಕೈಯಿಂದ ಮುಟ್ಟಿ ನೋಡಿದ, ಚರ್ಮ ಇನ್ನೂ ಹೊಸತರ ವಾಸನೆ ಬೀರುತ್ತಿತ್ತು. ಏನೂ ಹೇಳದೆ ಬಾಗಿಲು ಹಾಕಿಕೊಂಡ.

ಅಧ್ಯಾಯ ೯: ದೀಪಾಳ ಸೀರೆ

ಯಾರ ಕಥೆ: ದೀಪಾ · *ಸ್ಥಳ:* ಬೆಂಗಳೂರು, ಅವರ ಫ್ಲಾಟ್

ಬೆಳಿಗ್ಗೆ ಒಂಬತ್ತು ಗಂಟೆ, ಅಡುಗೆಮನೆಯಲ್ಲಿ ದೀಪಾ ಇನ್ನೂ ಬಾಕ್ಸ್ ಪ್ಯಾಕ್ ಮಾಡ್ತಿದ್ದಳು, ಒಂದು ಕೈಯಲ್ಲಿ ಚಪಾತಿ, ಇನ್ನೊಂದು ಕೈಯಲ್ಲಿ ಫೋನಿನ ಸ್ಪೀಕರ್ ಆನ್ ಮಾಡಿ ಇಟ್ಟಿದ್ದಳು. ಅನ್ವಿತಾ ಶೂ ಹಾಕ್ಕೊಳ್ಳಕ್ಕೆ ಹಠ ಮಾಡ್ತಿದ್ದಳು, ಆದಿತ್ಯ ಎಲ್ಲೋ ತನ್ನ ಗಣಿತದ ನೋಟ್‌ಬುಕ್ ಹುಡುಕ್ತಿದ್ದ. ಮಂಜು ಎಂಟೂವರೆಗೇ ಆಫೀಸಿಗೆ ಹೊರಟುಬಿಟ್ಟಿದ್ದ, ಸಂಜೆ ಯಾವುದೋ ಕ್ಲೈಂಟ್ ಕಾಲ್ ಇದೆ ಅಂತ ಬೆಳಿಗ್ಗೆಯೇ ಹೇಳಿದ್ದ.

ಫೋನಿನಲ್ಲಿ ಅವಳ ಕಾಲೇಜು ಗ್ರೂಪಿನ ಚಾಟ್ ಇತ್ತು, ಶ್ವೇತಾ ಮೆಸೇಜ್ ಹಾಕಿದ್ದಳು, "ಈ ಶನಿವಾರ ನನ್ನ ತಂಗಿ ಎಂಗೇಜ್‌ಮೆಂಟ್, ಎಲ್ಲರೂ ಬರ್ಬೇಕು ಆಯ್ತಾ, ಫಂಕ್ಷನ್ ಹಾಲ್ ಡೀಟೇಲ್ಸ್ ಕಳಿಸ್ತೀನಿ." ದೀಪಾ ಥಂಬ್ಸ್ ಅಪ್ ಕೊಟ್ಟಳು, ಆಮೇಲೆ ಮತ್ತೆ ಅನ್ವಿತಾಳ ಶೂ ಕಡೆ ತಿರುಗಿದಳು.

ಮಕ್ಕಳನ್ನ ಶಾಲಾ ವ್ಯಾನಿಗೆ ಕಳಿಸಿ, ಮನೆ ಸ್ವಲ್ಪ ಸ್ವಸ್ಥವಾದ ಮೇಲೆ, ಅವಳಿಗೆ ಥಟ್ಟನೆ ನೆನಪಾಯ್ತು, ಶನಿವಾರಕ್ಕೆ ಸೀರೆ ಇಲ್ಲ. ಕಳೆದ ಆರೇಳು ತಿಂಗಳಿಂದ ಯಾವ ಫಂಕ್ಷನ್‌ಗೂ ಹೋಗಿರಲಿಲ್ಲ, ಒಂದೆರಡು

ಸೀರೆ ಇದ್ದದ್ದೂ ಈಗಾಗಲೇ ಎರಡ್ಮೂರು ಸಲ ಉಟ್ಟುಕೊಂಡಾಗಿತ್ತು. ಶ್ವೇತಾಳ ಮನೆಯ ಫಂಕ್ಷನ್, ಹಳೆಯ ಗೆಳತಿಯರೆಲ್ಲ ಸಿಗ್ತಾರೆ, ಏನಾದ್ರೂ ಒಳ್ಳೆ ಸೀರೆ ಹಾಕ್ಕೊಳ್ಳಬೇಕು ಅನ್ನಿಸಿತು.

ಪಾತ್ರೆ ತೊಳೆಯುತ್ತಾ ಅವಳಿಗೆ ಶ್ವೇತಾಳ ಜೊತೆ ಕಳೆದ ಕಾಲೇಜು ದಿನಗಳ ನೆನಪಾಯ್ತು. ಇಬ್ಬರೂ ಒಂದೇ ಬ್ಯಾಚಿನಲ್ಲಿ ಬಿ.ಕಾಂ ಮಾಡಿದವರು, ಆಮೇಲೆ ಬೇರೆ ಬೇರೆ ಕಂಪನಿಗಳಲ್ಲಿ ಕೆಲಸಕ್ಕೆ ಸೇರಿದ್ದರು. ಶ್ವೇತಾ ಈಗಲೂ ಕೆಲಸ ಮಾಡ್ತಾ ಇದ್ದಳು, ಯಾವುದೋ ಬ್ಯಾಂಕಿನಲ್ಲಿ ಮ್ಯಾನೇಜರ್ ಆಗಿದ್ಳು ಈಗ. ಗ್ರೂಪ್ ಚಾಟಿನಲ್ಲಿ ಆಗಾಗ ಆಫೀಸ್ ಟ್ರಿಪ್ಪುಗಳ ಫೋಟೋ, ಪ್ರಮೋಷನ್ ಸುದ್ದಿ, ಇಂಥದ್ದೆಲ್ಲ ಬರೋದು ದೀಪಾಗೆ ಗೊತ್ತಿತ್ತು. ಅವಳಿಗೆ ಅಸೂಯೆ ಅನ್ನಿಸ್ತಿರಲಿಲ್ಲ ಸರಿಯಾಗಿ, ಆದ್ರೆ ಒಂದು ಸಣ್ಣ ವಿಚಿತ್ರ ಭಾವ ಬರ್ತಿತ್ತು, ಹೆಸರಿಡಕ್ಕೆ ಆಗದ ಭಾವ, ಪಾತ್ರೆ ತೊಳೆದು ಮುಗಿಯುವಷ್ಟರಲ್ಲಿ ಮರೆತೂಹೋಗ್ತಿತ್ತು.

ಬೆಡ್‌ರೂಮಿನ ಕಪಾಟಿನ ಮೇಲಿನ ಶೆಲ್ಫಿನಲ್ಲಿ ಸೀರೆಗಳಿದ್ದವು, ಆದರೆ ಎಲ್ಲಾ ನೋಡಿನೋಡಿ ಬೇಸರ ಬಂದಂಥವು. ಅವಳಿಗೆ ಇದ್ದಕ್ಕಿದ್ದ ಹಾಗೆ ನೆನಪಾಯ್ತು, ಆ ಟ್ರಂಕಿನ ಒಳಗೆ ಇನ್ನೊಂದು ಸೀರೆ ಇದೆ. ಮದುವೆಯಾದಾಗ ತವರುಮನೆಯಿಂದ ತಂದ ಸ್ಟೀಲ್ ಟ್ರಂಕು, ಈಗ ಸ್ಟೋರ್‌ರೂಮಿನ ಮೂಲೆಯಲ್ಲಿ, ಮೇಲೊಂದು ಚಾಪೆ ಮಡಚಿ ಇಟ್ಟಿದ್ದ ಕಾರಣ ಸುಮಾರು ವರ್ಷದಿಂದ ತೆಗೆದೇ ಇರಲಿಲ್ಲ.

ಚಾಪೆ ಸರಿಸಿ, ಟ್ರಂಕಿನ ಬೀಗ ತೆಗೆದಳು. ಒಳಗೆ ಹಳೆಯ ಫೋಟೋ ಆಲ್ಬಮ್ಮು, ಮಕ್ಕಳ ಚಿಕ್ಕಂದಿನ ಬಟ್ಟೆಗಳ ಕಟ್ಟು, ಒಂದೆರಡು ಪುಸ್ತಕ, ಇವುಗಳ ನಡುವೆ ಒಂದು ಹಳೆಯ ಬಟ್ಟೆಯಲ್ಲಿ ಸುತ್ತಿಟ್ಟ ಸೀರೆ. ದೀಪಾ ಅದನ್ನ ಎತ್ತಿಕೊಂಡು ಮೆಲ್ಲಗೆ ಬಿಚ್ಚಿದಳು.

ಕೆಂಪು ಮತ್ತು ಚಿನ್ನದ ಬಣ್ಣದ ಮೈಸೂರು ಸಿಲ್ಕ್, ಅಂಚಿನಲ್ಲಿ ಸಣ್ಣ ಜರಿ ಕೆಲಸ. ಇದು ಅವಳ ಅಮ್ಮ ಸುನಂದಮ್ಮನ ಸೀರೆ, ದೀಪಾಳಿಗೆ ಮೊದಲ ಕೆಲಸ ಸಿಕ್ಕ ದಿನ ಕೊಟ್ಟಿದ್ದ ಸೀರೆ.

ಅವಳಿಗೆ ಆ ದಿನ ನೆನಪಾಯ್ತು, ಸ್ಪಷ್ಟವಾಗಿ. ಕಾಲೇಜು ಮುಗಿಸಿ ಮೂರು ತಿಂಗಳಾಗಿತ್ತಷ್ಟೇ, ಬೆಂಗಳೂರಿನ ಒಂದು ಕಂಪನಿಯಲ್ಲಿ ಇಂಟರ್ವ್ಯೂ ಆಗಿ, ಆಫರ್ ಲೆಟರ್ ಬಂದ ದಿನ, ಅಪ್ಪ ನಾಗರಾಜ್ ಎಷ್ಟೋ ಸಲ ಓದಿ ಓದಿ ಅದನ್ನ ನೋಡಿದ್ದ, ಬಾಯಿ ಬಿಟ್ಟು ಏನೂ ಹೇಳಿರಲಿಲ್ಲ, ಆದರೆ ಮುಖದಲ್ಲಿ ಹೆಮ್ಮೆ ಸ್ಪಷ್ಟ ಕಾಣ್ತಿತ್ತು. ಸುನಂದಮ್ಮ ಅಂದು ಸಂಜೆ ದೀಪಾಳನ್ನ ತನ್ನ ಕೋಣೆಗೆ ಕರ್ಕೊಂಡು ಹೋಗಿ, ಕಪಾಟಿನಿಂದ ಈ ಸೀರೆ ತೆಗೆದು ಕೊಟ್ಟಿದ್ದಳು.

"ಇದು ನನ್ನ ಮದುವೆಯಾದ ಹೊಸತ್ರಲ್ಲಿ ಅಪ್ಪ ತಗೊಂಡುಕೊಟ್ಟಿದ್ದು," ಅಂತ ಹೇಳಿದ್ದಳು ಸುನಂದಮ್ಮ, "ಆಗಿನಿಂದ ಕಪಾಟಲ್ಲೇ ಇತ್ತು, ಹೆಚ್ಚು ಹಾಕ್ಕೊಂಡ ನೆನಪಿಲ್ಲ ನನಗೆ. ಈಗ ನಿಂಗೆ ಕೊಡ್ತೀನಿ, ನಿನ್ನ ಮೊದಲ ಸಂಬಳ ಬಂದಾಗ ಹಾಕ್ಕೋ."

ಗುರುತು

ದೀಪಾಳಿಗೆ ಆಗ ಅರ್ಥ ಆಗಿರಲಿಲ್ಲ, ಯಾಕೆ ಅಮ್ಮ ಅಷ್ಟು ಹಳೆಯ ಸೀರೆಯನ್ನ, ಅದೂ ತನ್ನದೇ ಆದ ಒಂದು ವಿಶೇಷ ಸೀರೆಯನ್ನ, ಇಷ್ಟು ಸಲೀಸಾಗಿ ಕೊಟ್ಟುಬಿಟ್ಟಳು ಅಂತ. ಈಗ ಟ್ರಂಕಿನ ಮುಂದೆ ಕುಳಿತು ಸೀರೆ ಹಿಡ್ಕೊಂಡಿದ್ದಾಗ, ಅದು ಸ್ವಲ್ಪ ಸ್ವಲ್ಪ ಅರ್ಥ ಆಗ್ತಾ ಇತ್ತು.

ಸುನಂದಮ್ಮ ಬಿ.ಎ. ಮುಗಿಸಿದ ಎರಡು ವರ್ಷದಲ್ಲೇ ಮದುವೆಯಾಗಿದ್ದಳು. ಟೀಚರ್ ಆಗ್ಬೇಕು ಅಂತ ಡಿ.ಎಡ್ ಸೇರ್ಬೇಕು ಅಂದ್ಕೊಂಡಿದ್ಳಂತೆ, ಆದರೆ ಆ ವರ್ಷವೇ ನಾಗರಾಜ್ ಸಂಬಂಧ ಬಂತು, ಮನೆಯವರೆಲ್ಲ ಒಪ್ಪಿಗೆ ಕೊಟ್ಟುಬಿಟ್ಟರು, ಡಿ.ಎಡ್ ವಿಷಯ ಅಷ್ಟಕ್ಕೇ ನಿಂತುಹೋಯ್ತು. ಈ ಕಥೆಯನ್ನ ದೀಪಾ ಚಿಕ್ಕಂದಿನಿಂದ ಒಂದೆರಡು ಸಲ ಕೇಳಿದ್ದಳು, ಅಮ್ಮ ಯಾವತ್ತೂ ಬೇಸರದಿಂದ ಹೇಳಿರಲಿಲ್ಲ, ಬರೀ ಒಂದು ಸಂಗತಿಯ ಹಾಗೆ ಹೇಳ್ತಿದ್ದಳು. ಆದರೆ ಆ "ಸಂಗತಿ"ಯ ಹಿಂದೆ ಏನಿತ್ತು ಅಂತ ದೀಪಾ ಆಗ ಯೋಚಿಸಿರಲಿಲ್ಲ.

ಈಗ ಗೊತ್ತಾಗ್ತಿತ್ತು, ಅಮ್ಮ ತನ್ನ ಸ್ವಂತ ಬದುಕಿನಲ್ಲಿ ಆಗದೇ ಹೋಗಿದ್ದನ್ನ, ಮಗಳ ಬದುಕಲ್ಲಿ ಆಗಬೇಕು ಅಂತ ಬಯಸ್ತಿದ್ಳು, ಬಾಯಿಬಿಟ್ಟು ಎಂದೂ ಹೇಳದೇ. ಸೀರೆ ಕೊಟ್ಟಾಗ ಹೇಳಿದ ಆ ಒಂದು ಸಾಲಿನಲ್ಲಿ ಎಷ್ಟೋ ಇತ್ತು, ಅರ್ಥ ಆಗಬೇಕಿತ್ತಷ್ಟೇ.

ದೀಪಾ ಮದುವೆಗೆ ಮುಂಚೆ ಮೂರು ವರ್ಷ ಒಂದು ಕಂಪನಿಯಲ್ಲಿ ಅಕೌಂಟ್ಸ್ ಡಿಪಾರ್ಟ್‌ಮೆಂಟಿನಲ್ಲಿ ಕೆಲಸ ಮಾಡಿದ್ದಳು. ಮಂಜುವಿನ ಜೊತೆ ಮದುವೆಯಾದ ಮೇಲೂ ಒಂದೆರಡು ವರ್ಷ ಕೆಲಸ ಮುಂದುವರಿಸಿದ್ಳು. ಆದಿತ್ಯ ಹುಟ್ಟಿದ ಮೇಲೆ, ಮನೆಯಲ್ಲಿ ನೋಡ್ಕೊಳ್ಳಕ್ಕೆ ಯಾರೂ ಇಲ್ಲ ಅಂತ, "ಒಂದು ವರ್ಷ ಬ್ರೇಕ್ ತಗೋತೀನಿ, ಆಮೇಲೆ ಮತ್ತೆ ಜಾಯಿನ್ ಆಗ್ತೀನಿ" ಅಂತ ಕೆಲಸ ಬಿಟ್ಟಿದ್ಳು. ಆ "ಒಂದು ವರ್ಷ" ಆರೂವರೆ ವರ್ಷ ಆಗಿಹೋಗಿತ್ತು ಈಗ. ಆದಿತ್ಯನ ನಂತರ ಅನ್ವಿತಾ ಬಂದಳು, ಮನೆ, ಮಕ್ಕಳ ಶಾಲೆ, ಇವೆಲ್ಲದರ ನಡುವೆ ಆ ಪ್ಲಾನ್ ಒಂದು ಮಾತಷ್ಟೇ ಆಗಿ ಉಳಿದಿತ್ತು.

ಆಗಾಗ ಮಂಜು ಕೇಳ್ತಿದ್ದ, "ಕೆಲಸಕ್ಕೆ ಸೇರ್ಬೇಕು ಅಂದ್ಕೊಂಡಿದ್ಯಲ್ಲ, ಈಗ್ಲೂ ಯೋಚ್ನೆ ಇದ್ಯಾ?" ಅಂತ, ದೀಪಾ ಪ್ರತೀ ಸಲ "ಇದೆ, ಮುಂದಿನ ವರ್ಷ ಅನ್ವಿತಾ ಸ್ವಲ್ಪ ದೊಡ್ಡವಳಾದ ಮೇಲೆ" ಅಂತ ಹೇಳ್ತಿದ್ಳು. ಈ "ಮುಂದಿನ ವರ್ಷ" ಎಷ್ಟು ಸಲ ಹೇಳಿಬಿಟ್ಟಿದ್ಳೋ, ಅವಳಿಗೇ ಸರಿಯಾಗಿ ಲೆಕ್ಕ ಇರಲಿಲ್ಲ. ಮಂಜು ಎಂದೂ ಒತ್ತಾಯ ಮಾಡ್ತಿರಲಿಲ್ಲ, ಸುಮ್ಮನೆ ಕೇಳಿ, ಸುಮ್ಮನಾಗ್ತಿದ್ದ. ಅವನ ಪ್ರಶ್ನೆಯ ಹಿಂದೆ ಏನಿತ್ತು ಅಂತ ದೀಪಾ ಯೋಚಿಸ್ತಿರಲಿಲ್ಲ, ಬರೀ ಒಂದು ಸಾಮಾನ್ಯ ಪ್ರಶ್ನೆ ಅಂತಷ್ಟೇ ತಗೊಳ್ತಿದ್ಳು.

ಒಮ್ಮೊಮ್ಮೆ ರಾತ್ರಿ ಮಲಗುವ ಮುಂಚೆ, ಹಳೆಯ ಕಂಪನಿಯ ಇಮೇಲ್ ಐಡಿ ಇನ್ನೂ ನೆನಪಿದ್ಯಾ ಅಂತ ತಮಾಷೆಗೆ ಟೈಪ್ ಮಾಡಿ ನೋಡಿದ್ದೂ ಉಂಟು, ಸುಮ್ಮನೆ, ಯಾರಿಗೂ ಹೇಳದೆ. ಅಕೌಂಟ್ಸಿನ ಆ

ಎಕ್ಸೆಲ್ ಶೀಟುಗಳು, ಮಂಥ್ ಎಂಡ್ ಕ್ಲೋಸಿಂಗಿನ ಗಡಿಬಿಡಿ, ಟೀಮಿನ ಜೊತೆ ಫ್ರೈಡೇ ಸಂಜೆ ಟೀ ಕುಡಿಯೋದು, ಇವೆಲ್ಲ ಈಗ ಬಹಳ ದೂರದ ಬದುಕಿನ ಹಾಗೆ ಅನ್ಸಿತ್ತು, ಬೇರೆಯವರ ಕಥೆಯ ಹಾಗೆ.

ಸೀರೆಯನ್ನ ಮಡಚಿ, ಬಿಸಿಲಿಗೆ ಹಾಕಿ, ಮತ್ತೆ ಮಡಚಿ ಬಟ್ಟೆಯ ಮೇಲೆ ಇಸ್ತ್ರಿ ಪೆಟ್ಟಿಗೆ ಆನ್ ಮಾಡಿದಳು ದೀಪಾ. ಈ ಸೀರೆಗೆ ಇಸ್ತ್ರಿ ಬೇಕಿಲ್ಲ ಅಂತ ಗೊತ್ತಿದ್ರೂ, ಏನೋ ಒಂದು ಸುಮ್ಮನೆ ಕೆಲಸ ಮಾಡ್ಬೇಕು ಅನ್ನಿಸಿ ಶುರುಮಾಡಿದಳು.

ಇಸ್ತ್ರಿ ಮಾಡ್ತಾ ಮಾಡ್ತಾ, ಇನ್ನೊಂದು ನೆನಪು ಬಂತು. ಆಫರ್ ಲೆಟರ್ ಬಂದ ಎರಡು ದಿನದ ನಂತರ, ಸುನಂದಮ್ಮ ಮತ್ತೆ ಒಂದು ಮಾತು ಹೇಳಿದ್ರು, ದೀಪಾ ಬಸ್ಸು ಹಿಡಿಯಕ್ಕೆ ಸಿದ್ಧವಾಗ್ತಾ ಇದ್ದಾಗ. "ಒಂದ್ ಮಾತು ಹೇಳ್ಬೇಕು ಅಂದ್ಕೊಂಡಿದ್ದೆ," ಅಂತ ಸುನಂದಮ್ಮ ಬಾಗಿಲ ಬಳಿ ನಿಂತು ಹೇಳಿದ್ರು, "ಕೆಲಸ ಬಿಟ್ಬೇಡ ಎಂದೂ, ಯಾರಾದ್ರೂ ಬಿಡು ಅಂದ್ರೂ ಸಹ. ಮನೆ, ಗಂಡ, ಮಕ್ಕಳು, ಎಲ್ಲಾ ಬರುತ್ತೆ, ಆದ್ರೆ ನಿನ್ನದೇ ಆದ ಒಂದು ಜಾಗ ಇರ್ಬೇಕು, ಅದನ್ನ ಬಿಡ್ಬೇಡ." ಆಗ ದೀಪಾಗೆ ಇದೆಲ್ಲ ಸ್ವಲ್ಪ ಅತಿಯಾಗಿ ಅನ್ಸಿತ್ತು, "ಅಮ್ಮ, ಯಾಕೆ ಇಷ್ಟೊಂದು ಸೀರಿಯಸ್ಸಾಗಿ ಹೇಳ್ತಿಯ" ಅಂತ ನಕ್ಕಿದ್ದಳಷ್ಟೇ.

ಈಗ ಆ ಮಾತು ಬೇರೆ ರೀತಿ ಕೇಳಿಸ್ತಿತ್ತು.

ಗುರುತು

ಮಧ್ಯಾಹ್ನ, ಇಸ್ತ್ರಿ ಮುಗಿಸಿ ಸೀರೆಯನ್ನ ಹ್ಯಾಂಗರಿಗೆ ನೇತು ಹಾಕಿ, ದೀಪಾ ಅಮ್ಮನಿಗೆ ಫೋನ್ ಮಾಡಿದಳು. ಸುನಂದಮ್ಮ ಆಗ ಅಡುಗೆಮನೆಯಲ್ಲಿ, ಹಿನ್ನೆಲೆಯಲ್ಲಿ ಪಾತ್ರೆಗಳ ಸದ್ದು ಕೇಳಿಸ್ತಿತ್ತು.

"ಅಮ್ಮ, ಶ್ವೇತಾ ತಂಗಿ ಎಂಗೇಜ್‌ಮೆಂಟ್‌ಗೆ ಆ ಸೀರೆ ಹಾಕ್ಕೊಳ್ಳೋಣ ಅಂದ್ಕೊಂಡಿದ್ದೀನಿ," ಅಂದಳು ದೀಪಾ, "ನೀನು ಕೊಟ್ಟಿದ್ದೆಯಲ್ಲ, ಮೊದಲ ಕೆಲಸ ಸಿಕ್ಕಾಗ."

ಸಣ್ಣ ನಿಶ್ಶಬ್ದ, ಆಮೇಲೆ ಸುನಂದಮ್ಮ, "ಓ, ಆ ಸೀರೇನಾ, ಇನ್ನೂ ಇದ್ಯಾ ಅದು ನಿನ್ನತ್ರ?"

"ಇದೆ ಅಮ್ಮ, ಟ್ರಂಕಲ್ಲಿ ಇತ್ತು. ಚೆನ್ನಾಗೇ ಇದೆ ಇನ್ನೂ."

"ಒಳ್ಳೇದು," ಅಂದ್ರು ಸುನಂದಮ್ಮ, ಸ್ವಲ್ಪ ಮೆಲುದನಿಯಲ್ಲಿ, "ಚೆನ್ನಾಗಿ ಕಾಣ್ತೆ ಅದ್ರಲ್ಲಿ." ಇನ್ನೇನೂ ಹೇಳಲಿಲ್ಲ, ಪಾತ್ರೆಯ ಸದ್ದು ಮತ್ತೆ ಕೇಳಿಸ್ತಾ ಇತ್ತು, ಮಾತು ಬೇರೆ ಕಡೆ ತಿರುಗಿತು, ನಾಗರಾಜ್ ಮೊಣಕಾಲು ನೋವಿನ ಬಗ್ಗೆ, ಮನೆಯ ಚಾವಣಿ ದುರಸ್ತಿ ಬಗ್ಗೆ.

ಫೋನ್ ಇಟ್ಟ ಮೇಲೆ ದೀಪಾಗೆ ಅನ್ನಿಸಿತು, ಅಮ್ಮನ ಜೊತೆ ಈ ಸೀರೆಯ ಬಗ್ಗೆ, ಆ ದಿನದ ಬಗ್ಗೆ, ಇನ್ನೂ ಸ್ವಲ್ಪ ಮಾತಾಡ್ಬೇಕಿತ್ತು ಅಂತ. ಆದ್ರೆ ಏನು ಕೇಳ್ಬೇಕು ಅಂತ ಸರಿಯಾಗಿ ಗೊತ್ತಾಗ್ಲಿಲ್ಲ ಅವಳಿಗೆ, ಕೇಳಿದ್ರೆ ಅಮ್ಮ ಏನಂತಾಳೋ ಅನ್ನೋ ಸಣ್ಣ ಹಿಂಜರಿಕೆ ಬೇರೆ ಇತ್ತು. ಫೋನ್ ಪಕ್ಕಕ್ಕೆ ಇಟ್ಟು, ಮತ್ತೆ ಮಧ್ಯಾಹ್ನದ ಕೆಲಸಕ್ಕೆ ತಿರುಗಿದ್ಳು.

ಗುರುತು

ಸಂಜೆ ಮಂಜು ಮನೆಗೆ ಬಂದಾಗ, ಸೀರೆ ಇನ್ನೂ ಬೆಡ್‌ರೂಮಿನ ಬಾಗಿಲ ಹಿಂದೆ ಹ್ಯಾಂಗರಿನಲ್ಲಿ ನೇತಾಡ್ತಿತ್ತು. ಬಟ್ಟೆ ಬದಲಿಸಕ್ಕೆ ಒಳಗೆ ಬಂದವನು ಒಂದು ಕ್ಷಣ ನಿಂತು ನೋಡಿದ.

"ಹೊಸ ಸೀರೇನಾ? ಚೆನ್ನಾಗಿದೆ."

"ಹೊಸದಲ್ಲ, ಅಮ್ಮ ಕೊಟ್ಟಿದ್ದು, ಬಹಳ ಹಳೇದು," ದೀಪಾ ಅಂದಳು, ಇನ್ನೇನೂ ಸೇರಿಸದೆ. ಮಂಜು "ಓಹ್" ಅಂತ ತಲೆಯಾಡಿಸಿ, ಶರ್ಟ್ ಬದಲಿಸೋಕೆ ತಿರುಗಿದ, ಇವಳ ಕಡೆ ಮತ್ತೆ ನೋಡಲಿಲ್ಲ. ಈ ಸೀರೆಯ ಹಿಂದೆ ಇರೋ ಕಥೆ, ಅಮ್ಮ ಕೊಟ್ಟ ಆ ಮಾತು, ಇವನಿಗೆ ಗೊತ್ತಿರಲಿಲ್ಲ, ಗೊತ್ತಾಗ್ಬೇಕು ಅಂತಲೂ ದೀಪಾಗೆ ಅನ್ನಲಿಲ್ಲ ಆ ಕ್ಷಣಕ್ಕೆ. ಇದು ಅವಳ ಒಂದು ವಿಷಯ, ಅವಳೊಬ್ಬಳದೇ.

ರಾತ್ರಿ ಮಕ್ಕಳನ್ನ ಮಲಗಿಸಿ, ಮಂಜು ಫೋನಿನಲ್ಲಿ ಏನೋ ಆಫೀಸ್ ಮೇಲ್ ನೋಡ್ತಾ ಇದ್ದಾಗ, ದೀಪಾ ಮತ್ತೆ ಒಮ್ಮೆ ಸೀರೆಯ ಹತ್ರ ಹೋದಳು, ಅಂಚಿನ ಜರಿಯನ್ನ ಕೈಯಲ್ಲಿ ಸವರಿ ನೋಡಿದಳು. ಎಷ್ಟೋ ವರ್ಷ ಟ್ರಂಕಿನಲ್ಲಿ ಇದ್ದ ಸೀರೆ, ಈಗ ಮತ್ತೆ ಬೆಳಕಿಗೆ ಬಂದಿತ್ತು.

ಒಂದು ಕ್ಷಣ ಅನ್ನಿಸಿತು, ಈ ಸೀರೆ ತಗೊಂಡು ಹಾಕ್ಕೊಳ್ಳೋದು ಒಂದು ಫಂಕ್ಷನ್‌ಗೆ ಹೋಗೋ ವಿಷಯ ಅಷ್ಟೇ ಅಲ್ಲ ಅಂತ, ಆದ್ರೆ ಆ ಯೋಚ್ನೆಗೆ ಒಂದು ಸ್ಪಷ್ಟ ಹೆಸ್ರು ಕೊಡೋಕೆ ಅವಳಿಗೆ ಮನಸ್ಸಾಗ್ಲಿಲ್ಲ. ಸೀರೆಯನ್ನ ಹ್ಯಾಂಗರಿನಲ್ಲೇ ಬಿಟ್ಟು, ಟ್ರಂಕಿನ ಒಳಗೆ ಮತ್ತೆ ಸೇರಿಸಲಿಲ್ಲ ಅಂತ ಅವಳಿಗೇ ಗಮನಕ್ಕೆ ಬಂತು, ಮೊದಲ ಸಲ.

ಬಾಗಿಲ ಬಳಿ ಒಂದು ಸಣ್ಣ ಸದ್ದು ಕೇಳಿ ತಿರುಗಿ ನೋಡಿದಳು, ಅನ್ವಿತಾ ಎಚ್ಚರವಾಗಿ ನೀರು ಕುಡಿಯಕ್ಕೆ ಬಂದಿದ್ಳು. ಹ್ಯಾಂಗರಿನ ಸೀರೆ ಕಂಡು, "ಅಮ್ಮ, ಇದು ಯಾರದ್ದು?" ಅಂತ ಕೇಳಿದ್ಳು, ನಿದ್ದೆಗಣ್ಣಿನಲ್ಲೇ.

"ಇದು ನಿನ್ನ ಅಜ್ಜಿದ್ದು," ದೀಪಾ ಅಂದ್ಳು, ಮಗಳ ತಲೆ ನೇವರಿಸ್ತಾ, "ಈಗ ನಂದು." ಅನ್ವಿತಾ ಒಂದು ಕ್ಷಣ ಸೀರೆಯ ಜರಿಯನ್ನ ಕಣ್ಣರಳಿಸಿ ನೋಡಿ, ಮತ್ತೇನೂ ಕೇಳದೆ ನೀರು ಕುಡಿದು ಮತ್ತೆ ಮಲಗೋಕೆ ಹೋದಳು. ಅವಳಿಗೆ ಇದೆಲ್ಲ ಅರ್ಥ ಆಗೋ ವಯಸ್ಸಲ್ಲ ಇನ್ನೂ, ಆದ್ರೆ ಆ ಸಣ್ಣ ಪ್ರಶ್ನೆ ಮತ್ತು ಸಣ್ಣ ಉತ್ತರ ಗಾಳಿಯಲ್ಲಿ ಹಾಗೇ ಉಳಿದಂತೆ ಅನ್ಸಿತು ದೀಪಾಗೆ.

ಫೋನಿನ ಸ್ಕ್ರೀನ್ ಆಫ್ ಮಾಡಿ, ಲೈಟ್ ಆರಿಸಿ, ದೀಪಾ ಮಲಗೋಕೆ ಹೊರಳಿದಳು. ಆದ್ರೆ ಮನಸ್ಸು ಸ್ವಲ್ಪ ಹೊತ್ತು ಎಚ್ಚರವೇ ಇತ್ತು, ಶನಿವಾರ ಆ ಸೀರೆ ಹಾಕ್ಕೊಂಡು ಮನೆಯಿಂದ ಹೊರಡುವಾಗ ಹೇಗಿರುತ್ತೆ ಅಂತ ಸಣ್ಣಗೆ ಯೋಚಿಸ್ತಾ.

ಅಧ್ಯಾಯ ೧೦: ಮರುಭೂಮಿಯಲ್ಲಿ ಒಂದು ಹಾಡು

ಯಾರ ಕಥೆ: ಅನಿಲ್ · *ಸ್ಥಳ:* ಗಲ್ಫ್ (ದುಬೈ)

ಅನಿಲ್ ಆಫೀಸಿನಿಂದ ಬಂದಾಗ ರಾತ್ರಿ ಎಂಟೂವರೆ ಆಗಿತ್ತು. ಫ್ಲಾಟಿನ ಬಾಗಿಲು ತೆಗೆದು ಒಳಗೆ ಹೋಗುತ್ತಿದ್ದಂತೆ ಹವಾನಿಯಂತ್ರಣದ ತಣ್ಣನೆಯ ಗಾಳಿ ಮುಖಕ್ಕೆ ಬಡಿಯಿತು. ಇಬ್ಬರು ಫ್ಲಾಟ್‌ಮೇಟುಗಳ ಜೊತೆ ಹಂಚಿಕೊಂಡಿದ್ದ ಮೂರು ಕೋಣೆಗಳ ಮನೆ, ಒಬ್ಬ ಈಗಾಗಲೇ ಮಲಗಿದ್ದ, ಇನ್ನೊಬ್ಬ ಇನ್ನೂ ಬಂದಿರಲಿಲ್ಲ. ಅನಿಲ್ ಬ್ಯಾಗ್ ಸೋಫಾದ ಮೇಲೆ ಇಟ್ಟು, ಶೂ ಬಿಚ್ಚಿ, ಒಂದು ಕ್ಷಣ ಹಾಗೇ ನಿಂತ.

ಈ ಫ್ಲಾಟಿಗೆ ಬಂದು ಏಳು ವರ್ಷ ಆಗಿತ್ತು, ಇಬ್ಬರು ಫ್ಲಾಟ್‌ಮೇಟುಗಳು ಬದಲಾಗ್ತಾ ಬಂದ್ರೂ ಮನೆ ಅದೇ ಇತ್ತು. ಫ್ರಿಜ್ಜಿನಲ್ಲಿ ಇಟ್ಟಿದ್ದ ಪಾರ್ಸೆಲ್ ಒಂದನ್ನ ತೆಗೆದು, ಮೈಕ್ರೋವೇವಲ್ ಬಿಸಿ ಮಾಡ್ಕೊಂಡು, ಫೋನ್ ನೋಡ್ತಾ ಊಟ ಮಾಡೋದು ಬಹುತೇಕ ಪ್ರತೀ ದಿನದ ಪದ್ಧತಿ ಆಗಿಹೋಗಿತ್ತು. ಕೆಲವು ಸಲ ಇಬ್ಬರೂ ಫ್ಲಾಟ್‌ಮೇಟುಗಳ ಜೊತೆ ಕುಳಿತು ಮಾತಾಡ್ತಿದ್ದ, ಕೆಲವು ಸಲ ಯಾರೂ

ಇಲ್ಲದೆ ಸುಮ್ಮನೆ ಟಿವಿ ಹಾಕ್ಕೊಂಡು ಕುಳಿತ್ಕೊಳ್ಳೋದು. ಇವತ್ತು ಎರಡನೇ ಥರ ಆಗ್ತಿತ್ತೇನೋ ಅಂತ ಅನಿಲ್‌ಗೆ ಮೊದಲಿಗೆ ಅನ್ಸಿತ್ತು.

ಫೋನಿನಲ್ಲಿ ಒಂದು ಮೆಸೇಜ್ ಇತ್ತು, ಸುನಿಲ್‌ದು, "ಇವತ್ತು ಸಂಜೆ ಸಂಘದ ಫಂಕ್ಷನ್ ಇದೆ ಮರೀಬೇಡ, ಒಂಬತ್ತು ಗಂಟೆಗೆ ಶುರು." ಅನಿಲ್‌ಗೆ ಸುಸ್ತಾಗಿತ್ತು, ಇವತ್ತು ಆಫೀಸಿನಲ್ಲಿ ಒಂದು ರಿಲೀಸ್ ಕೆಲಸ ಕೊನೆಯವರೆಗೂ ಎಳೆದಿತ್ತು. ಹೋಗದೇ ಇರೋಣ ಅಂತ ಒಂದು ಕ್ಷಣ ಅನ್ಸಿತು, ಆದರೆ ಸುನಿಲ್ ಮೂರು ಸಲ ಕೇಳಿದ್ದ, ಇಲ್ಲ ಅನ್ನೋಕೆ ಮನಸ್ಸಾಗಲಿಲ್ಲ. ಜೊತೆಗೆ, ಇಂಥ ಫಂಕ್ಷನ್‌ಗಳಿಗಾದ್ರೂ ಹೋಗ್ದೇ ಇದ್ರೆ, ಇಡೀ ವಾರ ಆಫೀಸು ಮತ್ತು ಫ್ಲಾಟು ಬಿಟ್ಟು ಬೇರೆ ಯಾರ ಮುಖಾನೂ ನೋಡ್ದೇ ಇರೋ ಪರಿಸ್ಥಿತಿ ಬರುತ್ತೆ ಅಂತ ಅವನಿಗೆ ಒಳಗೊಳಗೇ ಗೊತ್ತಿತ್ತು.

ಕರ್ನಾಟಕ ಸಂಘದ ಫಂಕ್ಷನ್ ಒಂದು ಬಾಡಿಗೆ ಹಾಲಿನಲ್ಲಿ ನಡೀತಿತ್ತು, ಸುಮಾರು ನೂರೈವತ್ತು ಜನ ಸೇರಿದ್ರು. ರಾಜ್ಯೋತ್ಸವದ ನೆಪದಲ್ಲಿ ಸಣ್ಣ ಸಾಂಸ್ಕೃತಿಕ ಕಾರ್ಯಕ್ರಮ, ಮಕ್ಕಳ ಡ್ಯಾನ್ಸು, ಒಂದೆರಡು ಭಾಷಣ, ಆಮೇಲೆ ಊಟ. ಅನಿಲ್ ಒಂದು ಮೂಲೆಯ ಕುರ್ಚಿಯಲ್ಲಿ ಕುಳಿತ, ಸುನಿಲ್ ಮತ್ತೆ ಇಬ್ಬರು ಪರಿಚಯದವರ ಪಕ್ಕ. ಆಫೀಸಿನ ಕೆಲಸದ ಬಗ್ಗೆ, ವೀಸಾ ರಿನ್ಯೂವಲ್ ಬಗ್ಗೆ, ಯಾರೋ ಇನ್ನೊಬ್ಬ ಪರಿಚಯದವರು ಊರಿಗೆ ಹೋಗ್ತಿರೋ ಬಗ್ಗೆ ಮಾತು ಸಾಗ್ತಿತ್ತು.

ಈ ಸಂಘದ ಫಂಕ್ಷನ್‌ಗಳಿಗೆ ಅನಿಲ್ ಆಗಾಗ ಬರ್ತಿದ್ದ, ಪ್ರತೀ ಸಲವೂ ಒಂದೇ ರೀತಿಯ ಮುಖಗಳು, ಒಂದೇ ರೀತಿಯ ಮಾತುಗಳು ಇರ್ತಿದ್ದವು. ಯಾರ ಮನೆಯಲ್ಲಿ ಏನಾಯ್ತು, ಯಾವ ಕಂಪನಿ ಲೇಆಫ್ ಮಾಡ್ತಿದೆ, ಯಾರ ಮಗ ಎಲ್ಲಿ ಎಂಜಿನಿಯರಿಂಗ್ ಸೀಟು ಪಡ್ಕೊಂಡ, ಇಂಥ ಮಾತುಗಳ ನಡುವೆ ಸ್ವಲ್ಪ ಹೊತ್ತು ಆರಾಮ ಸಿಗ್ತಿತ್ತು ಅವನಿಗೆ, ಆದ್ರೆ ಆ ಆರಾಮ ಆಳಕ್ಕೆ ಇಳಿಯುತ್ತಿರಲಿಲ್ಲ, ಮೇಲ್ಮೈಯಲ್ಲೇ ಉಳಿಯುತ್ತಿತ್ತು. ಎಲ್ಲರೂ ಒಂದೇ ದೂರದೂರಿನ ಜನ, ಎಲ್ಲರಿಗೂ ಎಲ್ಲೋ ಒಂದು ಕಡೆ ಬಿಟ್ಟುಬಂದ ಮನೆ ಇತ್ತು, ಆದ್ರೆ ಆ ಬಗ್ಗೆ ಯಾರೂ ಹೆಚ್ಚು ಮಾತಾಡ್ತಿರಲಿಲ್ಲ.

ಕಾರ್ಯಕ್ರಮದ ಕೊನೆಯ ಭಾಗದಲ್ಲಿ, ಸಂಘದ ಹಿರಿಯ ಸದಸ್ಯರೊಬ್ಬರಾದ ಶ್ರೀಧರ ಅಂಕಲ್ ವೇದಿಕೆಗೆ ಬಂದ್ರು, ಕೈಯಲ್ಲಿ ಒಂದು ಚಿಕ್ಕ ಕೀಬೋರ್ಡ್ ಹಿಡ್ಕೊಂಡು. ಎಪ್ಪತ್ತರ ಹತ್ರ ವಯಸ್ಸು, ಗಲ್ಫಿನಲ್ಲಿ ಮೂವತ್ತು ವರ್ಷಕ್ಕೂ ಹೆಚ್ಚು ಕಳೆದವರು, ಈಗ ನಿವೃತ್ತಿ ಜೀವನ. "ಹಳೇ ಕಾಲದ ಒಂದೆರಡು ಹಾಡು ಹಾಡ್ತೀನಿ, ಬೇಜಾರಾದ್ರೆ ಹೇಳಿ ನಿಲ್ಲುಸ್ತೀನಿ," ಅಂತ ನಗ್ತಾ ಹೇಳಿ ಶುರು ಮಾಡಿದ್ರು.

ಎರಡು ಜನಪ್ರಿಯ ಹಾಡುಗಳಾದ ಮೇಲೆ, ಮೂರನೇ ಹಾಡು ಶುರುವಾಯ್ತು, ನಿಧಾನದ ಲಯ, ಹಳೆಯ ಟ್ಯೂನ್. "ಬಾನಿಗೊಂದು ಚುಕ್ಕಿ" ಅಂತ ಶ್ರೀಧರ ಅಂಕಲ್ ಹಾಡಿನ ಹೆಸರು ಹೇಳಿ, ಕಣ್ಣು ಮುಚ್ಚಿ ಹಾಡೋಕೆ ಶುರು ಮಾಡಿದ್ರು. ಎಪ್ಪತ್ತರ ದಶಕದ ಒಂದು ಸಿನಿಮಾದ ಹಾಡು, ಈಗ ಯಾರೂ ಸಿನಿಮಾ ನೆನಪಿಡದೇ ಇದ್ರೂ ಈ ಹಾಡು

ಮಾತ್ರ ಎಲ್ಲೋ ಒಂದು ಕಡೆ ಜೀವಂತ ಇತ್ತು, ಇಲ್ಲಿ ಮರುಭೂಮಿಯ ನಡುವಿನ ಈ ಹಾಲಿನಲ್ಲಿ ಕೂಡ.

ಅನಿಲ್‌ಗೆ ಒಮ್ಮೆಲೇ ಎದೆಯೊಳಗೆ ಏನೋ ಅಲುಗಿದ ಹಾಗಾಯ್ತು. ಈ ಹಾಡು ಅವನಿಗೆ ಗೊತ್ತಿತ್ತು, ಚಿಕ್ಕಂದಿನಲ್ಲಿ ಅಮ್ಮ ಗುನುಗ್ತಾ ಇದ್ಳು, ಅಡುಗೆ ಮಾಡ್ತಾ, ಬಟ್ಟೆ ಒಗಿಯುತ್ತಾ. ಆಗ ಅನಿಲ್‌ಗೆ ಸಿನಿಮಾ ಹೆಸ್ರೂ ಗೊತ್ತಿರಲಿಲ್ಲ, ಗುರುತು ಸಿಗ್ದ ಒಂದು ಟ್ಯೂನ್ ಅಷ್ಟೇ, ಆದ್ರೆ ಈಗ ಮೂವತ್ತು ವರ್ಷದ ನಂತ್ರ ಇಲ್ಲಿ ಕುಳಿತು ಕೇಳ್ತಾ ಇದ್ದಾಗ, ಅಮ್ಮನ ಧ್ವನಿ, ಅಡುಗೆಮನೆಯ ವಾಸನೆ, ಮಳೆಗಾಲದ ಸಂಜೆ, ಎಲ್ಲಾ ಒಮ್ಮೆಲೇ ಮನಸ್ಸಿಗೆ ಬಂತು.

ಪಕ್ಕದಲ್ಲಿ ಕುಳಿತಿದ್ದ ಸುನಿಲ್ ಕೂಡ ತಲೆ ಆಡಿಸ್ತಾ ಕಣ್ಣು ಮುಚ್ಕೊಂಡಿದ್ದ, ಇನ್ನೊಂದೆರಡು ಜನ ಮೆಲ್ಲಗೆ ಜೊತೆಗೆ ಗುನುಗ್ತಿದ್ರು, ಸಾಲುಗಳ ನಡುವಿನ ಪದ ಮರೆತಿದ್ರೂ ಟ್ಯೂನ್ ಮಾತ್ರ ಎಲ್ಲರಿಗೂ ಗೊತ್ತಿತ್ತು ಅನ್ಸ್ತಿತ್ತು. ಹಾಲಿನ ತುಂಬಾ ಒಂದು ವಿಚಿತ್ರ ನಿಶ್ಶಬ್ದ ಆವರಿಸಿತ್ತು, ಹೊರಗಡೆ ಮರುಭೂಮಿಯ ಬೆಚ್ಚನೆಯ ಗಾಳಿ, ಒಳಗಡೆ ಈ ಒಂದು ಹಳೆಯ ಟ್ಯೂನ್, ಎಲ್ಲರನ್ನೂ ಬೇರೆ ಬೇರೆ ಊರುಗಳ ಬೇರೆ ಬೇರೆ ನೆನಪುಗಳಿಗೆ ಕರ್ಕೊಂಡು ಹೋಗಿದ್ದವು, ಆದ್ರೆ ಆ ಕ್ಷಣಕ್ಕೆ ಎಲ್ಲರೂ ಒಂದೇ ಸ್ಥಳದಲ್ಲಿ ಇದ್ದ ಹಾಗೆ ಅನ್ಸ್ತಿತ್ತು.

ಗುರುತು

ಫಂಕ್ಷನ್ ಮುಗಿಸಿ ಫ್ಲಾಟಿಗೆ ವಾಪಸ್ ಬಂದ ಮೇಲೆ, ಅನಿಲ್ ಮನೆಗೆ ವಿಡಿಯೋ ಕಾಲ್ ಮಾಡಿದ. ಸಮಯ ರಾತ್ರಿ ಹನ್ನೊಂದೂವರೆ, ಊರಲ್ಲಿ ಒಂಬತ್ತೂವರೆ, ಸ್ವಾತಿ ಅಡುಗೆಮನೆ ಕೆಲಸ ಮುಗಿಸಿ ಫೋನ್ ಎತ್ಕೊಂಡ್ಳು. ಇಬ್ಬರು ಮಕ್ಕಳು ಆಗಲೇ ಮಲಗಿದ್ರು, ಸ್ಕ್ರೀನಿನಲ್ಲಿ ಸ್ವಾತಿಯ ಮುಖ ಮಾತ್ರ ಕಾಣ್ತಿತ್ತು, ಹಿಂದೆ ಟಿವಿ ಸದ್ದು.

"ಇವತ್ತು ಸಂಘದ ಫಂಕ್ಷನ್‌ಗೆ ಹೋಗಿದ್ದೆ," ಅಂದ ಅನಿಲ್, "ಶ್ರೀಧರ ಅಂಕಲ್ ಹಾಡಿದ್ರು, ಹಳೇ ಹಾಡುಗಳು." ಸ್ವಾತಿ "ಓಹ್ ಚೆನ್ನಾಗಿತ್ತಾ" ಅಂತ ಕೇಳಿ, ಅನಿಲ್ ಇನ್ನೂ ಏನೋ ಹೇಳಬೇಕು ಅಂದ್ಕೊಂಡ, ಆ ಹಾಡಿನ ಬಗ್ಗೆ, ಅಮ್ಮನ ನೆನಪಿನ ಬಗ್ಗೆ, ಆದ್ರೆ ಸರಿಯಾದ ಮಾತು ಸಿಗ್ಲಿಲ್ಲ. "ಚೆನ್ನಾಗಿತ್ತು" ಅಂತಷ್ಟೇ ಹೇಳಿ ಸುಮ್ಮನಾದ.

ಸ್ವಾತಿ ಮಗನ ಸ್ಕೂಲ್ ಫೀಸಿನ ಬಗ್ಗೆ, ಮನೆಯ ಟೆರೇಸಿನ ಸೋರುವಿಕೆಯ ಬಗ್ಗೆ ಮಾತಾಡ್ಳು, ಅನಿಲ್ ಕೇಳಿಸ್ಕೊಂಡ, ಬೇಕಾದಷ್ಟು ಹಣ ಕಳಿಸ್ತೀನಿ ಅಂತ ಹೇಳಿದ. ಮಧ್ಯದಲ್ಲಿ ಸ್ವಾತಿ ಒಮ್ಮೆ ಫೋನ್ ಕ್ಯಾಮೆರಾ ಮಗಳ ಕೋಣೆ ಕಡೆ ತಿರುಗಿಸಿ, ಮಗಳು ನಿದ್ದೆಯಲ್ಲಿ ಮಗ್ಗುಲು ಬದಲಿಸ್ತಿರೋದನ್ನ ತೋರಿಸಿದ್ಳು, "ನೋಡಿ, ಇಷ್ಟು ಬೆಳ್ದಿದ್ದಾಳೆ" ಅಂತ. ಅನಿಲ್ ಸ್ಕ್ರೀನಿನ ಆ ಚಿಕ್ಕ ಚೌಕದೊಳಗೆ ಮಗಳ ಮುಖ ನೋಡ್ತಾ, ಕಳೆದ ಸಲ ಊರಿಗೆ ಹೋದಾಗ ಇದ್ದದ್ದಕ್ಕಿಂತ ಎಷ್ಟೋ ಬದಲಾಗಿದ್ದಾಳೆ ಅಂತ ಮನಸ್ಸಲ್ಲೇ ಅಂದ್ಕೊಂಡ, ಬಾಯಿ ಬಿಟ್ಟು ಹೇಳ್ಲಿಲ್ಲ.

ಕೊನೆಯಲ್ಲಿ ಸ್ವಾತಿ ಕೇಳಿದ್ಳು, "ಈ ಸಲ ರಜೆಗೆ ಯಾವಾಗ ಬರ್ತೀರಾ?"

"ಇನ್ನೂ ಪ್ರಾಜೆಕ್ಟ್ ಬ್ಯುಸಿ ಇದೆ, ಮುಂದಿನ ವರ್ಷ ಸ್ವಲ್ಪ ಬೇಗ ಬರೋಕೆ ನೋಡ್ತೀನಿ," ಅಂದ ಅನಿಲ್. ಸ್ವಾತಿ ಇನ್ನೇನೂ ಹೇಳ್ಲಿಲ್ಲ, ಈ ಮಾತನ್ನ ಎಷ್ಟೋ ಸಲ ಕೇಳಿ ಅಭ್ಯಾಸ ಆಗಿತ್ತು ಅವಳಿಗೆ. ಫೋನ್ ಇಟ್ಟ ಮೇಲೆ ಅನಿಲ್‌ಗೆ ಒಂದು ಕ್ಷಣ ಬೇಸರ ಆಯ್ತು, ಈ ಸಲಾನೂ ಅದೇ ಮಾತು ಹೇಳಿಬಿಟ್ನಲ್ಲ ಅಂತ.

ಮಲಗೋಕೆ ಮುಂಚೆ, ಫೋನಿನ ಚಾಟ್ ಲಿಸ್ಟ್ ಸ್ಕ್ರಾಲ್ ಮಾಡ್ತಾ ಇದ್ದಾಗ, ಮಂಜುವಿನ ಹೆಸ್ರು ಕಂಡಿತು. ಮೂರು ವಾರದ ಹಿಂದೆ ಮಂಜು ಒಂದು ಮೆಸೇಜ್ ಕಳಿಸಿದ್ದ, "ಹೇಗಿದ್ದೀಯ, ಬಹಳ ದಿನ ಆಯ್ತು ಮಾತಾಡಿ." ಅನಿಲ್ ಆಗ "ಚೆನ್ನಾಗಿದ್ದೀನಿ, ನಿಂದೇನ್ ಸಮಾಚಾರ, ಒಂದು ದಿನ ಕಾಲ್ ಮಾಡ್ತೀನಿ" ಅಂತ ಒಂದು ಸಾಲು ಕಳಿಸಿ, ಆಮೇಲೆ ಆ ಕಾಲ್ ಮಾಡೋಕೆ ಆಗೇ ಇರಲಿಲ್ಲ. ಮಂಜು ಮತ್ತೆ ಬರ್ಕೊಳ್ಳಲಿಲ್ಲ.

ಇಬ್ಬರೂ ಮೊದಲ ಕಂಪನಿಯಲ್ಲಿ ಒಟ್ಟಿಗೆ ಕೆಲಸ ಮಾಡಿದವರು, ಒಂದೇ ಕ್ಯುಬಿಕಲ್ ಪಕ್ಕ ಪಕ್ಕ, ಆರೇಳು ವರ್ಷದ ಹಿಂದೆ ಅನಿಲ್ ಗಲ್ಫ್‌ಗೆ ಬಂದ ಮೇಲೆ ಸಂಪರ್ಕ ಕಡಿಮೆ ಆಗ್ತಾ ಬಂತು. ಮಂಜು ಒಬ್ಬ ಶಾಂತ ಸ್ವಭಾವದ ಮನುಷ್ಯ ಅಂತ ಅನಿಲ್‌ಗೆ ನೆನಪಿತ್ತು, ಹೆಚ್ಚು ಮಾತಾಡ್ತಿರಲಿಲ್ಲ ಆದ್ರೆ ಯಾರಿಗಾದ್ರೂ ತೊಂದ್ರೆ ಆದ್ರೆ ಸುಮ್ಮನೆ ಬಂದು

ಸಹಾಯ ಮಾಡ್ತಿದ್ದ, ಏನೂ ಹೇಳ್ದೆ. ಒಂದು ಸಲ ಅನಿಲ್‌ಗೆ ಮನೆಯಲ್ಲಿ ಏನೋ ತೊಂದ್ರೆ ಆಗಿ, ಆಫೀಸಿಗೆ ಬರೋಕೆ ಒಂದು ವಾರ ತಡ ಆಗಿತ್ತು, ಮಂಜು ಸುಮ್ಮನೆ ಅವನ ಪೆಂಡಿಂಗ್ ಕೆಲಸ ಸ್ವಲ್ಪ ತಗೊಂಡು ಮಾಡಿಬಿಟ್ಟಿದ್ದ, ಯಾರಿಗೂ ಹೇಳ್ದೆ, ಅನಿಲ್ ವಾಪಸ್ ಬಂದಾಗ ಮಾತ್ರ ಗೊತ್ತಾಗಿದ್ದು.

ಅನಿಲ್ ಗಲ್ಫ್‌ಗೆ ಹೊರಡುವ ಮುಂಚಿನ ಸಂಜೆ, ಆಫೀಸಿನಲ್ಲಿ ಒಂದು ಚಿಕ್ಕ ಫೇರ್‌ವೆಲ್ ಇತ್ತು, ಕೇಕ್ ಕಟ್ ಮಾಡಿ, ಎಲ್ಲರೂ ಶುಭ ಹಾರೈಸಿದ್ರು. ಮಂಜು ಆಗ ಏನೂ ಹೇಳ್ದೆ, ಕೊನೆಗೆ ಎಲ್ಲರೂ ಚದುರಿ ಹೋಗ್ತಿದ್ದಾಗ ಮಾತ್ರ ಬಂದು, "ಇಲ್ಲಿ ಆಗಿದ್ದೆಲ್ಲ ಮರೀಬೇಡ, ಆಗಾಗ ಮೆಸೇಜ್ ಮಾಡ್ತಾ ಇರು" ಅಂತ ಹೇಳಿ ಕೈಕುಲುಕಿದ್ದ. ಆ ಒಂದು ಮಾತು ಅನಿಲ್‌ಗೆ ಇವತ್ತಿಗೂ ನೆನಪಿತ್ತು, ಆದ್ರೆ ಆ ಮಾತಿನ ಪ್ರಕಾರ ನಡ್ಕೊಳ್ಳೋಕೆ ಆಗ್ಲೇ ಇಲ್ಲ ಅಂತ ಕೂಡ ಅವನಿಗೆ ಗೊತ್ತಿತ್ತು.

ಈಗ ಆ ಮೆಸೇಜ್ ನೋಡ್ತಾ, "ಈಗ ರಿಪ್ಲೈ ಮಾಡಿದ್ರೆ ಬಹಳ ಹೊತ್ತಾಗಿದೆ ಅಂತ ಅನ್ಸುತ್ತಾ" ಅಂತ ಅನಿಲ್‌ಗೆ ಒಂದು ಸಣ್ಣ ಹಿಂಜರಿಕೆ ಬಂತು. ಸ್ವಲ್ಪ ಹೊತ್ತು ಟೈಪ್ ಮಾಡೋಕೆ ಶುರು ಮಾಡಿ, ಆಮೇಲೆ ಫೋನ್ ಪಕ್ಕಕ್ಕೆ ಇಟ್ಟುಬಿಟ್ಟ. "ನಾಳೆ ಬೆಳಿಗ್ಗೆ ಕಳಿಸ್ತೀನಿ" ಅಂತ ಮನಸ್ಸಿಗೆ ಹೇಳ್ಕೊಂಡ.

ಈ ಥರದ "ನಾಳೆ ಕಳಿಸ್ತೀನಿ" ಅನ್ನೋ ಮಾತು ಅನಿಲ್‌ಗೆ ಹೊಸದೇನೂ ಆಗಿರಲಿಲ್ಲ, ಎಷ್ಟೋ ಜನಕ್ಕೆ ಇದೇ ಥರ ಹೇಳಿ, ಆಮೇಲೆ

ಕಳಿಸ್ದೇ ಇದ್ದ ಉದಾಹರಣೆಗಳು ಫೋನಿನ ಚಾಟ್ ಲಿಸ್ಟಿನಲ್ಲಿ ಸಾಕಷ್ಟಿದ್ದವು, ಕಾಲೇಜು ಗೆಳೆಯರು, ದೂರದ ಸಂಬಂಧಿಕರು, ಹಳೇ ನೆರೆಹೊರೆಯವರು. ಪ್ರತಿಯೊಂದೂ ತನ್ನದೇ ಆದ ಒಂದು ಸಣ್ಣ ಕಾರಣದಿಂದ ಹಾಗೇ ಉಳಿದುಹೋಗಿತ್ತು, ಕೆಲಸದ ಒತ್ತಡ, ಸಮಯದ ವ್ಯತ್ಯಾಸ, ಅಥವಾ ಬರೀ ಸೋಮಾರಿತನ. ಒಂದೊಂದೇ ತೆಗೆದುಕೊಂಡರೆ ಯಾವುದೂ ದೊಡ್ಡ ವಿಷಯ ಅನ್ನಿಸ್ತಿರಲಿಲ್ಲ, ಆದ್ರೆ ಎಲ್ಲಾ ಸೇರಿಸಿ ನೋಡಿದ್ರೆ ಒಂದು ಮಾದರಿ ಕಾಣ್ತಿತ್ತು, ಅನಿಲ್‌ಗೆ ಅದನ್ನ ಒಪ್ಕೊಳ್ಳೋಕೆ ಮನಸ್ಸಿಲ್ಲ ಅಷ್ಟೇ.

ಲೈಟ್ ಆರಿಸಿ ಮಲಗಿದ ಮೇಲೂ, ಆ ಹಾಡಿನ ಟ್ಯೂನ್ ಇನ್ನೂ ಕಿವಿಯಲ್ಲಿ ಗುಂಯ್‌ಗುಡ್ತಾ ಇತ್ತು. ಎಷ್ಟೋ ಸಾವಿರ ಕಿಲೋಮೀಟರ್ ದೂರದ ಒಂದು ಹಳ್ಳಿಯ ಅಡುಗೆಮನೆಯಲ್ಲಿ ಅಮ್ಮ ಗುನುಗ್ತಿದ್ದ ಹಾಡು, ಇಲ್ಲಿ ಮರುಭೂಮಿಯ ನಡುವೆ ಒಂದು ಬಾಡಿಗೆ ಹಾಲಿನಲ್ಲಿ ಮತ್ತೆ ಕೇಳಿಸ್ತು, ಹೇಗೆ ಅಂತ ಅನಿಲ್‌ಗೆ ಗೊತ್ತಿರಲಿಲ್ಲ, ಯೋಚಿಸೋಕೂ ಹೋಗ್ಲಿಲ್ಲ. ಬರೀ ಒಂದು ವಿಚಿತ್ರ, ಆಪ್ತ ಭಾವನೆ ಮಾತ್ರ ಉಳಿದಿತ್ತು, ನಿದ್ದೆ ಬರೋವರ್ಗೂ.

ಕಿಟಕಿಯ ಪರದೆಯ ಸಂದಿಯಿಂದ ಹೊರಗಿನ ಬೀದಿ ದೀಪದ ಬೆಳಕು ಒಳಗೆ ಬರ್ತಿತ್ತು, ಫ್ಲಾಟಿನ ಇನ್ನೊಂದು ಕೋಣೆಯಲ್ಲಿ ಫ್ಲಾಟ್‌ಮೇಟ್ ಯಾವಾಗ್ಲೋ ಬಂದು ಬಾಗಿಲು ಹಾಕ್ಕೊಂಡ ಸದ್ದು ಕೇಳಿಸ್ತು. ಅನಿಲ್ ಕಣ್ಣುಮುಚ್ಚಿ, ಆ ಹಾಡಿನ ಒಂದೆರಡು ಸಾಲುಗಳನ್ನ

ಗುರುತು

ಮನಸ್ಸಲ್ಲೇ ಮತ್ತೊಮ್ಮೆ ಗುನುಗಿಕೊಂಡ, ಪದಗಳು ಸರಿಯಾಗಿ ನೆನಪಾಗ್ಲಿಲ್ಲ, ಟ್ಯೂನ್ ಮಾತ್ರ ಸ್ಪಷ್ಟವಾಗಿ ಉಳಿದಿತ್ತು.

ಅಧ್ಯಾಯ ೧೧: ಗಡಿ ಮತ್ತು ಗಡಿಯಾರ

ಯಾರ ಕಥೆ: ನಾಗರಾಜ್ · ***ಸ್ಥಳ:*** ಸ್ವಂತ ಊರು (ಹುಲಿಯೂರು)

ನಾಗರಾಜ್ ಬೆಳಿಗ್ಗೆ ಆರೂವರೆಗೇ ಎದ್ದಿದ್ದ, ರೂಢಿಯಂತೆ. ಬೆಂಗಳೂರಿನಲ್ಲಿ ಇದ್ದಾಗಲೂ ಇದೇ ಸಮಯಕ್ಕೆ ಏಳ್ತಿದ್ದ ಅವನು, ಆದ್ರೆ ಇಲ್ಲಿ ಹುಲಿಯೂರಲ್ಲಿ ಎಚ್ಚರ ಸ್ವಲ್ಪ ಬೇರೆ ಥರ ಆಗ್ತಿತ್ತು, ಕಿಟಕಿಯಾಚೆ ಹಕ್ಕಿಗಳ ಸದ್ದು, ಪಕ್ಕದ ಮನೆಯ ಹಸು ಕಟ್ಟಿಹಾಕಿದ ಸದ್ದು, ಇವೆಲ್ಲ ಬೆಂಗಳೂರಿನ ಫ್ಲಾಟಿನಲ್ಲಿ ಇಲ್ಲದ ಸಂಗತಿಗಳು.

ಸುನಂದಮ್ಮ ಆಗಲೇ ಅಡುಗೆಮನೆಯಲ್ಲಿ ಇದ್ದಳು, ಒಲೆ ಮೇಲೆ ಕಾಫಿ ಪಾತ್ರೆ ಇಟ್ಟು. "ಇವತ್ತೂ ಹೋಗ್ಬೇಕಾ ಆ ಹೊಲಕ್ಕೆ?" ಅಂತ ಕೇಳಿದ್ಲು, ತಿರುಗಿ ನೋಡ್ದೇ.

"ಶಂಭು ಗೌಡ ಬರ್ತಾನೆ ಅಂತ ಹೇಳವ್ನೆ, ಸರ್ವೆ ಮಾಡಿಸ್ಬೇಕಂತೆ." ನಾಗರಾಜ್ ಶರ್ಟ್ ಹಾಕ್ಕೊಳ್ಳುತ್ತಾ ಹೇಳಿದ.

ಗುರುತು

"ಇವತ್ತಿಗಾದ್ರೂ ಒಂದು ಗೊತ್ತಾಗ್ಬೇಕಲ್ಲ, ಎಲ್ಲಿಂದ ಎಲ್ಲಿ ತನಕ ಯಾರ ಜಾಗ ಅಂತ."

ಸುನಂದಮ್ಮ ಏನೂ ಹೇಳ್ದೆ ಕಾಫಿ ಸೋಸಿದ್ಲು. ಈ ವಿಷಯ ಶುರುವಾಗಿ ಮೂರು ತಿಂಗಳಾಗಿತ್ತು, ಮಾತಾಡಿ ಮಾತಾಡಿ ಈಗ ಇಬ್ಬರಿಗೂ ಸುಸ್ತಾಗಿ, ಸುಮ್ಮನಿರೋದೇ ಹೆಚ್ಚಾಗಿತ್ತು.

ಹೊಲ ಊರ ಹೊರವಲಯದಲ್ಲಿ ಇತ್ತು, ಅರ್ಧ ಫರ್ಲಾಂಗು ದೂರ, ನಡ್ಕೊಂಡೇ ಹೋಗ್ಬಹುದಿತ್ತು. ನಾಗರಾಜ್ ಚಪ್ಪಲಿ ಮೆಟ್ಕೊಂಡು ಹೊರಟ, ಬಿಸಿಲು ಇನ್ನೂ ಏರ್ದೇ ಇತ್ತು. ದಾರಿಯುದ್ದಕ್ಕೂ ಪರಿಚಯದ ಮುಖಗಳು ಸಿಕ್ಕವು, ಒಬ್ಬಿಬ್ಬರು "ಎಲ್ಲಿಗೆ ಸ್ವಾಮಿ" ಅಂತ ಕೇಳಿದ್ರು, ಅವನು "ಹೊಲದ ಕಡೆ" ಅಂತ ಮಾತ್ರ ಹೇಳಿ ಮುಂದೆ ಹೋದ. ಪೂರ್ತಿ ವಿಷಯ ಎಲ್ಲರಿಗೂ ಗೊತ್ತಿತ್ತು, ಸಣ್ಣ ಊರಲ್ಲಿ ಅಂಥದ್ದೆಲ್ಲ ಬೇಗ ಹರಡುತ್ತೆ, ಆದ್ರೆ ಬಾಯ್ಬಿಟ್ಟು ಕೇಳೋಕೆ ಯಾರೂ ಬರ್ತಿರಲಿಲ್ಲ.

ಹೊಲದ ಬಳಿ ತಲುಪಿದಾಗ ಸಿದ್ದಪ್ಪ ಆಗಲೇ ಅಲ್ಲಿ ನಿಂತಿದ್ದ, ಜೊತೆಗೆ ಅವನ ಮಗ ಪ್ರಕಾಶ. ಸಿದ್ದಪ್ಪ ನಾಗರಾಜನ ತಮ್ಮ, ಎಂಟು ವರ್ಷ ಚಿಕ್ಕವ. ಎಷ್ಟೋ ವರ್ಷಗಳ ಹಿಂದೆ ಅಪ್ಪ ಇಬ್ಬರಿಗೂ ಹೊಲ ಪಾಲು ಮಾಡಿಕೊಟ್ಟಿದ್ದ, ಆಗ ಗಡಿ ಗುರುತಿಗೆ ಒಂದು ಬೇವಿನ ಮರ ಮತ್ತು ಒಂದು ಕಲ್ಲು ನೆಟ್ಟಿದ್ರು, ಬರೆದಿಟ್ಟ ಪತ್ರ ಇರಲಿಲ್ಲ, ಆ ಕಾಲದಲ್ಲಿ ಅದ್ಯಾರೂ ಮಾಡ್ತಿರ್ಲಿಲ್ಲ. ಆ ಬೇವಿನ ಮರ ಎಂಟು ವರ್ಷದ ಹಿಂದೆ

ಗಾಳಿಗೆ ಬಿದ್ಹೋಗಿತ್ತು, ಕಲ್ಲು ಎಲ್ಲೋ ಮಣ್ಣಲ್ಲಿ ಹೂತೋಗಿತ್ತು. ಈಗ ಪ್ರಕಾಶ ಹೇಳ್ತಿದ್ದ ಗಡಿ ಒಂದು, ನಾಗರಾಜ್ ನೆನಪಿಟ್ಕೊಂಡಿದ್ದ ಗಡಿ ಇನ್ನೊಂದು, ನಡುವೆ ಸುಮಾರು ಹದಿನೈದು ಅಡಿ ಅಂತರ.

"ದೊಡ್ಡಪ್ಪ, ಇದು ದೊಡ್ಡ ವಿಷಯ ಅಲ್ಲ, ಸ್ವಲ್ಪ ಅಂತರ ಅಷ್ಟೇ," ಪ್ರಕಾಶ ಹೇಳಿದ, ಮೊಬೈಲಿನಲ್ಲಿ ಏನೋ ಫೋಟೋ ತೋರಿಸ್ತಾ. "ಆದ್ರೆ ಸರ್ವೆ ಮಾಡಿ ಪಕ್ಕಾ ಮಾಡ್ಕೊಂಡ್ರೆ ಮುಂಧೆ ಯಾರಿಗೂ ತೊಂದ್ರೆ ಇಲ್ಲ."

ನಾಗರಾಜ್‌ಗೆ ಇದು ದೊಡ್ಡ ವಿಷಯ ಅಲ್ಲ ಅಂತ ಗೊತ್ತಿತ್ತು, ಆದ್ರೆ ಆ "ಸ್ವಲ್ಪ ಅಂತರ"ದ ಒಳಗೆ ಒಂದು ಬೇರೆಯದೇ ಭಾವನೆ ಇತ್ತು, ಅದನ್ನ ಮಗನ ಮುಂದೆ ಹೇಳ್ಕೊಳ್ಳೋಕೆ ಆಗ್ತಿರಲಿಲ್ಲ. ಆ ಹದಿನೈದು ಅಡಿ ಬರೀ ಮಣ್ಣಲ್ಲ, ಅದು ಅಪ್ಪ ಸಾಯೋ ಮುಂಚೆ ಹೇಳಿದ ಮಾತಿನ ಒಂದು ತುಣುಕು, ಈಗ ಸಿದ್ದಪ್ಪನಿಗೆ ಸರಿಯಾಗಿ ನೆನಪಿಲ್ಲ ಅಂತಾನೆ, ಇಬ್ಬರಿಗೂ ತಮ್ಮದೇ ಸತ್ಯ ಇತ್ತು.

ಸಿದ್ದಪ್ಪ ಸ್ವಲ್ಪ ದೂರದಲ್ಲಿ ನಿಂತಿದ್ದ, ಕೈ ಕಟ್ಕೊಂಡು, ಏನೂ ಮಾತಾಡ್ದೆ. ಇಬ್ಬರೂ ಅಣ್ಣ ತಮ್ಮಂದಿರು ಮುಖಾಮುಖಿ ಆಗೋದೇ ಈಗ ಕಡಿಮೆ ಆಗಿತ್ತು, ಮಾತಾಡೋದೆಲ್ಲ ಮಕ್ಕಳ ಮೂಲಕ, ಇಲ್ಲಾಂದ್ರೆ ಫೋನಲ್ಲಿ, ಚುಟುಕಾಗಿ.

ಗುರುತು

ಶಂಭು ಗೌಡ ಸ್ವಲ್ಪ ತಡವಾಗಿ ಬಂದ, ಬೈಕಿನ ಹಿಂದೆ ಒಂದು ಚೈನು ಟೇಪು, ಒಂದು ಹಳೆಯ ದಾಖಲೆಗಳ ಕಟ್ಟು ಕಟ್ಕೊಂಡು. "ಸ್ವಲ್ಪ ಸಮಯ ಆಗುತ್ತೆ, ಸುಮ್ನೆ ಕುಳ್ಕೊಳ್ರಿ," ಅಂತ ಹೇಳಿ ಕೆಲಸ ಶುರುಮಾಡಿದ.

ಪ್ರಕಾಶ ತನ್ನ ಫೋನಲ್ಲಿ ಒಂದು ಆ್ಯಪ್ ತೆಗ್ದು ಏನೋ ನಕ್ಷೆ ತೋರಿಸ್ತಾ ಇದ್ದ, "ಸ್ಯಾಟಲೈಟ್ ಫೋಟೋನಲ್ಲಿ ನೋಡಿದ್ರೆ ಕ್ಲಿಯರ್ ಆಗಿ ಗೊತ್ತಾಗುತ್ತೆ ದೊಡ್ಡಪ್ಪ," ಅಂತ ನಾಗರಾಜನ ಕಡೆ ಹಿಡ್ದ. ನಾಗರಾಜ್ ಒಮ್ಮೆ ನೋಡಿ ತಲೆಯಾಡಿಸಿದ, ಆದ್ರೆ ಅವನಿಗೆ ಆ ಸಣ್ಣ ಪರದೆ ಮೇಲಿನ ಗೆರೆಗಳಿಗಿಂತ, ತನ್ನ ಅಪ್ಪ ಆ ಬೇವಿನ ಮರದ ಬುಡದಲ್ಲಿ ನಿಂತು ಕೈ ಮುಗಿದು "ಇಲ್ಲಿಂದ ಅಲ್ಲಿ ತನಕ ನಾಗ ಪಾಲು" ಅಂತ ಹೇಳಿದ್ದ ದೃಶ್ಯ ಹೆಚ್ಚು ನಿಜ ಅನ್ಸಿತ್ತು. ಆ ಮಾತಿಗೆ ಯಾವ ಫೋಟೋನೂ ಇಲ್ಲ, ಯಾವ ದಾಖಲೆನೂ ಇಲ್ಲ, ಬರೀ ಒಂದು ಮುದುಕನ ನೆನಪು ಮಾತ್ರ, ಅದೂ ಈಗ ಎಷ್ಟು ನಂಬಿಕಸ್ಥ ಅಂತ ಕಾನೂನಿನ ಕಣ್ಣಿಗೆ ಗೊತ್ತಿಲ್ಲ.

ನಡುವೆ ಒಂದು ಸಣ್ಣ ವಿರಾಮ ಸಿಕ್ಕಾಗ ಸಿದ್ದಪ್ಪ ಬಂದು ನಾಗರಾಜನ ಪಕ್ಕ ಕುಳಿತ, ಸ್ವಲ್ಪ ಹೊತ್ತು ಇಬ್ಬರೂ ಸುಮ್ಮನೆ ಕುಳಿತಿದ್ದರು. ಬಿಸಿಲು ಈಗ ಚೆನ್ನಾಗಿ ಏರಿತ್ತು, ಬೆವರು ಇಳಿಯುತ್ತಿತ್ತು. "ಪ್ರಕಾಶ ಸ್ವಲ್ಪ ಜಾಸ್ತಿ ಆತುರ ಪಡ್ತಾನೆ," ಸಿದ್ದಪ್ಪ ಮೆಲ್ಲಗೆ ಹೇಳಿದ, ಕ್ಷಮೆ ಕೇಳ್ದ ಹಾಗೆ ಅನ್ನೋ ಧ್ವನಿಯಲ್ಲಿ. "ಮಗ ಬೆಂಗಳೂರಲ್ಲಿ ಇದ್ದೂ ಈ ಜಾಗಕ್ಕೆ ಇಷ್ಟು ಆಸಕ್ತಿ ಇಟ್ಕೊಂಡಿದ್ದಾನೆ ಅಂದ್ರೆ ಆಶ್ಚರ್ಯನೇ."

ನಾಗರಾಜ್ ಏನೂ ಹೇಳ್ಲಿಲ್ಲ, ಆದ್ರೆ ಆ ಮಾತಿನಲ್ಲಿ ಒಂದು ಸಣ್ಣ ಸಮಾಧಾನ ಇತ್ತು, ಅಣ್ಣ ತಮ್ಮಂದಿರ ನಡುವೆ ಇನ್ನೂ ಪೂರ್ತಿ ದೂರ ಆಗಿಲ್ಲ ಅನ್ನೋ ಸಮಾಧಾನ.

ನಾಗರಾಜ್ ಒಂದು ಮರದ ನೆರಳಲ್ಲಿ ಕುಳಿತ, ಕಾಯೋದೇ ಕೆಲಸ ಆಗಿಬಿಟ್ಟಿತ್ತು. ಶಂಭು ಗೌಡ ಟೇಪು ಎಳ್ಕೊಂಡು ದಾಖಲೆ ನೋಡ್ತಾ, ಒಂದು ಹಂತದಲ್ಲಿ ಕೇಳಿದ, "ಎಷ್ಟು ಗಂಟೆ ಆಯ್ತು ಸ್ವಾಮಿ?"

ನಾಗರಾಜ್ ಜೇಬಿನಿಂದ ಫೋನ್ ತೆಗ್ದು ನೋಡಿದ. "ಒಂಬತ್ತೂವರೆ."

ಇದೊಂದು ಸಣ್ಣ ಪ್ರಶ್ನೆ, ಆದ್ರೆ ಅದು ನಾಗರಾಜನ ಮನಸ್ಸನ್ನ ಎಲ್ಲೋ ಕರ್ಕೊಂಡು ಹೋಯ್ತು, ಮಂಜು ಮತ್ತು ದೀಪಾಳ ಮದುವೆಗೆ. ಆ ದಿನ ಛತ್ರದಲ್ಲಿ, ಎಲ್ಲರೂ ಗಡಿಬಿಡಿಯಲ್ಲಿ ಇದ್ದಾಗ, ಮಂಜುವಿನ ಅಪ್ಪ ಶಿವಪ್ಪ ಪಕ್ಕದಲ್ಲೇ ನಿಂತಿದ್ದ. ಇಬ್ಬರೂ ಬೀಗರಾಗೋ ಮೊದಲಿನ ಮಾತುಕತೆಯಲ್ಲಿ ಒಂದೆರಡು ಸಲ ಭೇಟಿಯಾಗಿದ್ದೂ ಬಿಟ್ರೆ, ಜಾಸ್ತಿ ಪರಿಚಯ ಇರಲಿಲ್ಲ. ಆ ದಿನ ಮುಹೂರ್ತದ ಸಮಯ ಎಷ್ಟು ಆಗಿದೆ ಅಂತ ಯಾರೋ ಕೇಳಿದಾಗ, ಶಿವಪ್ಪ ತನ್ನ ಜೇಬಿನಿಂದ ಒಂದು ಹಳೆಯ ಕೈಗಡಿಯಾರ ತೆಗೆದಿದ್ದ, ಫೋನ್ ನೋಡೋ ಬದ್ಲು. ಚರ್ಮದ ಪಟ್ಟಿ ಸ್ವಲ್ಪ ಸವೆದಿತ್ತು, ಗಾಜು ಒಂದು ಕಡೆ ಸ್ವಲ್ಪ ಮಂಜಾಗಿತ್ತು, ಆದ್ರೆ ಗಡಿಯಾರ ಓಡ್ತಾ ಇತ್ತು.

ಗುರುತು

"ಇನ್ನೂ ಈ ಕೀ ಕೊಡೋ ಗಡಿಯಾರ ಇಟ್ಕೊಂಡಿದ್ದೀರಾ?" ಅಂತ ನಾಗರಾಜ್ ಆಗ ಕೇಳಿದ್ದ, ಸ್ವಲ್ಪ ಆಶ್ಚರ್ಯದಿಂದ.

ಶಿವಪ್ಪ ನಕ್ಕಿದ್ದ. "ಪ್ರತಿ ದಿನ ಬೆಳಿಗ್ಗೆ ಕೀ ಕೊಡ್ಬೇಕು, ಇಲ್ಲಾಂದ್ರೆ ನಿಂತೋಗುತ್ತೆ. ಅಪ್ಪ ಕೊಟ್ಟಿದ್ದು. ಬ್ಯಾಟರಿ ಗಡಿಯಾರ ಎಷ್ಟೋ ಇವೆ ಮನೇಲಿ, ಆದ್ರೆ ಇದನ್ನ ಬಿಡೋಕೆ ಮನಸ್ಸಾಗಲ್ಲ."

ಆ ಮಾತು ಆಗ ಒಂದು ಸಾಧಾರಣ ಮಾತಾಗಿ ಕೇಳಿಸಿತ್ತು, ಆದ್ರೆ ಈಗ ಈ ಮರದ ನೆರಳಲ್ಲಿ ಕುಳಿತು, ಗಡಿ ಗುರ್ತಿಸೋಕೆ ಬಿದ್ದಿರೋ ಈ ಜಗಳ ನೋಡ್ತಾ ಇದ್ದಾಗ, ನಾಗರಾಜ್‌ಗೆ ಆ ಮಾತು ಬೇರೆ ಥರ ಅನ್ನಿಸಿತು. ಒಬ್ಬ ಮನುಷ್ಯ ಪ್ರತಿ ದಿನ ಒಂದು ಹಳೆಯ ವಸ್ತುವಿಗೆ ಕೀ ಕೊಡ್ತಾ, ಅದನ್ನ ಜೀವಂತ ಇಡ್ತಾ ಇರೋದು, ಬರೀ ಸಮಯ ನೋಡೋಕಲ್ಲ, ಬೇರೆ ಏನೋ ಒಂದು ಕಾರಣಕ್ಕೆ ಅಂತ ಅನ್ನಿಸಿತು ಅವನಿಗೆ. ತನ್ನ ಅಪ್ಪ ಸಾಯೋ ಮುಂಚೆ ಏನೂ ಕೊಟ್ಟಿರ್ಲಿಲ್ಲ, ಒಂದು ಹೊಲ ಬಿಟ್ರೆ, ಅದೂ ಈಗ ಗಡಿ ಸರಿಯಾಗಿ ಗುರುತಿಸೋಕೂ ಆಗದಂಗಾಗಿತ್ತು.

ಮಧ್ಯಾಹ್ನದ ಹೊತ್ತಿಗೆ ಶಂಭು ಗೌಡ ಒಂದು ಸಾಲು ಎಳೆದ, ಹಳೇ ದಾಖಲೆ ಮತ್ತು ಈಗಿನ ಅಳತೆ ಎರಡನ್ನೂ ಹೊಂದಿಸಿ. "ಇಲ್ಲಿ ನೋಡಿ, ಸರಿಯಾಗಿ ಇಲ್ಲಿಂದ ಶುರುವಾಗ್ಬೇಕು ನಿಮ್ಮ ಜಾಗ," ಅಂತ ಒಂದು ಜಾಗ ತೋರಿಸಿದ. ಇದು ಪ್ರಕಾಶ ಹೇಳ್ತಿದ್ದ ಗಡಿಗಿಂತ ಸ್ವಲ್ಪ ಒಳಗೆ

ಬರ್ತಿತ್ತು, ಆದ್ರೆ ನಾಗರಾಜ್ ನೆನಪಿಟ್ಕೊಂಡ ಗಡಿಗಿಂತಾನೂ ಸ್ವಲ್ಪ ಹೊರಗೆ.

"ಇದೇ ಫೈನಲಾ?" ಸಿದ್ದಪ್ಪ ಮೊದಲ ಸಲ ಬಾಯ್ಬಿಟ್ಟ, ಧ್ವನಿಯಲ್ಲಿ ಒಂದು ಸಣ್ಣ ಬಿಗಿತ.

"ದಾಖಲೆ ಪ್ರಕಾರ ಇದೇ. ಆದ್ರೆ ನೀವಿಬ್ರೂ ಒಪ್ಪಿ ಸಹಿ ಹಾಕ್ಬೇಕು, ಆಗ್ಲೇ ಪಕ್ಕಾ ಆಗೋದು," ಶಂಭು ಗೌಡ ಹೇಳಿದ.

ಇಬ್ಬರೂ ಒಂದು ಕ್ಷಣ ಸುಮ್ಮನಿದ್ರು. ಪ್ರಕಾಶ ಏನೋ ಹೇಳ್ಬೇಕು ಅಂತ ಬಾಯ್ ತೆಗ್ದ, ಆದ್ರೆ ಸಿದ್ದಪ್ಪ ಮಗನ ಭುಜದ ಮೇಲೆ ಕೈ ಇಟ್ಟ, ಸುಮ್ಮನಿರು ಅನ್ನೋ ಹಾಗೆ.

"ಸರಿ ಬಿಡು," ಸಿದ್ದಪ್ಪ ಹೇಳಿದ, ನಾಗರಾಜನ ಕಡೆ ನೋಡ್ದೇ. "ಇಷ್ಟು ವರ್ಷ ಇದೇ ಜಗಳಕ್ಕೆ ಇನ್ನೆಷ್ಟು ದಿನ ಕೂರೋದು."

ನಾಗರಾಜ್‌ಗೆ ಇದ್ದಕ್ಕಿದ್ದಂತೆ ಏನೋ ಹೇಳ್ಬೇಕು ಅನ್ಸಿತು, ಬಾಲ್ಯದ ಬಗ್ಗೆ, ಅಪ್ಪನ ಬಗ್ಗೆ, ಆದ್ರೆ ಆ ಮಾತುಗಳು ಬಾಯಿಗೆ ಬರ್ಲಿಲ್ಲ. "ಹೂಂ" ಅಂತ ಮಾತ್ರ ಹೇಳಿದ.

ಶಂಭು ಗೌಡ ಪೇಪರ್ ತೆಗ್ದು ಎರಡು ಕಡೆ ಸಹಿ ಹಾಕ್ಸಿದ. ಸಹಿ ಆದ ಮೇಲೂ ಯಾರೂ ಸಂಭ್ರಮ ಪಡ್ಲಿಲ್ಲ, ಸುಮ್ಮನೆ ಕೈ ಕುಲುಕ್ಕೊಂಡ್ರು, ಔಪಚಾರಿಕವಾಗಿ. ಪ್ರಕಾಶ ಫೋಟೋ ತೆಗ್ದ, ದಾಖಲೆಗೆ ಬೇಕು ಅಂತ.

ಸಂಜೆ ಫೋನ್ ಬಂತು, ದೀಪಾಳದು. "ಅಪ್ಪ, ಸರ್ವೆ ಆಯ್ತಾ ಇವತ್ತು?"

"ಆಯ್ತು ಮಗಳೇ. ಮುಗಿತು ವಿಷಯ."

"ಸಿದ್ದಪ್ಪ ಚಿಕ್ಕಪ್ಪ ಜಾಸ್ತಿ ಜಗಳ ಆಡ್ಲಿಲ್ವಾ?"

"ಇಲ್ಲ, ಎಲ್ಲಾ ಸಮಾಧಾನವಾಗೇ ಆಯ್ತು." ನಾಗರಾಜ್ ಪೂರ್ತಿ ವಿಷಯ ಹೇಳ್ಲಿಲ್ಲ, ಹದಿನೈದು ಅಡಿಗಳ ಬಗ್ಗೆ, ಅಪ್ಪ ಸಾಯೋ ಮುಂಚೆ ಹೇಳಿದ್ದ ಅಂತ ತಾನು ನೆನಪಿಟ್ಕೊಂಡ ಮಾತಿನ ಬಗ್ಗೆ, ಅದೆಲ್ಲ ಈಗ ಹೇಳಿ ಏನು ಪ್ರಯೋಜನ ಅಂತ ಅವನಿಗೆ ಅನ್ಸಿತ್ತು. ಮಗಳಿಗೆ ತನ್ನ ಜಾಗದ, ತನ್ನ ತಮ್ಮನ ಜೊತೆಗಿನ ಈ ಸಣ್ಣ ಗಾಯದ ಬಗ್ಗೆ ಚಿಂತೆ ಬೇಡ ಅಂತ ಅವನ ಅನ್ಸಿಕೆ.

"ಮಂಜು ಇವತ್ತು ಆಫೀಸಿಂದ ಬೇಗ ಬಂದ್ರು, ಅಪ್ಪ. ಮಕ್ಕ ಜೊತೆ ಆಡ್ತಿದಾರೆ ಈಗ." ದೀಪಾ ಮಾತು ಬದಲಾಯಿಸಿದ್ಲು, ಬಹುಶಃ ಅಪ್ಪ ಇನ್ನೇನೋ ಹೇಳ್ಬೇಕು ಅಂತ ಕಾಯ್ತಿರಬಹುದು ಅಂತ ಅವಳಿಗೂ ಗೊತ್ತಿತ್ತು, ಆದ್ರೆ ಒತ್ತಾಯಿಸ್ಲಿಲ್ಲ.

"ಒಳ್ಳೇದು ಬಿಡು. ಜಾಗ್ರತೆ ಇರಿ," ಅಂತ ಫೋನ್ ಇಟ್ಟ.

ಗುರುತು

ರಾತ್ರಿ ಊಟ ಆದ ಮೇಲೆ ನಾಗರಾಜ್ ಮನೆಯ ಮುಂದೆ ಒಬ್ಬನೇ ಕುಳಿತ. ಸುನಂದಮ್ಮ ಒಳಗೆ ಪಾತ್ರೆ ತೊಳಿತಾ ಇದ್ಲು, ಅವಳ ಬಳೆಗಳ ಸದ್ದು ಹೊರಗೆ ಕೇಳಿಸ್ತಾ ಇತ್ತು.

ಹೊಲದ ಆ ಹದಿನೈದು ಅಡಿಯ ಬಹುಪಾಲು ಈಗ ಶಾಶ್ವತವಾಗಿ ಸಿದ್ದಪ್ಪನ ಪಾಲಿಗೆ ಹೋಗಿತ್ತು, ಒಂದು ಪೇಪರಲ್ಲಿ, ಒಂದು ಸಹಿಯಲ್ಲಿ. ನಾಗರಾಜ್‌ಗೆ ಅದ್ಯಾಕೋ ಬೇಸರ ಆಗ್ಲಿಲ್ಲ, ಬರೀ ಒಂದು ಬಗೆಯ ಬಳಲಿಕೆ ಅನ್ನಿಸಿತು. ಗಡಿ ಒಂದು ಸಲ ಗುರ್ತಾದ ಮೇಲೆ ಅದನ್ನ ಬದಲಾಯಿಸೋಕೆ ಆಗಲ್ಲ, ಸಮಯದ ಥರಾನೇ, ಒಮ್ಮೆ ಹೋದ ಮೇಲೆ ಹಿಂದೆ ಬರಲ್ಲ.

ಶಿವಪ್ಪನ ಆ ಹಳೇ ಗಡಿಯಾರ ನೆನಪಾಯ್ತು ಮತ್ತೆ. ಪ್ರತಿ ದಿನ ಬೆಳಿಗ್ಗೆ ಕೀ ಕೊಡೋದು, ಸುಮ್ಮನೆ ಒಂದು ರೂಢಿ ಅಲ್ಲ, ಬಹುಶಃ ಆ ಮನುಷ್ಯನಿಗೆ ಗೊತ್ತಿತ್ತೇನೋ, ಸಮಯ ಎಷ್ಟೇ ಸರೀರಿ, ಒಂದು ವಸ್ತುವಿನ ಮೂಲಕ ಅದನ್ನ ಹಿಡ್ಕೊಳ್ಳೋಕೆ ಆಗುತ್ತೆ ಅಂತ. ತನ್ನ ಬಳಿ ಅಂಥ ಯಾವ ವಸ್ತುನೂ ಇಲ್ಲ ಅಂತ ನಾಗರಾಜ್‌ಗೆ ಅನ್ನಿಸಿತು, ಅಪ್ಪ ಬಿಟ್ಟುಹೋಗಿದ್ದು ಒಂದು ಹೊಲ ಮಾತ್ರ, ಅದೂ ಈಗ ಚೂರಾಗಿ ಹಂಚಿಹೋಗಿತ್ತು.

ಜೇಬಿನಲ್ಲಿದ್ದ ಫೋನ್ ತೆಗ್ದು ಸಮಯ ನೋಡಿದ, ಒಂಬತ್ತೂವರೆ ಆಗಿತ್ತು. ಒಂದು ಕ್ಷಣ ಫೋನನ್ನ ಕೈಯಲ್ಲಿ ತಿರುಗಿಸ್ತಾ ಕುಳಿತ, ಮತ್ತೆ

ಜೇಬಿಗೆ ಹಾಕ್ಕೊಂಡ. ಆಕಾಶ ನೋಡಿದ, ನಕ್ಷತ್ರಗಳು ಇನ್ನೂ ಪೂರ್ತಿ ಕಾಣ್ಬೇಕಿತ್ತು, ಮೋಡ ಸ್ವಲ್ಪ ಕವಿದಿತ್ತು. ಎದ್ದು ಒಳಗೆ ಹೋದ.

ಅಧ್ಯಾಯ ೧೨: ರುಚಿಯ ಗುರುತು

ಯಾರ ಕಥೆ: ಲಕ್ಷ್ಮಮ್ಮ (ಮನೆಗೆಲಸದವರು) · ***ಸ್ಥಳ:*** ಬೆಂಗಳೂರು, ಮಂಜುವಿನ ಫ್ಲಾಟ್

ಲಕ್ಷ್ಮಮ್ಮ ಬೆಳಿಗ್ಗೆ ಎಂಟು ಗಂಟೆಗೆ ಸರಿಯಾಗಿ ಬಂದು ಕಾಲಿಂಗ್ ಬೆಲ್ ಒತ್ತಿದಳು. ಈ ಫ್ಲಾಟಿಗೆ ಬರೋಕೆ ಶುರುಮಾಡಿ ಆರು ವರ್ಷ ಆಗಿತ್ತು, ಬಾಗಿಲು ತೆಗೆಯುವ ಮೊದಲೇ ಒಳಗಿನ ಸದ್ದಿನಿಂದ ಆವತ್ತಿನ ಮನೆಯ ಸ್ಥಿತಿ ಅವಳಿಗೆ ಗೊತ್ತಾಗಿಬಿಡುತ್ತಿತ್ತು. ಇವತ್ತಿನ ಸದ್ದು ಸ್ವಲ್ಪ ಆತುರದ್ದಾಗಿತ್ತು, ಮಕ್ಕಳ ಚೀರಾಟ, ಸ್ಕೂಲ್ ಬ್ಯಾಗಿನ ಜಿಪ್ ಎಳೆಯುವ ಸದ್ದು, ಎಲ್ಲೋ ಒಂದು ಶೂ ಸಿಗದೆ ಹುಡುಕಾಟ.

ದೀಪಾ ಬಾಗಿಲು ತೆಗೆದಳು, ಒಂದು ಕೈಯಲ್ಲಿ ಅನ್ವಿತಾಳ ಜಡೆ ಹೆಣೆಯುತ್ತ.

"ಬನ್ನಿ ಲಕ್ಷ್ಮಮ್ಮ, ಇವತ್ತು ಸ್ವಲ್ಪ ಲೇಟಾಯ್ತು ನಮ್ಗೆ. ಸ್ಕೂಲ್ ವ್ಯಾನ್ ಒಂಬತ್ತಕ್ಕೆ ಬರುತ್ತೆ."

ಲಕ್ಷ್ಮಮ್ಮ ಚಪ್ಪಲಿ ಬಿಟ್ಟು ಒಳಗೆ ಬಂದಳು, ಮೊದಲು ಅಡುಗೆಮನೆಗೆ ಹೋಗಿ ಸಿಂಕಿನ ಪಾತ್ರೆಗಳನ್ನ ನೋಡಿದಳು, ರಾತ್ರಿಯ ಊಟದ್ದು ಇನ್ನೂ ತೊಳೆಯದೆ ಇತ್ತು. ಅವಳಿಗೆ ಇದೆಲ್ಲ ಹೊಸದಲ್ಲ, ಪ್ರತಿ

ಗುರುತು

ಮನೆಯ ಬೆಳಿಗ್ಗೆಯೂ ಒಂದೊಂದು ರೀತಿಯ ಆತುರ, ಒಂದೊಂದು ರೀತಿಯ ಗಡಿಬಿಡಿ. ಇಲ್ಲಿ ಮೂರು ಮನೆಗಳಲ್ಲಿ ಕೆಲಸ ಮಾಡುತ್ತಿದ್ದಳು, ಇದು ಮೊದಲನೆಯದು, ಇಲ್ಲಿಂದ ಇನ್ನೆರಡು ಮನೆ, ಆಮೇಲೆ ಮಧ್ಯಾಹ್ನದ ಹೊತ್ತಿಗೆ ಮನೆಗೆ.

"ಇವತ್ತು ಒಂದು ಸಹಾಯ ಬೇಕಿತ್ತು ಲಕ್ಷ್ಮಮ್ಮ," ದೀಪಾ ಹೇಳಿದಳು, ಅನ್ವಿತಾಳ ಜಡೆ ಮುಗಿಸಿ ಅವಳನ್ನ ಟೀವಿ ಮುಂದೆ ಕೂರಿಸುತ್ತ. "ಲಂಚ್ ಬಾಕ್ಸ್ ರೆಡಿ ಮಾಡಬೇಕಿತ್ತು, ಮಂಜುಗೆ ಇವತ್ತು ಬೆಳಿಗ್ಗೆ ಬೇಗ ಆಫೀಸ್ ಕಾಲ್ ಇದೆ, ಟೈಮಿಗೆ ಕಳಿಸಬೇಕು ಅವರನ್ನ. ಅನ್ನ ಫ್ರಿಜ್ಜಲ್ಲಿ ಇದೆ, ಸ್ವಲ್ಪ ಬಿಸಿ ಮಾಡಿ, ಜೊತೆಗೆ ಸ್ವಲ್ಪ ಉಪ್ಪಿನಕಾಯಿ ಹಾಕಿ. ಆ ಡಬ್ಬಿ ಮೇಲಿನ ಶೆಲ್ಫಲ್ಲಿ ಇದೆ."

"ಆಯ್ತಮ್ಮ," ಲಕ್ಷ್ಮಮ್ಮ ಎಂದಳು, ಫ್ರಿಜ್ ಬಾಗಿಲು ತೆಗೆದಳು.

ಮೇಲಿನ ಶೆಲ್ಫಿನಲ್ಲಿ ಒಂದು ಸ್ಟೀಲ್ ಡಬ್ಬಿ, ಅರ್ಧ ಖಾಲಿಯಾಗಿತ್ತು, ಮುಚ್ಚಳ ಸಡಿಲವಾಗಿ ಮುಚ್ಚಿತ್ತು. ಲಕ್ಷ್ಮಮ್ಮ ಮುಚ್ಚಳ ತೆಗೆದಳು, ಒಳಗಿನಿಂದ ಎಣ್ಣೆ ಮತ್ತು ಮಸಾಲೆಯ ಘಮ ಒಂದೇ ಸಲ ಮೂಗಿಗೆ ಬಡಿಯಿತು. ಒಂದು ಕ್ಷಣ ಅವಳ ಕೈ ಸುಮ್ಮನೇ ನಿಂತಿತು, ಡಬ್ಬಿಯ ಮೇಲೆ.

ಈ ವಾಸನೆ ಹೊಸದಲ್ಲ ಎಂದು ಅವಳಿಗೆ ಅನ್ನಿಸಿತು. ಆದರೆ ಬರೀ ಪರಿಚಿತ ಎಂದಷ್ಟೇ ಅಲ್ಲ, ಇದರಲ್ಲಿ ಏನೋ ಒಂದು ವಿಶೇಷ ಇತ್ತು,

ಅಂಗಡಿಯಲ್ಲಿ ಸಿಗುವ ಪ್ಯಾಕೆಟ್ ಉಪ್ಪಿನಕಾಯಿಗಳಲ್ಲಿ ಇರುವಂಥ ವಾಸನೆಯಲ್ಲ ಇದು. ಅಂಗಡಿಯ ಉಪ್ಪಿನಕಾಯಿಗೆ ಒಂದು ಸಮ, ಮೊನಚಿಲ್ಲದ ಹುಳಿ ಇರುತ್ತದೆ, ಎಲ್ಲ ಡಬ್ಬಿಗೂ ಒಂದೇ ಥರ. ಇದು ಹಾಗಿರಲಿಲ್ಲ. ಚಮಚ ಆಳಕ್ಕೆ ಹಾಕಿ ಸ್ವಲ್ಪ ಎಣ್ಣೆ ಮೇಲೆತ್ತಿ ನೋಡಿದಳು, ಮಾವಿನಕಾಯಿ ಚೂರುಗಳು ಗಾತ್ರದಲ್ಲಿ ಸಮ ಇಲ್ಲ, ಕೆಲವು ದೊಡ್ಡ, ಕೆಲವು ಚಿಕ್ಕ, ಕೈಯಲ್ಲೇ ಹೆಚ್ಚಿದ ಗುರುತು ಸ್ಪಷ್ಟವಾಗಿತ್ತು.

ಬೆರಳಿಗೆ ಸ್ವಲ್ಪ ಎಣ್ಣೆ ತಗೊಂಡು ನಾಲಿಗೆಗೆ ಹಚ್ಚಿ ನೋಡಿದಳು. ಮೊದಲ ಕ್ಷಣ ಖಾರ, ಆಮೇಲೆ ಹುಳಿ, ಆಮೇಲೆ ಎಲ್ಲೋ ಆಳದಲ್ಲಿ ಒಂದು ಸಣ್ಣ ಸಿಹಿಯ ಎಳೆ, ಬೆಲ್ಲ ಇರಬಹುದು ಅಥವಾ ಬರೀ ಮಾವಿನಕಾಯಿಯ ಸ್ವಂತ ಸಿಹಿ. ಈ ಸಮತೋಲನ, ಈ ಮೂರೂ ರುಚಿ ಒಂದಾಗುವ ರೀತಿ, ಇದನ್ನ ಎಲ್ಲೋ ಚಿಕ್ಕಂದಿನಲ್ಲಿ ರುಚಿ ನೋಡಿದ ಹಾಗೆ ಅವಳಿಗೆ ಅನ್ನಿಸಿತು.

"ಎಂಥಾ ಚೆನ್ನಾಗಿದೆ," ಅವಳ ಬಾಯಿಂದ ತಾನಾಗಿಯೇ ಹೊರಬಿತ್ತು, ಗಟ್ಟಿಯಾಗೇ.

ದೀಪಾ ಹಾಲ್‌ನಿಂದ ಕೂಗಿದಳು, "ಏನಂದ್ರಿ ಲಕ್ಷ್ಮಮ್ಮ?"

"ಏನಿಲ್ಲಮ್ಮ, ಈ ಉಪ್ಪಿನಕಾಯಿ ಬೆಂಗಳೂರಿನ ಅಂಗಡಿದಲ್ಲಮ್ಮ ಅಂತ. ಇದು ಮನೆ ಕೈ ರುಚಿ."

"ಹೌದು, ನಮ್ಮತ್ತೆ ಕಳಿಸಿದ್ದು. ಊರಿಂದ. ಪ್ರತಿ ಸಲ ಕಳಿಸ್ತಾರೆ." ದೀಪಾ ಇದನ್ನ ಸುಮ್ಮನೆ ಹೇಳಿ, ಮತ್ತೆ ಆದಿತ್ಯನ ಕಡೆ ತಿರುಗಿದಳು, "ಬೇಗ ಬಾ ಆದಿತ್ಯ, ವ್ಯಾನ್ ಬಂತು."

ಲಕ್ಷ್ಮಮ್ಮ ಚಮಚದಲ್ಲಿ ಸ್ವಲ್ಪ ಉಪ್ಪಿನಕಾಯಿ ತೆಗೆದು ಲಂಚ್ ಬಾಕ್ಸಿನ ಒಂದು ಮೂಲೆಗೆ ಹಾಕಿದಳು, ಅನ್ನ ಬಿಸಿ ಮಾಡಿ ಜೊತೆಗಿಟ್ಟಳು. ಕೆಲಸ ಮುಂದುವರಿದರೂ, ಮನಸ್ಸು ಆ ಡಬ್ಬಿಯ ಸುತ್ತಲೇ ಸುತ್ತುತ್ತಿತ್ತು.

ಇದನ್ನ ಯಾವ ಅಜ್ಜಿ ಮಾಡಿರಬೇಕು, ಎಷ್ಟು ವರ್ಷದ ಅನುಭವ ಇರಬೇಕು ಈ ಕೈಗೆ, ಎಂದು ಅವಳಿಗೆ ಅನ್ನಿಸಿತು. ಈ ಸಮತೋಲನ ಒಂದು ಸಲಕ್ಕೆ ಬರುವಂಥದ್ದಲ್ಲ, ವರ್ಷಗಳ ಕಾಲ ಒಂದೇ ಕೈಯಿಂದ ಮಾಡುತ್ತ, ತಪ್ಪುತ್ತ, ಸರಿಪಡಿಸುತ್ತ ಬಂದ ರುಚಿ ಇದು. ಯಜಮಾನನ ಅಮ್ಮ ಮಾಡಿರಬೇಕು ಎಂದು ಅವಳಿಗೆ ಖಚಿತವಾಯಿತು, ಬೇರೆ ಯಾರೂ ಇಷ್ಟು ಪ್ರೀತಿಯಿಂದ, ಇಷ್ಟು ಜೋಪಾನವಾಗಿ ಒಂದು ಡಬ್ಬಿ ಉಪ್ಪಿನಕಾಯಿ ಕಳಿಸೋಕೆ ಸಾಧ್ಯ ಇಲ್ಲ.

ಅವಳಿಗೂ ತನ್ನ ಅಮ್ಮ ನೆನಪಾದಳು. ಕೋಲಾರ ಕಡೆ ಒಂದು ಚಿಕ್ಕ ಹಳ್ಳಿ, ಅಲ್ಲಿ ಬೆಳೆದವಳು ಲಕ್ಷ್ಮಮ್ಮ. ಪ್ರತಿ ಬೇಸಿಗೆಗೆ ಮನೆಯ ಹಿತ್ತಲಿನ ಮಾವಿನ ಮರದಿಂದ ಕಾಯಿ ಕೊಯ್ದು, ಅಮ್ಮ ಹೆಚ್ಚುತ್ತಿದ್ದಳು, ಬಿಸಿಲಿಗೆ ಇಡುತ್ತಿದ್ದಳು. ಆ ಕಾಲದಲ್ಲಿ ಇದನ್ನೆಲ್ಲ ಸಾಮಾನ್ಯ ಎಂದೇ

ಅಂದುಕೊಂಡಿದ್ದಳು, ಪ್ರತಿ ಮನೆಯಲ್ಲೂ ಆಗುವಂಥದ್ದೇ ಅಂತ. ಈಗ ಇಪ್ಪತ್ತೈದು ವರ್ಷದಿಂದ ಬೆಂಗಳೂರಿನಲ್ಲಿ, ಈ ಮಾವಿನ ಸೀಸನ್ ಬಂತು ಹೋಯಿತು ಅಂತಲೇ ಗೊತ್ತಾಗಲ್ಲ, ಫ್ಲಾಟಿನ ಒಳಗೆ ಇಂಥ ಕೆಲಸಕ್ಕೆ ಜಾಗವೂ ಇಲ್ಲ, ಬಿಡುವೂ ಇಲ್ಲ. ಕೊನೆಯ ಸಲ ಅವಳೇ ಮಾವಿನಕಾಯಿ ಉಪ್ಪಿನಕಾಯಿ ಮಾಡಿದ್ದು ಎಂಟೊ ಹತ್ತೊ ವರ್ಷದ ಹಿಂದೆ, ಮಗ ಇನ್ನೂ ಚಿಕ್ಕವನಿದ್ದಾಗ.

ಆ ಮಗ, ನಾಗೇಶ, ಈಗ ಇಪ್ಪತ್ತೆಂಟು ವರ್ಷ, ತುಮಕೂರಿನಲ್ಲಿ ಒಂದು ಫ್ಯಾಕ್ಟರಿಯಲ್ಲಿ ಕೆಲಸ. ಎರಡು ವರ್ಷಕ್ಕೊಮ್ಮೆಯೋ ಏನೋ ಬರುತ್ತಾನೆ, ಫೋನಿನಲ್ಲಿ "ಈ ತಿಂಗಳು ರಜೆ ಸಿಗಲ್ಲ ಅಮ್ಮ, ಮುಂದಿನ ತಿಂಗಳು ಬತ್ತೀನಿ" ಎಂದು ಎಷ್ಟೋ ಸಲ ಹೇಳಿದ್ದಾನೆ. ಲಕ್ಷ್ಮಮ್ಮಗೆ ಇದರ ಬಗ್ಗೆ ಬೇಸರ ಇಲ್ಲ ಅಂತಲ್ಲ, ಆದರೆ ಗೊಣಗಿ ಪ್ರಯೋಜನ ಇಲ್ಲ ಅಂತ ಅವಳಿಗೆ ಗೊತ್ತಿತ್ತು, ಅವನಿಗೂ ಬದುಕು ಇದೆ, ಕೆಲಸ ಇದೆ ಅಂತ ಸಮಾಧಾನ ಮಾಡಿಕೊಳ್ಳುತ್ತಿದ್ದಳು.

ಈ ಡಬ್ಬಿಯ ಮುಂದೆ ನಿಂತಾಗ, ಅವಳಿಗೆ ಇದ್ದಕ್ಕಿದ್ದಂತೆ ಒಂದು ಪ್ರಶ್ನೆ ಬಂತು. ಈ ಮನೆಯ ಯಜಮಾನ, ಇಷ್ಟು ಚೆನ್ನಾಗಿ ಸಂಪಾದಿಸುವ ಮಂಜು, ಅವನ ಅಮ್ಮ ಇಷ್ಟು ಪ್ರೀತಿಯಿಂದ ಮಾಡಿ ಕಳಿಸಿದ ಈ ಡಬ್ಬಿ, ಫ್ರಿಜ್ಜಿನಲ್ಲಿ ಅರ್ಧ ಖಾಲಿಯಾಗಿ, ಮುಚ್ಚಳ ಸಡಿಲವಾಗಿ, ಎಷ್ಟು ದಿನದಿಂದ ಹಾಗೇ ಬಿದ್ದಿದೆಯೋ. ಇವರಿಗೆ ಇದರ ಬೆಲೆ ಗೊತ್ತಾ ಎಂದು ಒಂದು ಕ್ಷಣ ಅವಳಿಗೆ ಅನ್ನಿಸಿತು, ಆಮೇಲೆ ಆ ಯೋಚನೆಯನ್ನ ತಾನೇ ಸರಿಪಡಿಸಿಕೊಂಡಳು. ಪ್ರತಿಯೊಬ್ಬರ ಬೆಲೆ

ಬೇರೆ ಬೇರೆ, ಎಲ್ಲರಿಗೂ ತನ್ನ ಹಾಗೇ ಈ ರುಚಿ ಅಪರೂಪ ಅನ್ನಿಸಬೇಕು ಅಂತ ಏನೂ ಇಲ್ಲ.

ಲಂಚ್ ಬಾಕ್ಸ್ ಮುಚ್ಚಿ, ಬ್ಯಾಗಿಗೆ ಇಟ್ಟು, ಡಬ್ಬಿಯನ್ನ ಮತ್ತೆ ಫ್ರಿಜ್ಜಿಗೆ ಇಡುವ ಮೊದಲು, ಲಕ್ಷ್ಮಮ್ಮ ಒಂದು ಕ್ಷಣ ನಿಂತಳು. ಮನಸ್ಸಿನಲ್ಲಿ ಒಂದು ಸಣ್ಣ ಆಸೆ ಎದ್ದಿತು, ಒಂದು ಚಮಚ ಈ ಉಪ್ಪಿನಕಾಯಿ ಕೇಳಿಬಿಡಲಾ ಎಂದು. ಒಂದು ಚಿಕ್ಕ ಡಬ್ಬಿ ಕೇಳಿದರೆ ದೀಪಾ ಬೇಡ ಎನ್ನಲಿಕ್ಕಿಲ್ಲ, ಇಷ್ಟು ವರ್ಷದ ಪರಿಚಯದಲ್ಲಿ ಅಂಥ ಮನಸ್ಸು ಈ ಮನೆಯವರಿಗೆ ಇಲ್ಲ ಅಂತ ಅವಳಿಗೂ ಗೊತ್ತಿತ್ತು. ಆದರೆ ಕೇಳುವ ಮಾತು ಬಾಯಿಗೆ ಬರಲಿಲ್ಲ. ಇಷ್ಟು ವರ್ಷದ ಕೆಲಸದಲ್ಲಿ ಎಂದೂ ಏನೂ ಕೇಳಿ ಅಭ್ಯಾಸ ಇರಲಿಲ್ಲ ಅವಳಿಗೆ, ಬೇಕಾದ್ದನ್ನ ಕೊಟ್ಟರೆ ತಗೋತಿದ್ದಳು, ತಾನಾಗಿ ಕೇಳುವುದು ಸರಿ ಅನ್ನಿಸ್ತಿರಲಿಲ್ಲ. ಡಬ್ಬಿ ಮುಚ್ಚಿ, ಫ್ರಿಜ್ಜಿಗೆ ಇಟ್ಟು ಬಾಗಿಲು ಹಾಕಿದಳು.

ಬಟ್ಟೆ ಒಗೆಯುವ ಮೆಷಿನ್ ಹಾಕಿ, ಸಿಂಕಿನ ಪಾತ್ರೆಗಳನ್ನ ತೊಳೆಯಲಿಕ್ಕೆ ಶುರುಮಾಡಿದಳು. ಕೈ ಕೆಲಸ ಮಾಡುತ್ತಿದ್ದರೂ, ಮನಸ್ಸು ಇನ್ನೂ ಆ ರುಚಿಯ ಸುತ್ತಲೇ ಸುತ್ತುತ್ತಿತ್ತು. ತಾನೇ ಒಮ್ಮೆ ಮಗನಿಗೆ ಇಂಥದ್ದೇ ಒಂದು ಡಬ್ಬಿ ಮಾಡಿಕೊಟ್ಟಿದ್ದನ್ನ ನೆನಪಿಸಿಕೊಂಡಳು, ನಾಗೇಶ ಆಗ ಹತ್ತು ವರ್ಷದವನು, ಶಾಲೆಯಿಂದ ಬಂದವನೇ "ಅಮ್ಮ, ಉಪ್ಪಿನಕಾಯಿ" ಎಂದು ಕೂಗುತ್ತಿದ್ದ. ಆ ದಿನಗಳಲ್ಲಿ ಈ ಕೆಲಸ ಎಷ್ಟು ಸಹಜವಾಗಿತ್ತು ಎಂದು ಈಗ ಯೋಚಿಸಿದರೆ

ಆಶ್ಚರ್ಯ ಆಗುತ್ತಿತ್ತು, ಈಗ ಅದೇ ಕೆಲಸ ಎಷ್ಟು ದೂರ ಆಗಿಬಿಟ್ಟಿದೆ ಎಂದು.

ಮಧ್ಯಾಹ್ನ ಮೂರು ಗಂಟೆ ಹೊತ್ತಿಗೆ ಲಕ್ಷ್ಮಮ್ಮ ಎಲ್ಲ ಮನೆಗಳ ಕೆಲಸ ಮುಗಿಸಿ ಮನೆಗೆ ಹೊರಟಳು. ಬಸ್ ಸ್ಟಾಪಿನಲ್ಲಿ ನಿಂತು ಕಾಯುತ್ತ, ಫೋನ್ ತೆಗೆದು ನಾಗೇಶಗೆ ಕರೆ ಮಾಡಿದಳು. ಎರಡು ಸಲ ರಿಂಗಾಗಿ, ಅವನು ಎತ್ತಲಿಲ್ಲ. ಕೆಲಸದಲ್ಲಿ ಇರಬೇಕು ಅಂದುಕೊಂಡು, ಫೋನ್ ಬ್ಯಾಗಿಗೆ ಹಾಕಿಕೊಂಡಳು. ಸ್ವಲ್ಪ ಹೊತ್ತಿನ ಮೇಲೆ ಒಂದು ಮೆಸೇಜು ಬಂತು, "ಅಮ್ಮ ಮೀಟಿಂಗಲ್ಲಿ ಇದ್ದೆ, ಸಂಜೆ ಕಾಲ್ ಮಾಡ್ತೀನಿ." ಇದೇ ಥರದ ಮೆಸೇಜು ಎಷ್ಟೋ ಸಲ ಬಂದಿತ್ತು, ಸಂಜೆ ಕಾಲ್ ಬರುವುದೂ ಇತ್ತು, ಬರದೇ ಇರುವುದೂ ಇತ್ತು.

ಬಸ್ಸಿನಲ್ಲಿ ಕುಳಿತು ಹೋಗುತ್ತ, ಲಕ್ಷ್ಮಮ್ಮ ಕಿಟಕಿಯಾಚೆ ನೋಡುತ್ತ ಇದ್ದಳು. ಇವತ್ತಿನ ಆ ಒಂದು ಚಮಚ ಉಪ್ಪಿನಕಾಯಿಯ ರುಚಿ ಇನ್ನೂ ಬಾಯಲ್ಲಿ ಎಲ್ಲೋ ಉಳಿದ ಹಾಗಿತ್ತು, ಅಥವಾ ಬರೀ ನೆನಪಿನಲ್ಲಿ ಉಳಿದಿತ್ತೋ ಏನೋ ಅವಳಿಗೇ ಸ್ಪಷ್ಟ ಗೊತ್ತಾಗಲಿಲ್ಲ. ಮುಂದಿನ ಸಲ ಆ ಮನೆಗೆ ಹೋದಾಗ ಡಬ್ಬಿ ಇನ್ನೂ ಇದ್ದರೆ, ಒಂದು ಸಣ್ಣ ಚಮಚ ಕೇಳಿಬಿಡಬೇಕು ಎಂದು ಮನಸ್ಸಿನಲ್ಲೇ ಅಂದುಕೊಂಡಳು. ಈ ಸಲ ಖಂಡಿತ ಕೇಳಬೇಕು ಎಂದು.

ಗುರುತು

ಬಸ್ ಇಳಿಯುವ ಹೊತ್ತಿಗೆ ಆ ಯೋಚನೆ ಎಲ್ಲೋ ಹಿಂದೆ ಸರಿದಿತ್ತು, ಮನೆಗೆ ಹೋಗಿ ಮಾಡಬೇಕಾದ ಕೆಲಸಗಳ ಪಟ್ಟಿ ಮುಂದೆ ಬಂತು. ಕೇಳುತ್ತಾಳೋ ಇಲ್ಲವೋ, ಅವಳಿಗೇ ಸರಿಯಾಗಿ ಗೊತ್ತಿರಲಿಲ್ಲ.

ಅಧ್ಯಾಯ ೧೩: ಬಿಟ್ಟುಹೋದ ದಾರಿ

ಯಾರ ಕಥೆ: ವಿನಯ್ (ಐಟಿ ಬಿಟ್ಟು ವ್ಯಾಪಾರ ಶುರುಮಾಡಿದ ಮಾಜಿ ಸಹೋದ್ಯೋಗಿ) · ***ಸ್ಥಳ:*** ಚೆನ್ನೈ

ಬೆಳಿಗ್ಗೆ ಏಳೂವರೆಗೆ ವಿನಯ್ ವರ್ಕ್‌ಶಾಪಿನ ಶಟರ್ ಎತ್ತಿದಾಗ, ಒಳಗಿನ ಗಾಳಿಯಲ್ಲಿ ಇನ್ನೂ ನಿನ್ನೆಯ ಮರದ ಪುಡಿಯ ವಾಸನೆ ಇತ್ತು. ಟೀಗಾಗಿ ಗ್ಯಾಸ್ ಒಲೆ ಹಚ್ಚಿ, ಸ್ಟೀಲ್ ಪಾತ್ರೆಯಲ್ಲಿ ಚಹಾ ಕುದಿಸುತ್ತ, ಅವನು ಮೇಜಿನ ಮೇಲಿನ ಇವತ್ತಿನ ಕೆಲಸದ ಪಟ್ಟಿ ನೋಡಿದ. ಎರಡು ಕುರ್ಚಿಗಳ ಪಾಲಿಶ್ ಮುಗಿಸಬೇಕು, ಒಂದು ಹಳೆಯ ಟೀಪಾಯ್ ಕಾಲು ಬದಲಾಯಿಸಬೇಕು, ಮಧ್ಯಾಹ್ನ ಮೂರಕ್ಕೆ ಒಬ್ಬ ಹೊಸ ಗಿರಾಕಿ ಬರುತ್ತಾರೆ ಅಂತ ಫೋನಿನಲ್ಲಿ ಹೇಳಿದ್ದರು.

ಈ ವರ್ಕ್‌ಶಾಪ್ ಪೆರುಂಗುಡಿಯ ಒಂದು ಸಣ್ಣ ಗಲ್ಲಿಯಲ್ಲಿತ್ತು, ಎರಡು ಬಾಡಿಗೆ ಶೆಡ್‌ಗಳಷ್ಟೇ ಸ್ಥಳ, ಆದರೆ ಒಂಬತ್ತು ವರ್ಷದಿಂದ ಇದೇ ಜಾಗ, ಇದೇ ಒಲೆ, ಇದೇ ಶಟರಿನ ಸದ್ದು. ವಿನಯ್‌ಗೆ ಇದೇ ಸಾಕಿತ್ತು.

ಒಂಬತ್ತು ಗಂಟೆಗೆ ಅವನ ಸಹಾಯಕ ಮುರುಗನ್ ಬಂದ, ಇಬ್ಬರೂ ಸೇರಿ ಕುರ್ಚಿಗಳ ಪಾಲಿಶ್ ಶುರುಮಾಡಿದರು. ಕೆಲಸ

ಮಾಡುತ್ತ ಮಾಡುತ್ತ, ಮುರುಗನ್ ಒಂದು ಕಥೆ ಹೇಳಿದ, ಅವನ ತಮ್ಮನ ಗೆಳೆಯ ಒಬ್ಬ ಐಟಿ ಕಂಪೆನಿಯಲ್ಲಿ ಇದ್ದಾನಂತೆ, ಈಗ ಕೆಲಸ ಬಿಟ್ಟು ಫುಡ್ ಟ್ರಕ್ ಶುರುಮಾಡ್ತೀನಿ ಅಂತ ಎಲ್ಲರ ಹತ್ರ ಹೇಳ್ತಾ ಇದಾನಂತೆ, ಆದರೆ ಒಂದು ವರ್ಷದಿಂದ ಬರೀ ಹೇಳ್ತಾನೇ ಇದಾನೆ, ಇನ್ನೂ ಶುರುಮಾಡಿಲ್ಲ.

"ಇಂಥವರು ಎಷ್ಟೋ ಜನ ಇರ್ತಾರೆ ಬಾಸ್," ಮುರುಗನ್ ನಗುತ್ತ ಹೇಳಿದ. "ಮಾತಲ್ಲಿ ಮಾತ್ರ. ಮಾಡಕ್ಕೆ ಹೋದ್ರೆ ಎಲ್ಲಾ ಭಯ."

ವಿನಯ್ ಸುಮ್ಮನೆ ನಕ್ಕ, ಕುರ್ಚಿಯ ಕಾಲಿಗೆ ಇನ್ನೊಂದು ಪದರ ಎಣ್ಣೆ ಸವರುತ್ತ. ಮಾತನಾಡಲಿಲ್ಲ, ಆದರೆ ಮನಸ್ಸು ಒಂಬತ್ತು ವರ್ಷ ಹಿಂದಕ್ಕೆ ಜಾರಿತು.

ಆಗ ಅವನು ಬೆಂಗಳೂರಿನಲ್ಲಿ, ಮಂಜುವಿನ ಜೊತೆಗೇ ಒಂದೇ ಟೀಮಿನಲ್ಲಿ ಕೆಲಸ ಮಾಡುತ್ತಿದ್ದ. ಇಬ್ಬರೂ ಒಂದೇ ಕ್ಯುಬಿಕಲ್ ಸಾಲಿನಲ್ಲಿ ಕೂರುತ್ತಿದ್ದರು, ಪ್ರಾಜೆಕ್ಟ್ ಡೆಡ್‌ಲೈನ್‌ಗಳ ಒತ್ತಡ, ಮಧ್ಯಾಹ್ನದ ಕ್ಯಾಂಟೀನ್ ಊಟ, ಎಲ್ಲ ಸಾಮಾನ್ಯ ಆಫೀಸ್ ಬದುಕು. ಆ ದಿನಗಳಲ್ಲಿ ವಿನಯ್‌ಗೆ ವಾರಾಂತ್ಯದಲ್ಲಿ ಮರದ ಕೆಲಸ ಮಾಡುವ ಹವ್ಯಾಸ ಇತ್ತು, ಅಪ್ಪನ ಬಳಿ ಚಿಕ್ಕಂದಿನಿಂದ ಕಲಿತದ್ದು. ಒಂದು ಸಣ್ಣ ಪೆನ್ ಸ್ಟ್ಯಾಂಡ್ ಮಾಡಿ ತನ್ನ ಡೆಸ್ಕಿಗೆ ತಂದಿಟ್ಟುಕೊಂಡಿದ್ದ, ತೇಗದ ಮರದಲ್ಲಿ, ಸ್ವಲ್ಪ ಒರಟಾಗಿಯೇ ಇತ್ತು ಆದರೆ ಅವನಿಗೆ ಪ್ರಿಯವಾಗಿತ್ತು.

ಮಂಜು ಒಂದು ದಿನ ಅದನ್ನ ನೋಡಿ, "ಚೆನ್ನಾಗಿದೆ ಕಣಪ್ಪ, ನೀನೇ ಮಾಡಿದ್ಯಾ" ಅಂತ ಕೇಳಿದ್ದ. ವಿನಯ್ ಹೌದು ಅಂತ ಹೇಳಿ, ಸ್ವಲ್ಪ ಉತ್ಸಾಹದಿಂದ ತನ್ನ ಕನಸನ್ನ ಹಂಚಿಕೊಂಡಿದ್ದ, ಮುಂದೆ ಒಂದು ದಿನ ಇದನ್ನೇ ಫುಲ್ ಟೈಂ ಮಾಡಬೇಕು ಅಂತ. ಮಂಜು ಒಂದು ಕ್ಷಣ ಸುಮ್ಮನಿದ್ದು, ನಂತರ ಸ್ನೇಹದಿಂದಲೇ ಹೇಳಿದ್ದ, "ಹವ್ಯಾಸಕ್ಕೆ ಚೆನ್ನಾಗಿದೆ ಕಣೋ, ಆದ್ರೆ ಫುಲ್ ಟೈಂ ಮಾಡಕ್ಕೆ ಆಗುತ್ತಾ. ಇಲ್ಲಿ ಫರ್ನಿಚರ್‌ಗೆ ಮಾರ್ಕೆಟ್ ಎಲ್ಲಿದೆ, ಎಲ್ಲಾ ಬಿಗ್ ಬಜಾರ್, ಐಕಿಯಾ ಅಂತ ಹೋಗ್ತಾರೆ. ರಿಸ್ಕ್ ತಗೊಳಕ್ಕಿಂತ ಇಲ್ಲೇ ಸ್ಟೇಬಲ್ ಆಗಿ ಇರೋದು ಒಳ್ಳೇದು."

ಆ ಮಾತಿಗೆ ವಿನಯ್ ಆಗ ಏನೂ ಅನ್ನಿಸಿರಲಿಲ್ಲ, ಮಂಜು ಯಾವಾಗಲೂ ಹಾಗೇ ಮಾತಾಡ್ತಾನೆ ಅಂತ ಗೊತ್ತಿತ್ತು, ಪ್ರಾಕ್ಟಿಕಲ್, ತಣ್ಣಗೆ ಯೋಚಿಸೋ ಜನ. ಆದರೆ ಆ ಒಂದು ಮಾತು, "ಮಾರ್ಕೆಟ್ ಎಲ್ಲಿದೆ", ಎಲ್ಲೋ ಒಳಗೆ ಉಳಿದುಬಿಟ್ಟಿತ್ತು, ವರ್ಷಗಳ ಕಾಲ ಆಗಾಗ ಮತ್ತೆ ಮತ್ತೆ ನೆನಪಾಗುತ್ತಿತ್ತು.

ಮಧ್ಯಾಹ್ನ ಮೂರು ಗಂಟೆಗೆ ಸರಿಯಾಗಿ ಗಿರಾಕಿ ಬಂದರು, ಒಬ್ಬ ಯುವಕ, ಸೂಟ್‌ಕೇಸ್ ಬ್ಯಾಗ್ ಹಿಡಿದು, ಆಫೀಸಿನಿಂದ ನೇರವಾಗಿ ಬಂದವನ ಹಾಗೆ ಕಾಣುತ್ತಿದ್ದ.

"ವಿನಯ್ ಸರ್ ಅಲ್ವಾ? ನಾನು ಕಾರ್ತಿಕ್. ಫೋನಲ್ಲಿ ಮಾತಾಡಿದ್ದೆ, ನಮ್ಮ ಆಫೀಸ್ ರಿಸೆಪ್ಷನ್‌ಗೆ ಕುರ್ಚಿ, ಟೇಬಲ್ ಬೇಕಿತ್ತು."

"ಬನ್ನಿ ಬನ್ನಿ, ಕೂತ್ಕಳಿ," ವಿನಯ್ ಒಂದು ಸ್ಟೂಲ್ ಎಳೆದುಕೊಟ್ಟ.

ಕಾರ್ತಿಕ್ ಫೋಟೋಗಳನ್ನ ತೋರಿಸುತ್ತ ಬೇಕಾದ ಡಿಸೈನ್ ವಿವರಿಸಿದ, ಒಂದು ಸಣ್ಣ ಟೆಕ್ ಸ್ಟಾರ್ಟಪ್ ಆಫೀಸ್, ಚೆನ್ನೈಗೆ ಹೊಸದಾಗಿ ಬಂದಿದೆ ಅಂತ ಹೇಳಿದ. ಮಾತಿನ ನಡುವೆ, "ನಿಮ್ಮ ಥರ ಕೆಲಸ ಬಿಟ್ಟು ಬಂದೋರು ಕಡಿಮೆ ಸಾರ್, ನಮ್ಮ ಆಫೀಸಲ್ಲಿ ಎಲ್ಲಾ ಆ ಥರ ಮಾತಾಡ್ತಾರೆ, ಒಂದಿನ ಇದನ್ನ ಬಿಟ್ಟು ಬೇರೆ ಏನಾದ್ರೂ ಮಾಡಬೇಕು ಅಂತ, ಆದ್ರೆ ಯಾರೂ ಮಾಡಲ್ಲ" ಅಂತ ಆಕಸ್ಮಿಕವಾಗಿ ಹೇಳಿದ.

ವಿನಯ್ ಒಂದು ಕ್ಷಣ ಮುಗುಳ್ನಕ್ಕ, ಇವತ್ತು ಬೆಳಿಗ್ಗೆ ಮುರುಗನ್ ಹೇಳಿದ್ದೂ ಇದೇ ಮಾತು ಅಲ್ಲವಾ ಅಂತ ಒಳಗೊಳಗೇ ಅನ್ನಿಸಿತು. "ಹೌದಪ್ಪ, ಎಲ್ಲರೂ ಒಂದಲ್ಲ ಒಂದು ಸಲ ಆ ಯೋಚನೆ ಮಾಡ್ತಾರೆ. ಮಾಡೋದು ಬೇರೆ ವಿಷಯ."

"ನಿಮಗೆ ಭಯ ಆಗಲಿಲ್ವಾ ಸಾರ್, ಜಂಪ್ ಮಾಡುವಾಗ?"

"ಆಯ್ತಪ್ಪ, ಸಿಕ್ಕಾಪಟ್ಟೆ ಭಯ ಆಗಿತ್ತು," ವಿನಯ್ ಒಪ್ಪಿಕೊಂಡ. "ಮೊದಲ ಎರಡು ವರ್ಷ ಆದಾಯ ಸರಿಯಾಗಿ ಇರ್ಲಿಲ್ಲ. ಮನೆಯವರೂ ಬೇಡ ಬೇಡ ಅಂದ್ರು. ಆದ್ರೆ ನಾನು ಮಾಡ್ಬೇಕು ಅಂತ ನಿರ್ಧಾರ ಮಾಡಿದ ಮೇಲೆ, ಹಿಂದೆ ನೋಡ್ಲಿಲ್ಲ."

ಆರ್ಡರ್ ಬರೆದುಕೊಂಡು, ಡೆಲಿವರಿ ಡೇಟ್ ಫಿಕ್ಸ್ ಮಾಡಿಕೊಂಡು, ಕಾರ್ತಿಕ್ ಎದ್ದು ಹೋದ. ವಿನಯ್ ಅವನ ಕಾರ್ಡ್ ತೆಗೆದುಕೊಂಡು ಮೇಜಿನ ಮೇಲಿಟ್ಟ, ಸ್ಟಾರ್ಟಪ್ ಹೆಸರು, ಬೆಂಗಳೂರು ಹೆಡ್ ಆಫೀಸ್, ಚೆನ್ನೈ ಬ್ರಾಂಚ್ ಅಂತ ಬರೆದಿತ್ತು. ಒಂದು ಕ್ಷಣ ಬೆಂಗಳೂರು ಅನ್ನೋ ಪದ ನೋಡಿ, ಮಂಜು ಇವತ್ತು ಯಾವ ಕಂಪೆನಿಯಲ್ಲಿ ಕೆಲಸ ಮಾಡ್ತಿದಾನೋ ಅಂತ ಅವನಿಗೆ ಗೊತ್ತೇ ಇರಲಿಲ್ಲ ಅನ್ನೋದು ನೆನಪಾಯಿತು. ಎಷ್ಟೋ ವರ್ಷಗಳಿಂದ ಇಬ್ಬರ ನಡುವೆ ನೇರ ಮಾತುಕತೆ ಆಗಿರಲೇ ಇಲ್ಲ.

ಸಂಜೆ ಕೆಲಸ ಮುಗಿಸಿ, ಮುರುಗನ್ ಹೊರಟ ಮೇಲೆ, ವಿನಯ್ ವರ್ಕ್‌ಶಾಪಿನ ಮೂಲೆಯಲ್ಲಿ ಒಂದು ಹಳೆಯ ಸ್ಟೂಲ್ ಕಡೆ ನೋಡಿದ. ಅದು ಅವನು ಮಾಡಿದ ಮೊದಲ ಫರ್ನಿಚರ್ ಪೀಸ್, ಒಂಬತ್ತು ವರ್ಷ ಹಳೆಯದು, ಈಗಲೂ ಸ್ವಲ್ಪ ಡೊಂಕಾಗಿಯೇ ನಿಂತಿತ್ತು, ಒಂದು ಕಾಲು ಸ್ವಲ್ಪ ಚಿಕ್ಕದಾಗಿ ಕತ್ತರಿಸಿಬಿಟ್ಟಿದ್ದ, ಸರಿಮಾಡೋಕೆ ಇನ್ನೂ ಟೈಮ್ ಸಿಕ್ಕಿರಲಿಲ್ಲ. ಮಾರೋಕೆ ಆಗದ ಸ್ಟೂಲ್, ಆದ್ರೆ ಎಸೀಬೇಕು ಅಂತ ಅವನಿಗೆ ಎಂದೂ ಅನ್ನಿಸಿರಲಿಲ್ಲ. ಈಗಲೂ ಅದೇ ಮೂಲೆಯಲ್ಲಿ ಇಟ್ಟಿದ್ದ, ಚಹಾ ಕುಡಿಯುವಾಗ ಕಾಲಿಡುವ ಸ್ಟೂಲಾಗಿ ಬಳಸುತ್ತಿದ್ದ.

ಈ ಒಂಬತ್ತು ವರ್ಷದಲ್ಲಿ ಆದ ಬದಲಾವಣೆ ಅವನಿಗೇ ಕೆಲವೊಮ್ಮೆ ನಂಬಿಕೆ ಆಗುತ್ತಿರಲಿಲ್ಲ. ಸಣ್ಣ ಬಾಡಿಗೆ ಶೆಡ್‌ನಿಂದ ಶುರುವಾಗಿ, ಈಗ ಇಬ್ಬರು ಸಹಾಯಕರು, ಸ್ಥಿರವಾದ ಗಿರಾಕಿ ಪಟ್ಟಿ, ಚೆನ್ನೈಯ ಹಲವಾರು

ಆಫೀಸ್‌ಗಳಿಗೆ ಫರ್ನಿಚರ್ ಕೊಟ್ಟಿದ್ದಾನೆ, ಒಂದೆರಡು ಇಂಟೀರಿಯರ್ ಡಿಸೈನರ್‌ಗಳ ಜೊತೆ ಪರಿಚಯ ಆಗಿದೆ. ದೊಡ್ಡ ಶ್ರೀಮಂತಿಕೆ ಏನೂ ಬಂದಿಲ್ಲ, ಆದರೆ ತಿಂಗಳ ಕೊನೆಗೆ ಲೆಕ್ಕ ಸರಿಯಾಗಿ ಕೂರುತ್ತದೆ, ಮನೆ ಬಾಡಿಗೆ, ಮಗಳ ಸ್ಕೂಲ್ ಫೀಸ್, ಎಲ್ಲ ಸಾಗುತ್ತಿದೆ. ಬೆಳಿಗ್ಗೆ ಎದ್ದಾಗ ಕೆಲಸಕ್ಕೆ ಹೋಗಬೇಕು ಅನ್ನೋ ಭಾರ ಅನ್ನಿಸೋದೇ ಇಲ್ಲ ಅನ್ನೋದೇ ಅವನಿಗೆ ದೊಡ್ಡ ಲಾಭ ಅನ್ನಿಸ್ತಿತ್ತು.

ಮಂಜು ಆ ಮಾತು ಆಡಿದಾಗ ತಪ್ಪು ಅಂತ ಅಲ್ಲ, ಆ ಕಾಲಕ್ಕೆ ಅದೇ ಸರಿಯಾದ ಸಲಹೆ ಅನ್ನಿಸಿರಬಹುದು, ಸ್ಟೇಬಲ್ ಸಂಬಳ, ಸ್ಥಿರ ಬದುಕು, ಎಲ್ಲರೂ ಹೇಳೋದೇ ಅದನ್ನ. ಆದ್ರೆ ವಿನಯ್‌ಗೆ ಗೊತ್ತಿತ್ತು, ಮಾರ್ಕೆಟ್ ಇರೋದೋ ಇಲ್ಲದೇ ಇರೋದೋ ಅನ್ನೋದಕ್ಕಿಂತ ಮುಖ್ಯ, ಆ ಮಾರ್ಕೆಟ್ ಹುಡುಕಿಕೊಳ್ಳುವ ಸಹನೆ ಇದೆಯೋ ಇಲ್ವೋ ಅನ್ನೋದೇ ನಿಜವಾದ ಪ್ರಶ್ನೆ ಅಂತ.

ಮನೆಗೆ ಹೋಗುವ ಮೊದಲು, ಫೋನ್ ತೆಗೆದು ವಾಟ್ಸಪ್ಪಿನಲ್ಲಿ ಮಂಜುವಿನ ಚಾಟ್ ತೆರೆದ. ಕೊನೆಯ ಮೆಸೇಜು ಎರಡು ವರ್ಷ ಹಿಂದಿನದು, ಒಂದು ಫಾರ್ವರ್ಡ್ ಮಾಡಿದ ಹಬ್ಬದ ಶುಭಾಶಯ, ಅದಕ್ಕೆ ವಿನಯ್ ಒಂದು "ಥ್ಯಾಂಕ್ಸ್, ನಿಂಗೂ" ಅಂತ ಉತ್ತರ ಕೊಟ್ಟಿದ್ದ. ಅಷ್ಟೇ.

ಒಂದು ಕ್ಷಣ ಬೆರಳು ಟೈಪ್ ಬಾಕ್ಸಿನ ಮೇಲೆ ನಿಂತಿತು. "ಏನ್ ಮಾಡ್ತಿದೀಯ ಮಂಜು, ಇತ್ತೀಚೆಗೆ ಮಾತೇ ಆಗಿಲ್ಲ" ಅಂತ

ಗುರುತು

ಬರೆಯಬೇಕು ಅನ್ನಿಸಿತು. ಬರೆದೂಬಿಟ್ಟ, ಆದ್ರೆ ಕಳಿಸೋ ಮೊದಲು, ಮಗಳ ಸ್ಕೂಲ್ ವ್ಯಾನ್ ಬಂದ ಹಾರ್ನ್ ಸದ್ದು ಕೇಳಿಸಿತು, ಫೋನ್ ಜೇಬಿಗೆ ಹಾಕಿಕೊಂಡು ಗಡಿಬಿಡಿಯಲ್ಲಿ ಶಟರ್ ಎಳೆದ.

ಮೆಸೇಜು ಡ್ರಾಫ್ಟಾಗಿಯೇ ಉಳಿಯಿತು, ಕಳಿಸಿರಲಿಲ್ಲ.

ಅಧ್ಯಾಯ ೧೪: ಮೀಟರ್ ಇಳಿಸಿದ ಮೇಲೆ

ಶಂಕರ್ (ಕ್ಯಾಬ್ ಚಾಲಕ) · *ಸ್ಥಳ:* ಬೆಂಗಳೂರು

ರಾತ್ರಿ ಹತ್ತು ಗಂಟೆ ಆಗಿತ್ತು. ಶಂಕರ್ ಆ ದಿನದ ಕೊನೆಯ ಟ್ರಿಪ್ ಎಂದು ಮನಸ್ಸಿನಲ್ಲೇ ಅಂದುಕೊಂಡು ಫೋನಿನಲ್ಲಿ ಬಂದ ಬುಕಿಂಗ್ ಅನ್ನು ಒಪ್ಪಿಕೊಂಡಿದ್ದ. ಎಲೆಕ್ಟ್ರಾನಿಕ್ ಸಿಟಿಯಿಂದ ಇಂದಿರಾನಗರದ ಕಡೆಗೆ, ಸುಮಾರು ಇಪ್ಪತ್ತೈದು ಕಿಲೋಮೀಟರ್. ಮಳೆ ಬೇರೆ ಶುರುವಾಗಿತ್ತು, ರಾತ್ರಿ ಟ್ರಾಫಿಕ್ ಇನ್ನೂ ಕಡಿಮೆ ಆಗಿರಲಿಲ್ಲ. ಆಪ್ ನಲ್ಲಿ ನಲವತ್ತೈದು ನಿಮಿಷ ಎಂದು ತೋರಿಸುತ್ತಿತ್ತು. ಬೆಳಿಗ್ಗೆ ಆರು ಗಂಟೆಗೆ ಮನೆಯಿಂದ ಹೊರಟವನು, ಇಷ್ಟು ಹೊತ್ತಿಗೆ ಬೆನ್ನು ಸೀಟಿಗೆ ಅಂಟಿಕೊಂಡಂತೆ ಆಗಿತ್ತು. ಆದರೂ ಕೊನೆಯ ಟ್ರಿಪ್ ಒಳ್ಳೆಯ ದೂರ ಇರುವುದೇ ಸ್ವಲ್ಪ ಸಮಾಧಾನ ತಂದಿತ್ತು.

ಆ ಸಮಯಕ್ಕೆ ಹೊರಟುನಿಂತ ಪ್ರಯಾಣಿಕ ಮಂಜುನಾಥ್. ಆಫೀಸಿನ ಒಂದು ಕ್ಲೈಂಟ್ ಡಿನ್ನರ್ ಮುಗಿಸಿ ಬರುತ್ತಿದ್ದ, ದೇಹ ದಣಿದಿತ್ತು, ಮನಸ್ಸು ಇನ್ನೂ ಆ ಸಂಜೆಯ ಸಂಭಾಷಣೆಗಳಲ್ಲೇ ಇತ್ತು. ಕ್ಯಾಬ್ ಬಂದ ತಕ್ಷಣ ಹಿಂದಿನ ಸೀಟಿಗೆ ಹತ್ತಿ ಫೋನ್ ತೆಗೆದುಕೊಂಡ, ಎಂದಿನಂತೆ.

ಮೊದಲ ಹತ್ತು ನಿಮಿಷ ಇಬ್ಬರೂ ಮಾತಾಡಲಿಲ್ಲ. ಶಂಕರ್ ಗೆ ಇದು ಹೊಸದೇನಲ್ಲ, ಬಹುತೇಕ ಪ್ರಯಾಣಿಕರು ಹೀಗೆಯೇ, ಫೋನಿನಲ್ಲಿ ಮುಳುಗಿ ಕುಳಿತಿರುತ್ತಾರೆ. ಸಿಗ್ನಲ್ ಒಂದರಲ್ಲಿ ಗಾಡಿ ನಿಂತಾಗ, ಶಂಕರ್ ಸಹಜವಾಗಿ ಕೇಳಿದ, "ಸಾರ್, ಇಷ್ಟು ರಾತ್ರಿ ತನಕ ಆಫೀಸಾ?"

ಮಂಜು ಫೋನಿನಿಂದ ತಲೆ ಎತ್ತಿ, "ಹೂಂ, ಒಂದು ಡಿನ್ನರ್ ಇತ್ತು," ಎಂದಷ್ಟೇ ಹೇಳಿ ಮತ್ತೆ ಫೋನಿನ ಕಡೆಗೆ ತಿರುಗಿದ. ಆದರೆ ಈ ಸಣ್ಣ ಮಾತು ಎಲ್ಲಿಂದಲೋ ಒಂದು ಎಳೆ ಬಿಚ್ಚಿಟ್ಟಂತಿತ್ತು. ಮಳೆಯ ಸದ್ದು, ವೈಪರ್ ಗಳ ಲಯ, ಎಲ್ಲವೂ ಒಂದು ರೀತಿಯ ಮೌನವನ್ನು ಮುರಿಯುವ ಹಾಗಿತ್ತು.

ಶಂಕರ್ ಮತ್ತೆ ಮಾತಾಡಲಿಲ್ಲ. ಅವನಿಗೆ ಗೊತ್ತಿತ್ತು, ಪ್ರಯಾಣಿಕರ ಜೊತೆ ಎಷ್ಟು ಮಾತಾಡಬೇಕು ಎಂಬ ಒಂದು ಲೆಕ್ಕ. ಹೆಚ್ಚಾದರೆ ಕಿರಿಕಿರಿ, ಕಡಿಮೆಯಾದರೆ ಒರಟು ಎಂದು ಅನಿಸಬಹುದು. ಹದಿನೈದು ವರ್ಷಗಳ ಡ್ರೈವಿಂಗ್ ಅನುಭವ ಈ ಲೆಕ್ಕವನ್ನು ಚೆನ್ನಾಗಿ ಕಲಿಸಿತ್ತು.

ಆದರೆ ಮಂಜುನ ಫೋನ್ ರಿಂಗ್ ಆಯಿತು, ಅವನು ಮಾತಾಡಲಿಲ್ಲ, ಕರೆ ಕಟ್ ಮಾಡಿ ಸ್ಕ್ರೀನ್ ಆಫ್ ಮಾಡಿದ. ಸೀಟಿನ ಹಿಂದೆ ಒರಗಿಕೊಂಡು ಕಣ್ಣು ಮುಚ್ಚಿದ. ಶಂಕರ್ ಕನ್ನಡಿಯಲ್ಲಿ ಇದನ್ನೆಲ್ಲ ಗಮನಿಸಿದ, ಏನೂ ಹೇಳಲಿಲ್ಲ.

ಸ್ವಲ್ಪ ಹೊತ್ತಿನ ನಂತರ ಮಂಜು ಕಣ್ಣು ತೆರೆದು, ಸುಮ್ಮನೆ ಕಿಟಕಿಯ ಆಚೆ ನೋಡುತ್ತಾ, "ಎಷ್ಟು ವರ್ಷ ಆಯಿತು ಡ್ರೈವಿಂಗ್

ಮಾಡಿ?" ಎಂದು ಕೇಳಿದ. ಇದೊಂದು ಸಹಜ ಪ್ರಶ್ನೆ, ಆದರೆ ಎಷ್ಟೋ ಪ್ರಯಾಣಿಕರು ಕೇಳುವುದೇ ಇಲ್ಲ.

"ಹದಿನೈದು ವರ್ಷ ಆಯ್ತು ಸಾರ್. ಮೊದಲು ಆಟೋ ಓಡಿಸ್ತಿದ್ದೆ, ಆಮೇಲೆ ಈ ಕಂಪನಿ ಬಂದಮೇಲೆ ಕಾರ್ ತಗೊಂಡೆ," ಶಂಕರ್ ಉತ್ತರಿಸಿದ, ಕಣ್ಣು ರಸ್ತೆಯ ಮೇಲೆಯೇ ಇಟ್ಟುಕೊಂಡು.

"ಊರು ಎಲ್ಲಿ ನಿಮ್ಮದು?"

"ಚಿಕ್ಕಬಳ್ಳಾಪುರ ಕಡೆ ಸಾರ್. ಒಂದು ಸಣ್ಣ ಹಳ್ಳಿ. ಈಗ ಹೆಂಡತಿ, ಮಗ ಅಲ್ಲೇ ಇದಾರೆ."

ಮಂಜು ಸ್ವಲ್ಪ ಆಶ್ಚರ್ಯದಿಂದ, "ಅಲ್ಲಿಂದ ಇಲ್ಲಿಗೆ ಬಂದು ಹೋಗ್ತೀರಾ?" ಎಂದ.

"ಇಲ್ಲ ಸಾರ್, ಇಲ್ಲೇ ಒಂದು ರೂಮ್ ಇದೆ, ಇಬ್ಬರು ಜೊತೆಗಾರರ ಜೊತೆ. ಎರಡು ತಿಂಗಳಿಗೊಮ್ಮೆ ಊರಿಗೆ ಹೋಗ್ತೀನಿ. ಮಗನ ಸ್ಕೂಲ್ ರಜೆ ಇದ್ದಾಗ, ಅಥವಾ ಏನಾದ್ರೂ ಫಂಕ್ಷನ್ ಇದ್ದಾಗ."

ಈ ಮಾತು ಮಂಜುನ ಒಳಗೆ ಏನೋ ಒಂದು ಸಣ್ಣ ತಟ್ಟುವಿಕೆ ಉಂಟುಮಾಡಿತು. ಎರಡು ತಿಂಗಳಿಗೊಮ್ಮೆ. ತಾನಂತೂ ಎಂಟು ತಿಂಗಳಾದರೂ ಹೊನ್ನೇನಹಳ್ಳಿಗೆ ಹೋಗಿರಲಿಲ್ಲ, ಆದರೆ ತನಗೆ ಬಸ್ಸು, ಟ್ರೈನು, ಫ್ಲೈಟು ಎಲ್ಲ ಇತ್ತು, ಬೇಕೆಂದಾಗ ಹೋಗಬಹುದಿತ್ತು. ಶಂಕರ್ ಗೆ

ಆ ಆಯ್ಕೆಯೇ ಇಲ್ಲ, ದುಡಿಮೆ ಇಲ್ಲಿಯೇ ಇರಬೇಕು, ಮನೆ ಅಲ್ಲಿಯೇ ಇರುತ್ತದೆ.

"ಮಗ ಏನ್ ಓದ್ತಿದಾನೆ?" ಮಂಜು ಕೇಳಿದ.

"ಹತ್ತನೇ ಕ್ಲಾಸ್ ಸಾರ್. ಎಸ್ಎಸ್ಎಲ್ಸಿ. ಇನ್ನೊಂದು ತಿಂಗಳಲ್ಲಿ ಪರೀಕ್ಷೆ." ಶಂಕರ್ ಧ್ವನಿಯಲ್ಲಿ ಒಂದು ಬಗೆಯ ಹೆಮ್ಮೆ, ಜೊತೆಗೆ ಆತಂಕವೂ ಇತ್ತು. "ಚೆನ್ನಾಗಿ ಓದ್ತಾನೆ ಸಾರ್. ಎಂಜಿನಿಯರ್ ಆಗಬೇಕು ಅಂತಾನೆ."

"ಒಳ್ಳೇದು," ಮಂಜು ಹೇಳಿದ, ಆದರೆ ಆ ಮಾತಿನ ಹಿಂದೆ ಅವನಿಗೇ ಗೊತ್ತಿಲ್ಲದ ಒಂದು ಭಾರ ಇಳಿಯಿತು. ತನ್ನ ಅಪ್ಪ ಶಿವಪ್ಪ ಕೂಡ ಒಂದು ಕಾಲದಲ್ಲಿ ಇದೇ ಥರ ಹೇಳಿಕೊಂಡಿದ್ದನಿರಬಹುದು, ಯಾರಿಗಾದರೂ. ಮಗ ಎಂಜಿನಿಯರ್ ಆಗ್ತಾನೆ ಅಂತ. ಅದೆಷ್ಟು ಸಲ ಬೇರೆಯವರ ಎದುರು ಹೇಳಿಕೊಂಡಿದ್ದನೋ, ಅದೆಷ್ಟು ಸಲ ಆ ಕನಸಿಗೋಸ್ಕರ ಏನೇನೋ ಮಾಡಿದ್ದನೋ, ಮಂಜುಗೆ ಈಗ ಸರಿಯಾಗಿ ನೆನಪೂ ಇಲ್ಲ.

"ಕರೆಂಟ್ ಸಮಸ್ಯೆ ಇರುತ್ತೆ ಸಾರ್ ಊರಲ್ಲಿ. ರಾತ್ರಿ ಓದೋಕೆ ಆಗಲ್ಲ ಅಂತ ಬೇಜಾರು ಮಾಡ್ಕೋತಾನೆ. ನಾನೇ ಒಂದು ಇನ್ವರ್ಟರ್ ತಗೊಂಡ್ಕೊಡೋಣ ಅಂತ ಇದೀನಿ, ಈ ತಿಂಗಳ ಆದಾಯ ಸ್ವಲ್ಪ ಚೆನ್ನಾಗಿ ಬಂದ್ರೆ." ಶಂಕರ್ ಇದನ್ನು ಹೇಳಿ, ಸ್ವಲ್ಪ ಹೊತ್ತು ಸುಮ್ಮನಾದ.

"ಆದ್ರೆ ಈ ತಿಂಗಳೂ ಆಗಿಲ್ಲ ನೋಡಿ. ಮನೆ ಬಾಡಿಗೆ, ಗಾಡಿ ಇಎಂಐ, ಎಲ್ಲ ಸೇರಿ ಏನೂ ಉಳಿಯೋದೇ ಇಲ್ಲ."

ಮಂಜು ಏನೂ ಹೇಳಲಿಲ್ಲ, ಸುಮ್ಮನೆ ಕುಳಿತಿದ್ದ. ಫೋನ್ ಅವನ ಕೈಯಲ್ಲೇ ಇತ್ತು, ಆದರೆ ಸ್ಕ್ರೀನ್ ಕಡೆಗೆ ಗಮನ ಇರಲಿಲ್ಲ.

ಗಾಡಿ ಸಿಲ್ಕ್ ಬೋರ್ಡ್ ದಾಟಿ ಔಟರ್ ರಿಂಗ್ ರೋಡ್ ಗೆ ಬಂದಾಗ ಟ್ರಾಫಿಕ್ ಇನ್ನೂ ಜಾಸ್ತಿಯಾಗಿತ್ತು, ಮಳೆ ಇನ್ನೂ ಬೀಳುತ್ತಿತ್ತು. ಇಬ್ಬರೂ ಸ್ವಲ್ಪ ಹೊತ್ತು ಮಾತಾಡಲಿಲ್ಲ. ಆಗ ಶಂಕರ್ ನ ಫೋನ್ ಡ್ಯಾಶ್ಬೋರ್ಡ್ ಹೋಲ್ಡರಿನಲ್ಲಿ ರಿಂಗ್ ಆಯಿತು. ಸ್ಕ್ರೀನಿನ ಮೇಲೆ "ಮನೆಯವಳು" ಅಂತ ಕಾಣಿಸಿತು. ಶಂಕರ್ ಒಂದು ಕ್ಷಣ ಫೋನ್ ನೋಡಿ, ಸ್ವೈಪ್ ಮಾಡಿ ಸೈಲೆಂಟ್ ಮಾಡಿದ.

"ಮನೆಗೆ ಫೋನ್ ಬಂತಲ್ಲ, ಮಾತಾಡಿ," ಮಂಜು ಹೇಳಿದ.

"ಪರವಾಗಿಲ್ಲ ಸಾರ್, ಡ್ರಾಪ್ ಮಾಡಿ ಮಾತಾಡ್ತೀನಿ. ಡ್ರೈವ್ ಮಾಡ್ತಾ ಮಾತಾಡೋದು ಸೇಫ್ ಅಲ್ಲ." ಇಷ್ಟು ಹೇಳಿ ಮತ್ತೆ ಮೌನ.

ಸುಮಾರು ಐವತ್ತು ನಿಮಿಷದ ನಂತರ ಗಾಡಿ ಮಂಜುನ ಅಪಾರ್ಟ್ಮೆಂಟ್ ಗೇಟಿನ ಮುಂದೆ ನಿಂತಿತು. ಮೀಟರ್ ೪೮೦ ರೂಪಾಯಿ ತೋರಿಸಿತು, ಆದರೆ ಆಪ್ ನಲ್ಲಿ ಅಂದಾಜು ೪೫೦ ಎಂದಿತ್ತು ಮೊದಲೇ. ಮಂಜು ಫೋನ್ ತೆಗೆದು ಪೇಮೆಂಟ್ ಮಾಡುತ್ತಾ, "ಸ್ವಲ್ಪ ಜಾಸ್ತಿ ಆಯ್ತಲ್ಲ, ಟ್ರಾಫಿಕ್ ನಿಂದ ಇರಬಹುದು," ಎಂದ.

"ಹೌದು ಸಾರ್, ಸಿಲ್ಕ್ ಬೋರ್ಡ್ ಹತ್ರ ಜಾಸ್ತಿ ಟೈಮ್ ಹೋಯ್ತು." ಶಂಕರ್ ಆಪ್ ನಲ್ಲಿ ಬಂದ ಮೊತ್ತವನ್ನೇ ಪಡೆದ, ಒಂದು ರೂಪಾಯಿ ಹೆಚ್ಚು ಬೇಡ ಎನ್ನುವಂತೆ. ಮಂಜು ಟಿಪ್ ಕೊಡಬೇಕೆಂದು ಆಪ್ ನಲ್ಲಿ ಆಯ್ಕೆ ಮಾಡಿದಾಗ, ಶಂಕರ್ ಗಮನಿಸಲಿಲ್ಲ, ಆದರೆ ಮಂಜು ಎಷ್ಟೋ ದಿನಗಳ ನಂತರ ಮೊದಲ ಬಾರಿ ಟಿಪ್ ಕೊಟ್ಟಿದ್ದ, ಎಂದಿನಂತೆ ಸ್ಕಿಪ್ ಮಾಡದೆ.

ಬಾಗಿಲು ತೆಗೆದು ಇಳಿಯುವ ಮುನ್ನ ಮಂಜು, "ಮಗ ಚೆನ್ನಾಗಿ ಪರೀಕ್ಷೆ ಬರೀಲಿ," ಎಂದ, ಸ್ವಲ್ಪ ಸಂಕೋಚದಿಂದಲೇ, ಇದೆಲ್ಲ ಎಷ್ಟು ಗೊತ್ತಿಲ್ಲದ ಮನುಷ್ಯನ ಬಗ್ಗೆ ಮಾತಾಡಬಹುದು ಎಂಬ ಸಣ್ಣ ಹಿಂಜರಿಕೆಯೊಂದಿಗೆ.

ಶಂಕರ್ ಕನ್ನಡಿಯಲ್ಲಿ ಒಂದು ಸಣ್ಣ ನಗು ತೋರಿಸಿದ. "ಧನ್ಯವಾದ ಸಾರ್."

ಮಂಜು ಇಳಿದು ಗೇಟಿನ ಕಡೆಗೆ ನಡೆದ. ಚಳಿಯಲ್ಲಿ, ಮಳೆ ನಿಂತ ನಂತರದ ಆ ಒದ್ದೆ ಗಾಳಿಯಲ್ಲಿ, ಎರಡು ಹೆಜ್ಜೆ ಹಾಕಿ ಹಿಂತಿರುಗಿ ನೋಡಿದ. ಶಂಕರ್ ಗಾಡಿ ಇನ್ನೂ ಅಲ್ಲೇ ನಿಂತಿತ್ತು, ಎಂಜಿನ್ ಆಫ್ ಆಗಿತ್ತು. ಫೋನ್ ಕಿವಿಗಿಟ್ಟುಕೊಂಡು ಮಾತಾಡುತ್ತಿದ್ದ, ಮುಖದಲ್ಲಿ ಇಡೀ ದಿನದ ಆಯಾಸ ಒಮ್ಮೆಗೆ ಮಾಯವಾದಂತೆ ಒಂದು ಬೆಳಕು ಇತ್ತು. ಏನೋ ಹೇಳುತ್ತಾ ನಕ್ಕ, ಬಹುಶಃ ಮಗನ ಬಗ್ಗೆ ಏನಾದರೂ ಇರಬೇಕು.

ಮಂಜು ಒಂದು ಕ್ಷಣ ಅಲ್ಲೇ ನಿಂತು ಇದನ್ನು ನೋಡಿದ. ಯಾಕೋ ಒಳಗೆ ಹೋಗುವ ಮನಸ್ಸಾಗಲಿಲ್ಲ, ಆದರೆ ಅಲ್ಲಿಯೇ ನಿಲ್ಲುವುದೂ ಸರಿ ಅನ್ನಿಸಲಿಲ್ಲ. ಫೋನ್ ಕೈಯಲ್ಲಿ ಹಾಗೇ ಹಿಡಿದುಕೊಂಡು, ಈ ಸಂಜೆ ಇಡೀ ತಾನು ಮಾತಾಡಿದ ಗ್ರಾಹಕರು, ಕ್ಲೈಂಟ್ ಗಳು, ಎಷ್ಟು ಮಂದಿಯ ಹೆಸರೂ ನೆನಪಿಗೆ ಬರಲಿಲ್ಲ ಎಂದುಕೊಂಡ. ಆದರೆ ಈ ಐವತ್ತು ನಿಮಿಷದ ಡ್ರೈವರ್ ಹೆಸರು, ಮಗನ ಪರೀಕ್ಷೆ, ಇನ್ವರ್ಟರ್ ಎಲ್ಲ ನೆನಪಲ್ಲಿ ಉಳಿದಿತ್ತು.

ಗೇಟ್ ಒಳಗೆ ಹೊಕ್ಕುವಾಗ ಮಂಜು ಒಮ್ಮೆ ಜೇಬಿನಲ್ಲಿದ್ದ ಫೋನ್ ತೆಗೆದು, ಶಿವಪ್ಪನ ನಂಬರ್ ಗೆ ಕರೆ ಮಾಡುವಷ್ಟರಲ್ಲಿ ನಿಲ್ಲಿಸಿಕೊಂಡ. ಈಗ ರಾತ್ರಿ ಹನ್ನೊಂದು ಗಂಟೆ ದಾಟಿತ್ತು, ಅಪ್ಪ ನಿದ್ದೆ ಮಾಡಿರಬಹುದು, ಬೆಳಿಗ್ಗೆ ಬೇಗ ಏಳಬೇಕಲ್ಲ ಎಂದುಕೊಂಡು ಫೋನ್ ಜೇಬಿಗೆ ಹಾಕಿಕೊಂಡ. ನಾಳೆ ಬೆಳಿಗ್ಗೆ ಮಾಡುವ ಎಂದು ಮನಸ್ಸಿನಲ್ಲೇ ಅಂದುಕೊಳ್ಳುತ್ತಾ, ಲಿಫ್ಟಿನ ಕಡೆಗೆ ನಡೆದ.

ಕೆಳಗೆ, ಶಂಕರ್ ಇನ್ನೂ ಫೋನಿನಲ್ಲಿ ಮಾತಾಡುತ್ತಲೇ ಇದ್ದ, ಮಗನ ಸ್ಕೂಲ್ ಬ್ಯಾಗಿನ ಜಿಪ್ ಹರಿದುಹೋಗಿದೆ ಎಂದು ಹೆಂಡತಿ ಹೇಳುತ್ತಿದ್ದುದನ್ನು ಕೇಳಿಸಿಕೊಳ್ಳುತ್ತಾ, "ಸರಿ, ಮುಂದಿನ ವಾರ ಬರುವಾಗ ಹೊಸದು ತಗೊಂಡು ಬರ್ತೀನಿ," ಎಂದ. ಮಾತು ಮುಗಿಸಿ, ಗಾಡಿ ಸ್ಟಾರ್ಟ್ ಮಾಡುವ ಮೊದಲು, ಮುಂದಿನ ಟ್ರಿಪ್ ಇದೆಯೇ ಎಂದು ಆಪ್ ನೋಡಿದ. ಇಲ್ಲ, ಇವತ್ತಿಗೆ ಇಷ್ಟೇ. ಮನೆಗೆ ಹೋಗುವ ದಾರಿ ಹಿಡಿದ.

ಗುರುತು

ಅಧ್ಯಾಯ ೧೫: ಹಳೆಯ ತರಗತಿಯ ಫೋಟೋ

ಯಾರ ಕಥೆ: ವೆಂಕಟೇಶ ಮಾಸ್ತರ್ (ನಿವೃತ್ತ ಶಿಕ್ಷಕ) · *ಸ್ಥಳ:* ಹೊನ್ನೇನಹಳ್ಳಿ

ಬೆಳಿಗ್ಗೆ ಆರುವರೆಗೆಲ್ಲ ವೆಂಕಟೇಶ ಮಾಸ್ತರ್ ಎದ್ದಿರುತ್ತಿದ್ದರು. ಮೂವತ್ತೆರಡು ವರ್ಷ ಶಾಲೆಗೆ ಹೋಗಿ ಬಂದ ಅಭ್ಯಾಸ ಆರು ವರ್ಷ ನಿವೃತ್ತಿಯ ನಂತರವೂ ಬಿಟ್ಟಿರಲಿಲ್ಲ. ಮನೆಯ ಮುಂದಿನ ಪಾತಿಯಲ್ಲಿ ತುಳಸಿಗೆ ನೀರೆರೆದು, ಚಾವಡಿಯಲ್ಲಿ ಕುಳಿತು ಪೇಪರ್ ಓದುತ್ತ, ಪತ್ನಿ ಕೊಟ್ಟ ಕಾಫಿ ಕುಡಿಯುತ್ತ ಕೂರುವುದು ಈಗ ಅವರ ದಿನಚರಿ. ಶಾಲೆಯ ಗಂಟೆ ಇನ್ನೂ ಕಿವಿಯಲ್ಲಿ ಕೇಳಿಸುತ್ತದೆ ಎಂದು ಒಮ್ಮೊಮ್ಮೆ ಅವರೇ ತಮಾಷೆಗೆ ಹೇಳಿಕೊಳ್ಳುತ್ತಿದ್ದರು, ಆದರೆ ಅದರಲ್ಲಿ ಸ್ವಲ್ಪ ನಿಜವೂ ಇತ್ತು.

ಊರಿನಲ್ಲಿ ಈಗಲೂ ಎಲ್ಲರಿಗೂ ಅವರು "ಮಾಸ್ತರ್" ಎಂದೇ ಚಿರಪರಿಚಿತ. ಅಂಗಡಿಗೆ ಹೋದರೂ, ದೇವಸ್ಥಾನದ ಬಳಿ ಹೋದರೂ, ಬಸ್ ನಿಲ್ದಾಣದಲ್ಲಿ ನಿಂತಿದ್ದರೂ ಯಾರೋ ಒಬ್ಬರು ಬಂದು ನಮಸ್ಕಾರ ಹೇಳುತ್ತಿದ್ದರು. ಕೆಲವರಿಗೆ ಅವರೇ ಪಾಠ ಹೇಳಿದ್ದರೆ, ಕೆಲವರ ಮಕ್ಕಳಿಗೆ ಪಾಠ ಹೇಳಿದ್ದರು. ಒಂದೊಂದು ಸಲ ಹೊಸ ಮಗುವಿಗೆ ಹೆಸರಿಡುವ

ಮುನ್ನ ಕುಟುಂಬದವರು ಮಾಸ್ತರ್ ಬಳಿ ಬಂದು ಎರಡು ಒಳ್ಳೆ ಹೆಸರುಗಳನ್ನು ಸೂಚಿಸಿ ಎಂದು ಕೇಳುತ್ತಿದ್ದರು. ಇದೆಲ್ಲ ಅವರಿಗೆ ಹೆಮ್ಮೆಯ ಸಂಗತಿ ಎಂದು ಅವರೇ ಹೇಳಿಕೊಳ್ಳುತ್ತಿರಲಿಲ್ಲ, ಆದರೆ ಅದು ಇಲ್ಲದಿದ್ದರೆ ಈ ವಯಸ್ಸಿನಲ್ಲಿ ದಿನಗಳು ಇಷ್ಟು ಸುಲಭವಾಗಿ ಕಳೆಯುತ್ತಿರಲಿಲ್ಲ ಎಂಬುದೂ ಅವರಿಗೆ ಗೊತ್ತಿತ್ತು.

ಆ ದಿನ ಬೆಳಿಗ್ಗೆ ಸೌಮ್ಯ ಎಂಬ ಯುವ ಶಿಕ್ಷಕಿ ಮನೆಗೆ ಬಂದಳು. ಈಗಿನ ಶಾಲೆಯಲ್ಲಿ ಕೆಲಸ ಮಾಡುತ್ತಿದ್ದ ಅವಳಿಗೆ ಮಾಸ್ತರ್ ಗೊತ್ತಿದ್ದುದು ಹೆಸರಿನಿಂದ ಮಾತ್ರ, ಮುಖತಃ ಪರಿಚಯ ಇರಲಿಲ್ಲ. ಶಾಲೆಗೆ ಎಪ್ಪತ್ತೈದು ವರ್ಷ ತುಂಬುತ್ತಿದೆ ಎಂದೂ, ಆ ಸಂದರ್ಭದಲ್ಲಿ ಒಂದು ಗೋಡೆ ಮೇಲೆ ಹಳೆಯ ವಿದ್ಯಾರ್ಥಿಗಳ ಫೋಟೋಗಳ ಪ್ರದರ್ಶನ ಇಡಬೇಕೆಂದೂ, ಅದಕ್ಕೆ ಹಳೆಯ ತರಗತಿಯ ಫೋಟೋಗಳು ಬೇಕಾಗಿವೆ ಎಂದೂ ಅವಳು ಹೇಳಿದಳು. ಶಾಸಕರೊಬ್ಬರನ್ನು ಮುಖ್ಯ ಅತಿಥಿಯಾಗಿ ಕರೆಯುವ ಯೋಚನೆ ಇದೆ ಎಂದೂ, ಶಾಲೆಗೆ ಈಗ ಒಂದು ಕಂಪ್ಯೂಟರ್ ಕೊಠಡಿ ಬಂದಿದೆ ಎಂದೂ ಅವಳು ಉತ್ಸಾಹದಿಂದ ಹೇಳಿದಳು. ಮಾಸ್ತರ್ ಕಿವಿಗೆ ಅದೆಲ್ಲ ಸ್ವಲ್ಪ ಹೊಸ ಜಗತ್ತಿನಂತೆ ಕೇಳಿಸಿತು, ಅವರ ಕಾಲದಲ್ಲಿ ಒಂದು ಬ್ಲ್ಯಾಕ್‌ಬೋರ್ಡ್ ಮತ್ತು ಒಂದು ಬಿಂದಿಗೆ ಸೀಮೆಸುಣ್ಣವೇ ಸಾಕಾಗುತ್ತಿತ್ತು. ಊರಿನ ಹಳಬರ ಬಳಿ ಕೇಳಿದಾಗ ಎಲ್ಲರೂ ವೆಂಕಟೇಶ ಮಾಸ್ತರ್ ಬಳಿ ಇಂಥ ಫೋಟೋಗಳ ಒಂದು ದೊಡ್ಡ ಗಂಟೇ ಇದೆ ಎಂದು ಹೇಳಿದ್ದರಂತೆ.

ಗುರುತು

"ಇದೆ ಬಿಡಮ್ಮ, ಎಲ್ಲೋ ಒಂದು ಟ್ರಂಕಿನಲ್ಲಿ ಇಟ್ಟಿದ್ದೇನೆ. ಹುಡುಕಬೇಕು," ಎಂದು ಮಾಸ್ತರ್ ಒಳಗೆ ಹೋದರು.

ಟ್ರಂಕು ಮಲಗುವ ಕೋಣೆಯ ಮೂಲೆಯಲ್ಲಿ, ಹಳೆಯ ಸೀರೆಗಳ ಮೇಲೆ ಒಂದು ಬಟ್ಟೆ ಹೊದಿಸಿ ಇಟ್ಟಿತ್ತು. ಮುಚ್ಚಳ ತೆರೆದಾಗ ಮೊದಲಿಗೆ ಕಂಡದ್ದು ನಿವೃತ್ತಿಯ ಸನ್ಮಾನದ ಶಾಲು, ಆಮೇಲೆ ಹಳೆಯ ಮಾರ್ಕ್ಸ್ ಕಾರ್ಡುಗಳ ಕಟ್ಟು, ಕೆಳಗೆ ಹಳದಿ ಬಣ್ಣಕ್ಕೆ ತಿರುಗಿದ ಫೋಟೋಗಳ ಒಂದು ಕಟ್ಟು. ಪ್ರತಿ ವರ್ಷ ಏಳನೇ ತರಗತಿ ಮುಗಿಸಿ ಹೋಗುವ ಮಕ್ಕಳ ಜೊತೆ ಒಂದು ಗುಂಪು ಫೋಟೋ ತೆಗೆಸುವುದು ಮಾಸ್ತರ್ ಅವರ ಒಂದು ಪದ್ಧತಿಯಾಗಿತ್ತು, ಶಾಲೆಯ ಮುಂದಿನ ಬೇವಿನ ಮರದ ಕೆಳಗೆ ನಿಲ್ಲಿಸಿ. ಆ ಕಟ್ಟಿನಲ್ಲಿ ಸುಮಾರು ಇಪ್ಪತ್ತೈದು ಫೋಟೋಗಳಿದ್ದವು, ಪ್ರತಿಯೊಂದರ ಹಿಂಬದಿ ಮಾಸ್ತರ್ ಅವರದೇ ಕೈಬರಹದಲ್ಲಿ ವರ್ಷ ಮತ್ತು ಎಲ್ಲರ ಹೆಸರು ಬರೆದಿತ್ತು.

ಮೊದಲು ಕೈಗೆ ಸಿಕ್ಕಿದ್ದು ಎಂಬತ್ತರ ದಶಕದ ಒಂದು ಫೋಟೋ, ಅದರಲ್ಲಿದ್ದ ಮಕ್ಕಳ ಬಟ್ಟೆ, ಕೂದಲಿನ ಕ್ರಾಪು ಎಲ್ಲ ನೋಡಿ ಮಾಸ್ತರ್ ಒಂದು ಕ್ಷಣ ನಕ್ಕರು. ಅದರ ಮುಂದಿನ ಸಾಲಿನಲ್ಲಿ ಕುಳಿತಿದ್ದ ಒಂದು ಹುಡುಗಿ, ಈಗ ಸೊಸೆಗೂ ಅಜ್ಜಿಯಾಗಿಬಿಟ್ಟಿದ್ದಾಳೆ ಎಂಬುದು ಅವರಿಗೆ ಗೊತ್ತಿತ್ತು, ಅವಳ ಮಗಳ ಮಗಳಿಗೂ ಈಗ ಶಾಲೆಗೆ ಹೋಗುವ ವಯಸ್ಸು. ಇಂಥ ಸಣ್ಣ ಗುರುತುಗಳು ಒಂದೊಂದು ಫೋಟೋವನ್ನೂ ಬಿಚ್ಚಿ ನೋಡುವಾಗ ಮನಸ್ಸಿನಲ್ಲಿ ಬಂದು ಹೋಗುತ್ತಿದ್ದವು.

ಸೌಮ್ಯ ಒಂದೊಂದೇ ಫೋಟೋ ಎತ್ತಿ ನೋಡುತ್ತಾ, "ಇದೆಲ್ಲ ನೀವೇ ಬರೆದಿದ್ದೀರಾ ಸಾರ್?" ಎಂದು ಕೇಳಿದಳು. ಮಾಸ್ತರ್ ನಕ್ಕರು. "ಫೋಟೋ ಬಂದ ದಿನವೇ ಬರೆದುಬಿಡುತ್ತಿದ್ದೆ. ಇಲ್ಲದಿದ್ದರೆ ಎರಡು ವರ್ಷ ಬಿಟ್ಟು ನೋಡಿದಾಗ ಯಾರು ಯಾರೋ ಗೊತ್ತಾಗುವುದಿಲ್ಲ."

ಆ ಮಾತು ಹೇಳುತ್ತಲೇ ಅವರಿಗೆ ಈಗ ಅದೇ ಆಗುತ್ತಿದೆ ಎಂದು ಅನ್ನಿಸಿತು. ಕೆಲವು ಫೋಟೋಗಳ ಹಿಂಬದಿಯ ಇಂಕು ಮಸುಕಾಗಿ, ಒಂದೆರಡು ಹೆಸರುಗಳು ಸ್ಪಷ್ಟವಾಗಿ ಓದಲಾಗದಂತಾಗಿದ್ದವು. ಮುಖಗಳನ್ನು ನೋಡಿದರೆ ಕೆಲವರು ತಕ್ಷಣ ನೆನಪಾಗುತ್ತಿದ್ದರು, ಆದರೆ ಇನ್ನು ಕೆಲವರ ಮುಖ ಪರಿಚಿತವಾಗಿ ಕಂಡರೂ ಹೆಸರು ನಾಲಿಗೆಯ ತುದಿಯಲ್ಲೇ ಉಳಿದು ಬಿಡುತ್ತಿತ್ತು. ಮೂವತ್ತೆರಡು ವರ್ಷಗಳಲ್ಲಿ ಎಷ್ಟೋ ನೂರು ಮಕ್ಕಳು ಆ ಬೇವಿನ ಮರದ ಕೆಳಗೆ ನಿಂತಿದ್ದರು, ಈಗ ಎಲ್ಲರ ಹೆಸರು ನೆನಪಿಡುವುದು ಸಾಧ್ಯವೇ ಇಲ್ಲ ಎಂದು ಗೊತ್ತಿದ್ದರೂ, ಒಂದು ಹೆಸರು ತಪ್ಪಿ ಹೋದಾಗಲೆಲ್ಲ ಮನಸ್ಸಿಗೆ ಸಣ್ಣ ಬೇಸರ. ತಾವು ಕಲಿಸಿದ ಕಾಲದಲ್ಲಿ ಎಂದೂ ಹೀಗೆ ಮರೆವು ಕಾಡಿರಲಿಲ್ಲ ಎಂಬುದೂ ಅವರಿಗೆ ಗೊತ್ತಿತ್ತು, ಆಗ ಪ್ರತಿ ಮುಖ, ಪ್ರತಿ ಹೆಸರು ಥಟ್ಟನೆ ಬಾಯಿಗೆ ಬರುತ್ತಿತ್ತು.

ಆ ಕಟ್ಟಿನ ನಡುವೆ ಒಂದು ಫೋಟೋ ಕೈಗೆ ಸಿಕ್ಕಿತು, ಹಿಂಬದಿ "೧೯೯೪ರ ಬ್ಯಾಚ್" ಎಂದು ಬರೆದಿತ್ತು. ಮುಂದಿನ ಸಾಲಿನಲ್ಲಿ ಕುಳಿತ ಮಕ್ಕಳ ನಡುವೆ, ಹಿಂದಿನ ಸಾಲಿನ ಒಂದು ಮೂಲೆಯಲ್ಲಿ ಒಬ್ಬ ಸಣಕಲು ಹುಡುಗ ನಿಂತಿದ್ದ, ಅಂಗಿಯ ಒಂದು ಭುಜದ ಬಳಿ ಚಿಕ್ಕ ತೇಪೆ ಇತ್ತು,

ಕಣ್ಣುಗಳಲ್ಲಿ ಒಂದು ಬಗೆಯ ಜಾಗರೂಕ ನೋಟ. ಹೆಸರು ಓದಿದೊಡನೆ ಮಾಸ್ತರ್ ಮುಗುಳ್ನಕ್ಕರು. "ಮಂಜುನಾಥ, ಶಿವಪ್ಪನ ಮಗ."

"ಇವರೆಲ್ಲ ಎಲ್ಲಿದ್ದಾರೆ ಈಗ ಸಾರ್?" ಸೌಮ್ಯ ಸಹಜವಾಗಿ ಕೇಳಿದಳು.

"ಗೊತ್ತಿಲ್ಲ ಎಲ್ಲರದ್ದೂ. ಈ ಮಂಜು ಬೆಂಗಳೂರಿನಲ್ಲಿ ಕಂಪ್ಯೂಟರ್ ಕೆಲಸ ಅಂತೆ, ಚೆನ್ನಾಗಿದ್ದಾನಂತೆ. ಇವನ ಪಕ್ಕದಲ್ಲಿ ನಿಂತಿರುವ ಹುಡುಗ, ಇವನ ಹೆಸರೇ ಮರೆತೇಹೋಗಿದೆ ನನಗೆ, ಇವನು ಎಂಟನೇ ತರಗತಿಯಲ್ಲೇ ಶಾಲೆ ಬಿಟ್ಟು ಹೊಲಕ್ಕೆ ಹೋಗಿಬಿಟ್ಟ ಅಂತ ನೆನಪು. ಈ ಹುಡುಗಿ, ಇವಳು ಮೈಸೂರಿನಲ್ಲಿ ಟೀಚರ್ ಆಗಿದ್ದಾಳಂತೆ. ಈ ಹುಡುಗ, ಪುಟ್ಟ, ಎರಡು ವರ್ಷದ ಹಿಂದೆ ಅಪಘಾತದಲ್ಲಿ ಹೋಗಿಬಿಟ್ಟ ಅಂತ ಕೇಳಿದ್ದೆ." ಅವರ ಧ್ವನಿಯಲ್ಲಿ ಯಾವ ನಾಟಕೀಯತೆಯೂ ಇರಲಿಲ್ಲ, ಇದೆಲ್ಲ ಒಂದು ಫೋಟೋದ ಸಾಮಾನ್ಯ ವಿವರಗಳಷ್ಟೇ ಎಂಬಂತೆ ಹೇಳಿದರು.

"ಇಷ್ಟೆಲ್ಲ ನೆನಪಿದೆಯಾ ನಿಮಗೆ ಪ್ರತಿಯೊಬ್ಬರದ್ದೂ?" ಸೌಮ್ಯ ಆಶ್ಚರ್ಯದಿಂದ ಕೇಳಿದಳು.

"ಇಲ್ಲ ಎಲ್ಲರದ್ದೂ ಅಲ್ಲ. ಕೆಲವರದ್ದು ಚೆನ್ನಾಗಿ ನೆನಪಿರುತ್ತೆ, ಯಾಕೋ ಗೊತ್ತಿಲ್ಲ. ಕೆಲವರದ್ದು ಮುಖ ಕೂಡ ಸರಿಯಾಗಿ ನೆನಪಿಗೆ ಬರಲ್ಲ." ಎಂದು ಮಾಸ್ತರ್ ಸ್ವಲ್ಪ ಮೃದುವಾಗಿ ಹೇಳಿದರು, ಅದೊಂದು ಸಹಜ ಸಂಗತಿ ಎಂಬಂತೆ.

ಸೌಮ್ಯ ಒಂದಷ್ಟು ಒಳ್ಳೆಯ ಫೋಟೋಗಳನ್ನು ಆರಿಸಿಕೊಂಡು, ಸ್ಕ್ಯಾನ್ ಮಾಡಿ ವಾಪಸ್ ಕೊಡುತ್ತೇನೆ ಎಂದು ಹೇಳಿ ಹೊರಟಳು. ಮಾಸ್ತರ್ ಉಳಿದ ಫೋಟೋಗಳನ್ನು ಮತ್ತೆ ಕಟ್ಟಲು ಕುಳಿತಾಗ, ಆ ೧೯೯೪ರ ಫೋಟೋವನ್ನು ಒಮ್ಮೆಗೇ ಕಟ್ಟಿಗೆ ಸೇರಿಸಲಿಲ್ಲ. ಸ್ವಲ್ಪ ಹೊತ್ತು ಅದನ್ನೇ ನೋಡುತ್ತ ಕುಳಿತರು.

ಆ ಮಂಜು ಎಂಬ ಹುಡುಗ ಅವರಿಗೆ ಚೆನ್ನಾಗಿ ನೆನಪಿತ್ತು, ಆದರೆ ಯಾಕೆ ಎಂದು ಸ್ಪಷ್ಟವಾಗಿ ಹೇಳಲು ಬರುತ್ತಿರಲಿಲ್ಲ. ಜಾಣ ಹುಡುಗ, ಆದರೆ ಎಲ್ಲರ ಗಮನ ಸೆಳೆಯುವಂತಹ ಜಾಣತನವಲ್ಲ, ಸದ್ದಿಲ್ಲದೆ ಪಾಠ ಕೇಳಿ ಪರೀಕ್ಷೆಯಲ್ಲಿ ಚೆನ್ನಾಗಿ ಬರೆಯುವಂಥ ಮಗು. ಒಂದು ಸಣ್ಣ ಘಟನೆ ನೆನಪಾಯಿತು. ಮಾಸ್ತರ್ ಶಾಲೆಯ ಗ್ರಂಥಾಲಯದಿಂದ ಒಂದು ಪುಸ್ತಕ ಮಂಜುಗೆ ಕೊಟ್ಟಿದ್ದರು, ಎರಡು ವಾರ ಮಳೆಗಾಲದ ನಡುವೆ. ಪುಸ್ತಕ ವಾಪಸ್ ಬಂದಾಗ, ಪುಟಗಳು ಸ್ವಲ್ಪವೂ ಒದ್ದೆಯಾಗಿರಲಿಲ್ಲ, ಒಂದು ಪ್ಲಾಸ್ಟಿಕ್ ಕವರಿನಲ್ಲಿ ಎಚ್ಚರಿಕೆಯಿಂದ ಸುತ್ತಿ ತಂದಿದ್ದ. ಆಗ ಮಾಸ್ತರ್ ಏನೂ ಹೇಳಿರಲಿಲ್ಲ, ಆದರೆ ಆ ಚಿಕ್ಕ ಎಚ್ಚರಿಕೆ ಅವರಿಗೆ ಇಂದಿಗೂ ನೆನಪಿತ್ತು. ಎಷ್ಟೋ ಮಕ್ಕಳಿಗೆ ಕೊಟ್ಟ ವಸ್ತುಗಳು ಮುದುಡಿಯೋ, ಕಳೆದೋ ವಾಪಸ್ ಬರುತ್ತಿದ್ದವು. ಇವನೊಬ್ಬ ಬೇರೆ.

ಇನ್ನೊಂದು ಸಂಗತಿಯೂ ನೆನಪಾಯಿತು. ಒಮ್ಮೆ ಮಂಜು ಶಾಲೆಗೆ ಒಂದು ಗಂಟೆ ತಡವಾಗಿ ಬಂದಿದ್ದ, ಮಾಸ್ತರ್ ಗದರಿಸಿದ್ದೂ ಆಗಿತ್ತು. ಆಮೇಲೆ ತಿಳಿದದ್ದು, ಶಿವಪ್ಪ ಆ ದಿನ ಹೊಲಕ್ಕೆ ಹೋಗಿ ಕಾಲಿಗೆ ಪೆಟ್ಟು ಮಾಡಿಕೊಂಡಿದ್ದರು, ಮಂಜು ಬೆಳಿಗ್ಗೆ ದನಗಳಿಗೆ ಮೇವು ಹಾಕಿ,

ಕರುವನ್ನು ಕಟ್ಟಿ, ಆಮೇಲೆಯೇ ಶಾಲೆಗೆ ಓಡಿ ಬಂದಿದ್ದ. ಆ ವಿಷಯ ಗೊತ್ತಾದ ಮೇಲೆ ಮಾಸ್ತರ್ ಗದರಿಸಿದ್ದಕ್ಕೆ ಸ್ವಲ್ಪ ಪೇಚಾಡಿಕೊಂಡಿದ್ದರು, ಆದರೆ ಮಂಜು ಅದನ್ನೆಲ್ಲ ಯಾರ ಮುಂದೆಯೂ ಸಮಜಾಯಿಷಿ ಕೊಡಲು ಹೋಗಿರಲಿಲ್ಲ, ಸುಮ್ಮನೆ ಗದರಿಕೆ ತಿಂದು ಕುಳಿತುಬಿಟ್ಟಿದ್ದ. ಆ ಚಿಕ್ಕ ವಿನಯ, ತೊಂದರೆಯನ್ನು ಸಣ್ಣ ಸಂಗತಿಯಾಗಿ ಮುಚ್ಚಿಟ್ಟುಕೊಳ್ಳುವ ಸ್ವಭಾವ, ಈಗಲೂ ಮಾಸ್ತರ್ ಮನಸ್ಸಿನಲ್ಲಿ ಆ ಫೋಟೋದ ಜೊತೆ ಜೊತೆಗೇ ಉಳಿದಿತ್ತು.

ಚಾವಡಿಯ ಹೊರಗೆ ಒಂದು ಸಣ್ಣ ಸದ್ದು ಕೇಳಿಸಿತು, ದನಗಳ ಗೆಜ್ಜೆಯ ಶಬ್ದ. ಮಾಸ್ತರ್ ಎದ್ದು ನೋಡಿದಾಗ ಶಿವಪ್ಪ ತಮ್ಮ ಎರಡು ದನಗಳನ್ನು ಹೊಡೆದುಕೊಂಡು ಬೀದಿಯಲ್ಲಿ ಹೋಗುತ್ತಿದ್ದುದು ಕಂಡಿತು. "ಶಿವಪ್ಪ, ಇಲ್ಲಿ ಬಾ ಒಂದು ನಿಮಿಷ," ಎಂದು ಕರೆದರು.

ಶಿವಪ್ಪ ದನಗಳನ್ನು ಗೇಟಿನ ಬಳಿ ನಿಲ್ಲಿಸಿ ಒಳಗೆ ಬಂದರು. "ಏನು ಮಾಸ್ತರೇ, ಬೆಳಿಗ್ಗೆ ಬೆಳಿಗ್ಗೆ?"

"ಏನಿಲ್ಲ, ಶಾಲೆಯ ಹಳೆಯ ಫೋಟೋ ಹುಡುಕುತ್ತಿದ್ದೆ. ನಿನ್ನ ಮಂಜು ಇರುವ ಫೋಟೋ ಸಿಕ್ಕಿತು ನೋಡು." ಎಂದು ಫೋಟೋ ತೋರಿಸಿದರು.

ಶಿವಪ್ಪ ಫೋಟೋ ಕೈಗೆ ತೆಗೆದುಕೊಂಡು ಒಂದು ಕ್ಷಣ ದಿಟ್ಟಿಸಿ ನೋಡಿದರು. ಮುಖದಲ್ಲಿ ಒಂದು ನಗು ಮೂಡಿತು. "ಎಷ್ಟು ಸಣ್ಣಗಿದ್ದ ನೋಡಿ ಆವಾಗ. ಈಗ ಫೋನಿನಲ್ಲಿ ನೋಡಿದರೆ ಗುರುತೇ ಸಿಗಲ್ಲ."

ಒಂದೆರಡು ಕ್ಷಣ ಫೋಟೋ ನೋಡುತ್ತಲೇ ನಿಂತರು, ಆಮೇಲೆ ವಾಪಸ್ ಕೊಟ್ಟರು. "ಪಾರ್ವತಿ ಒಬ್ಬಳೇ ಮನೇಲಿ, ಒಂದು ಪ್ರತಿ ಇಟ್ಟುಕೊಳ್ಳಬೇಕಿತ್ತು ಅನ್ಸುತ್ತೆ. ದನ ಹೊಲದ ಕಡೆ ಹೋಗಿಬಿಡುತ್ತೆ ಮಾಸ್ತರೇ, ಬರ್ತೀನಿ." ಎಂದು ಗೇಟಿನ ಕಡೆ ತಿರುಗಿದರು.

ಮಾಸ್ತರ್ ಗೇಟಿನವರೆಗೆ ಜೊತೆಗೆ ಹೋದರು. "ಅವನಿಗೆ ಈ ಫೋಟೋ ಒಂದು ಪ್ರತಿ ಕಳಿಸಿಕೊಡಬೇಕು ಅಂತ ಅನ್ನಿಸ್ತು ಶಿವಪ್ಪ, ಸ್ಕ್ಯಾನ್ ಮಾಡಿಸಿ ವಾಟ್ಸಪ್ಪಿಗೆ ಹಾಕಿಸೋಣ ಅಂತ."

"ಹಾಕಿ ಮಾಸ್ತರೇ, ಖುಷಿ ಪಡ್ತಾನೆ. ಚಿಕ್ಕಂದಿನ ಫೋಟೋ ನೋಡಿದ್ರೆ ಎಲ್ಲರಿಗೂ ಖುಷಿಯೇ." ಶಿವಪ್ಪ ಅಷ್ಟು ಹೇಳಿ ದನಗಳ ಹಿಂದೆ ಹೊರಟುಬಿಟ್ಟರು, ಅವರ ಮನಸ್ಸು ಆಗಲೇ ಹೊಲದ ಕೆಲಸದ ಕಡೆ ಹೊರಳಿತ್ತು.

ಮಾಸ್ತರ್ ಒಳಗೆ ಬಂದು ಫೋಟೋವನ್ನು ಮೇಜಿನ ಮೇಲೆ ಇಟ್ಟರು. ಸ್ಕ್ಯಾನ್ ಮಾಡಿಸಬೇಕಾದರೆ ಪೇಟೆಗೆ ಹೋಗಬೇಕು, ಅಥವಾ ಮೊಮ್ಮಗನ ಫೋನಿನಲ್ಲಿ ಫೋಟೋ ತೆಗೆಸಿ ಕಳಿಸಿದರೂ ಆದೀತು. ಇವತ್ತೇ ಆಗದಿದ್ದರೂ ಪರವಾಗಿಲ್ಲ ಎಂದುಕೊಂಡು, ಫೋಟೋವನ್ನು ಟ್ರಂಕಿಗೆ ಸೇರಿಸುವ ಬದಲು ಚಾವಡಿಯ ಕಪಾಟಿನ ಮೇಲ್ಗಡೆ, ಕನ್ನಡಕದ ಡಬ್ಬಿಯ ಪಕ್ಕದಲ್ಲಿ ಇಟ್ಟರು. ಕಣ್ಣಿಗೆ ಕಾಣುವ ಜಾಗದಲ್ಲಿ ಇಟ್ಟರೆ ಮರೆಯುವುದಿಲ್ಲ ಎಂಬ ಆಲೋಚನೆ.

ಗುರುತು

ಮಧ್ಯಾಹ್ನ ಪತ್ನಿ ಊಟಕ್ಕೆ ಕರೆದಾಗ ಮಾಸ್ತರ್ ಇನ್ನೊಮ್ಮೆ ಆ ಫೋಟೋ ನೋಡಿದರು. ಮೂವತ್ತೆರಡು ವರ್ಷಗಳಲ್ಲಿ ಎಷ್ಟೋ ಮಕ್ಕಳಿಗೆ ಅಕ್ಷರ ಕಲಿಸಿದ್ದಾರೆ, ಎಷ್ಟೋ ಮಕ್ಕಳ ಕೈಬರಹ ತಿದ್ದಿದ್ದಾರೆ, ಎಷ್ಟೋ ಬಾರಿ ಬೈದಿದ್ದೂ ಇದೆ, ಹೊಗಳಿದ್ದೂ ಇದೆ. ಆದರೆ ಅವರಲ್ಲಿ ಈಗ ಎಷ್ಟು ಮಂದಿಗೆ ತಮ್ಮ ಹೆಸರು ನೆನಪಿದೆಯೋ, ಎಷ್ಟು ಮಂದಿ ತಮ್ಮನ್ನು ದಾರಿಯಲ್ಲಿ ಕಂಡರೆ ಗುರುತಿಸುತ್ತಾರೋ ಗೊತ್ತಿಲ್ಲ. ಒಮ್ಮೆ ಪಟ್ಟಣದ ಆಸ್ಪತ್ರೆಗೆ ಹೋಗಿದ್ದಾಗ, ಅಲ್ಲಿನ ಡಾಕ್ಟರ್ ಒಬ್ಬರು ತಮ್ಮ ಹಳೆಯ ವಿದ್ಯಾರ್ಥಿ ಎಂದು ಗುರುತಿಸಿಕೊಂಡು ಕಾಲಿಗೆ ನಮಸ್ಕಾರ ಮಾಡಿದ್ದರು, ಆ ದಿನ ಪೂರ್ತಿ ಮಾಸ್ತರ್ ಮನಸ್ಸು ಹಗುರವಾಗಿತ್ತು. ಆದರೆ ಅಂಥ ಸಂದರ್ಭ ಬರುವುದು ಅಪರೂಪ, ಹೆಚ್ಚಿನ ಸಲ ದಾರಿಯಲ್ಲಿ ಸಿಗುವವರು ಬರೀ ಮುಗುಳ್ನಗೆ ಬೀರಿ ಮುಂದೆ ಹೋಗಿಬಿಡುತ್ತಿದ್ದರು, ಅವರೂ ಯಾರೆಂದು ಮಾಸ್ತರ್‌ಗೆ ಸರಿಯಾಗಿ ನೆನಪಾಗುತ್ತಿರಲಿಲ್ಲ. ತಾವು ಕೊಟ್ಟದ್ದು ಏನಾದರೂ ಅವರಲ್ಲಿ ಉಳಿದಿದೆಯೋ ಎಂದು ಕೇಳಿ ತಿಳಿಯುವ ಅವಕಾಶವೂ ಬಹಳಷ್ಟು ಮಂದಿಗೆ ಇನ್ನೆಂದೂ ಸಿಗುವುದಿಲ್ಲ ಎಂಬ ಆಲೋಚನೆ ಬಂತು, ಆದರೆ ಅದನ್ನು ಬೇಸರವೆಂದು ಕರೆಯುವಷ್ಟು ಗಟ್ಟಿಯಾದ ಭಾವನೆಯೂ ಅಲ್ಲ, ಬರೀ ಒಂದು ಸಣ್ಣ ಸುಳಿ ಮನಸ್ಸಿನಲ್ಲಿ.

ಊಟದ ನಂತರ ಮಾಸ್ತರ್ ಫೋನ್ ಕೈಗೆ ತೆಗೆದುಕೊಂಡು ಶಿವಪ್ಪನ ನಂಬರ್ ಹುಡುಕಿದರು, ಮಂಜುಗೆ ನೇರವಾಗಿ ನಂಬರ್ ಇಲ್ಲದ ಕಾರಣ ಶಿವಪ್ಪನ ಮೂಲಕವೇ ಫೋಟೋ ಕಳಿಸಬೇಕಿತ್ತು. ಆದರೆ

ಫೋಟೋ ಇನ್ನೂ ಸ್ಕ್ಯಾನ್ ಆಗಿರಲಿಲ್ಲ, ಬರೀ ಫೋನಿನಿಂದ ಫೋಟೋ ತೆಗೆದು ಕಳಿಸಿದರೆ ಸಾಕೋ ಅಥವಾ ಸೌಮ್ಯ ಸ್ಕ್ಯಾನ್ ಮಾಡಿ ಕೊಡುವವರೆಗೆ ಕಾಯಬೇಕೋ ಎಂಬ ಸಣ್ಣ ಗೊಂದಲ ಬಂತು. ಫೋನನ್ನು ಮೇಜಿನ ಮೇಲೆ ಇಟ್ಟು, ಇವತ್ತು ಸಂಜೆ ಆದೀತು ಎಂದುಕೊಂಡರು.

ಸಂಜೆಯಾಗುವಷ್ಟರಲ್ಲಿ ಮನೆಗೆ ಇನ್ನಿಬ್ಬರು ಬಂದರು, ಪಕ್ಕದೂರಿನ ಶಾಲೆಯಿಂದ ನಿವೃತ್ತಿ ಸನ್ಮಾನದ ಬಗ್ಗೆ ಸಲಹೆ ಕೇಳಲು. ಒಬ್ಬರು ಎಷ್ಟು ಜನರನ್ನು ಕರೆಯಬೇಕು, ಯಾವ ಸಮಯದಲ್ಲಿ ಕಾರ್ಯಕ್ರಮ ಇಡಬೇಕು ಎಂದೆಲ್ಲ ಕೇಳಿದರು, ಮಾಸ್ತರ್ ತಮ್ಮ ಸ್ವಂತ ಸನ್ಮಾನದ ದಿನ ಆದ ಒಂದೆರಡು ಎಡವಟ್ಟುಗಳನ್ನು ನೆನಪಿಸಿಕೊಂಡು ಸಲಹೆ ಕೊಟ್ಟರು. ಈ ಮಾತಿನಲ್ಲಿ ಮುಳುಗಿ, ಫೋಟೋ ಆ ಕಪಾಟಿನ ಮೇಲೆಯೇ ಇತ್ತು. ರಾತ್ರಿ ಊಟದ ನಂತರ ನೆನಪಾಯಿತು, ಆದರೆ ಈಗ ಫೋನ್ ಮಾಡುವ ಹೊತ್ತಲ್ಲ ಎಂದುಕೊಂಡು ಬಿಟ್ಟುಬಿಟ್ಟರು. ನಾಳೆ ಬೆಳಿಗ್ಗೆಯೇ ಆಗಲಿ ಎಂದು ಮನಸ್ಸಿನಲ್ಲೇ ನಿರ್ಧರಿಸಿದರು.

ಮಲಗುವ ಮುನ್ನ ಪತ್ನಿ ದೀಪ ಆರಿಸುತ್ತ, "ಏನದು ಫೋಟೋ ಅಷ್ಟು ಹೊತ್ತು ನೋಡ್ತಿದ್ರಿ?" ಎಂದು ಕೇಳಿದರು.

"ಶಿವಪ್ಪನ ಮಗನದ್ದು, ಹಳೆಯ ಕ್ಲಾಸ್ ಫೋಟೋ. ಅವನಿಗೆ ಕಳಿಸೋಣ ಅಂತ ಇಟ್ಟಿದ್ದೀನಿ."

"ಕಳಿಸಿಬಿಡಿ ಮತ್ತೆ, ಮರೆತುಬಿಟ್ಟೀರಿ ಅಂದ್ರೆ."

"ಆಗುತ್ತೆ ಬಿಡು, ನಾಳೆ." ಎಂದು ಮಾಸ್ತರ್ ದೀಪ ಆರಿಸಿದರು.

ಮರುದಿನ ಬೆಳಿಗ್ಗೆ ಎಂದಿನಂತೆ ತುಳಸಿಗೆ ನೀರೆರೆಯುವಾಗ, ಪೇಪರ್ ಓದುವಾಗ, ಕಾಫಿ ಕುಡಿಯುವಾಗ ಆ ಫೋಟೋ ಮಾಸ್ತರ್ ಕಣ್ಣಿಗೆ ಬಿತ್ತು, ಕಪಾಟಿನ ಮೇಲೆ ಅದೇ ಜಾಗದಲ್ಲಿ ಇತ್ತು. "ಇವತ್ತು ಸ್ಕ್ಯಾನ್ ಮಾಡಿಸೋಣ" ಎಂದು ಮನಸ್ಸಿನಲ್ಲಿ ಅಂದುಕೊಂಡರು. ಆದರೆ ಒಂಬತ್ತು ಗಂಟೆಗೆ ಪಕ್ಕದ ಮನೆಯ ಹುಡುಗನ ಮನೆಪಾಠಕ್ಕೆ ಹೋಗಬೇಕಿತ್ತು, ಅವರೀಗ ಆಸಕ್ತಿಯಿಂದ ಒಂದಿಬ್ಬರು ಮಕ್ಕಳಿಗೆ ಗಣಿತ ಹೇಳಿಕೊಡುತ್ತಿದ್ದರು, ಸಂಬಳಕ್ಕಾಗಿ ಅಲ್ಲ, ಸುಮ್ಮನೆ ಕೂರುವುದಕ್ಕಿಂತ ಇದು ಒಳ್ಳೆಯದು ಎಂದು. ಮನೆಪಾಠ ಮುಗಿಸಿ ಬಂದಾಗ ಫೋಟೋ ವಿಷಯ ಮತ್ತೆ ಮನಸ್ಸಿನಿಂದ ಜಾರಿ ಹೋಗಿತ್ತು.

ಸೌಮ್ಯ ಎರಡು ದಿನದ ಬಳಿಕ ಫೋಟೋಗಳನ್ನೆಲ್ಲ ಸ್ಕ್ಯಾನ್ ಮಾಡಿ ವಾಪಸ್ ತಂದುಕೊಟ್ಟಳು, ಶಾಲೆಯ ಜುಬಿಲಿ ಕಾರ್ಯಕ್ರಮಕ್ಕೆ ಒಂದು ಪ್ರತಿ ಇಟ್ಟುಕೊಂಡು ಉಳಿದ ಫೋಟೋಗಳನ್ನೆಲ್ಲ ಮಾಸ್ತರ್‌ಗೆ ಮರಳಿಸಿದಳು. ಫೋನಿನ ಪ್ರತಿ ಆಗಲೇ ಸೌಮ್ಯ ಡಿಜಿಟಲ್ ರೂಪದಲ್ಲಿ ಇಟ್ಟುಕೊಂಡಿದ್ದಳೋ ಇಲ್ಲವೋ ಎಂದು ಕೇಳಬೇಕೆಂದು ಅಂದುಕೊಂಡರೂ ಆ ಬಗ್ಗೆ ಕೇಳಲಿಲ್ಲ.

ಫೋಟೋ ಕಪಾಟಿನ ಮೇಲೆ ಹಾಗೇ ಉಳಿಯಿತು, ಕನ್ನಡಕದ ಡಬ್ಬಿಯ ಪಕ್ಕದಲ್ಲಿ, ಪ್ರತಿದಿನ ಕಣ್ಣಿಗೆ ಬೀಳುವ ಜಾಗದಲ್ಲೇ. ಶಿವಪ್ಪ ಒಂದೆರಡು ಬಾರಿ ಮತ್ತೆ ದನ ಹೊಡೆದುಕೊಂಡು ಆ ದಾರಿಯಲ್ಲೇ

ಹೋದರೂ, ಅವರಿಗೆ ಫೋಟೋ ವಿಷಯ ಮತ್ತೆ ನೆನಪಾಗಲಿಲ್ಲ, ಮಾಸ್ತರ್ ಅವರಿಗೂ ಆ ಕ್ಷಣಗಳಲ್ಲಿ ಬೇರೆ ಏನೋ ಮಾತು ನಡೆಯುತ್ತಿತ್ತು. ಫೋಟೋ ಅಲ್ಲೇ ಇತ್ತು, ಯಾರಿಗೂ ಭಾರವಾಗದೆ, ಯಾರನ್ನೂ ಕಾಡದೆ, ಒಂದು ಸಣ್ಣ ಉದ್ದೇಶ ಪೂರ್ತಿಯಾಗುವುದನ್ನೇ ಕಾಯುತ್ತ.

ಅಧ್ಯಾಯ ೧೬: ಮೈಸೂರಿನ ಪೆಟ್ಟಿಗೆ

ಯಾರ ಕಥೆ: ಸುಮಿತ್ರಾ (ಮಂಜುವಿನ ತಂಗಿ) · *ಸ್ಥಳ:* ಮೈಸೂರು

ಶನಿವಾರ ಬೆಳಿಗ್ಗೆ ಹತ್ತು ಗಂಟೆ, ಸುಮಿತ್ರಾ ಅಂಗಳದ ಬಾಗಿಲಲ್ಲಿ ನಿಂತು ಕೊರಿಯರ್‌ನವನಿಂದ ಪುಟ್ಟ ಬಾಕ್ಸ್ ಒಂದನ್ನು ಪಡೆದುಕೊಂಡಳು. ಸಹಿ ಹಾಕುವಾಗಲೇ ಗೊತ್ತಾಗಿತ್ತು ಏನಿರಬಹುದೆಂದು, ಪಾರ್ವತಮ್ಮನ ಕೈಬರಹ ಅಂಟಿನ ಚೀಟಿಯ ಮೇಲೆ ಕಂಡಿತು. ಒಳಗೆ ಬಂದು ಬಾಕ್ಸ್ ಬಿಚ್ಚಿದಳು, ಎಂದಿನಂತೆ ಎರಡು ಪ್ಲಾಸ್ಟಿಕ್ ಡಬ್ಬಿ, ಒಂದರಲ್ಲಿ ಉಪ್ಪಿನಕಾಯಿ, ಇನ್ನೊಂದರಲ್ಲಿ ಒಣ ಬೇಳೆ. ಅಮ್ಮ ಪ್ರತಿ ಸಲ ಹಾಗೇ ಕಳಿಸೋದು, ಮಂಜುಗೂ ಒಂದು, ಇವಳಿಗೂ ಒಂದು, ಮೊತ್ತ ಸಮಾನ, ಪ್ರೀತಿಯಲ್ಲಿ ಯಾವ ಕೊರತೆಯೂ ಇಲ್ಲದಂತೆ.

ಡಬ್ಬಿ ಫ್ರಿಜ್ಜಿಗೆ ಇಟ್ಟು, ಫೋನ್ ಕೈಗೆ ತೆಗೆದುಕೊಂಡು ಅಮ್ಮನಿಗೆ ಕರೆ ಮಾಡಿದಳು. "ಬಂತಮ್ಮ, ಚೆನ್ನಾಗಿ ಪ್ಯಾಕ್ ಮಾಡಿದ್ದೀರಿ."

"ಬಂತಾ? ಮಂಜುಗೆ ಇನ್ನೂ ಬಂದಿಲ್ಲ ಅಂತೆ, ನಿನ್ನೆ ಫೋನ್ ಮಾಡಿದ್ದ." ಪಾರ್ವತಮ್ಮ ಹಿನ್ನೆಲೆಯಲ್ಲಿ ಏನೋ ತೊಳೆಯುತ್ತಿದ್ದ ಸದ್ದು ಕೇಳಿಸ್ತಿತ್ತು. "ಶ್ರುತಿ ಹೇಗಿದ್ದಾಳೆ? ಶಾಲೆ ಚೆನ್ನಾಗಿ ನಡೀತಿದ್ಯಾ?"

"ಚೆನ್ನಾಗಿದ್ದಾಳಮ್ಮ. ಈ ವಾರ ಪರೀಕ್ಷೆ ಇದೆ, ಸ್ವಲ್ಪ ಬ್ಯುಸಿ." ಇಬ್ಬರೂ ಇನ್ನೈದು ನಿಮಿಷ ಸಾಮಾನ್ಯ ವಿಷಯ ಮಾತಾಡಿ, ಶಿವಪ್ಪನ ಆರೋಗ್ಯ, ಮಳೆ ಹೇಗಿದೆ ಎಂದೆಲ್ಲ ವಿಚಾರಿಸಿ ಫೋನ್ ಇಟ್ಟರು.

ಸುಧೀರ್‌ನ ಸೋದರಸಂಬಂಧಿಯ ಮಗಳ ಮದುವೆಗೆ ಹೋಗಬೇಕಿತ್ತು, ಇನ್ನೊಂದು ವಾರದಲ್ಲಿ. ಆ ದಿನ ಮಧ್ಯಾಹ್ನ ಸುಮಿತ್ರಾ ಬೆಡ್‌ರೂಮಿನ ಬೀರುವಿನ ಮುಂದೆ ಕುಳಿತು ಯಾವ ಸೀರೆ, ಯಾವ ಒಡವೆ ಎಂದು ಯೋಚಿಸುತ್ತಾ, ಒಂದೊಂದೇ ಡ್ರಾಯರ್ ತೆಗೆದು ನೋಡತೊಡಗಿದಳು. ಸಾಮಾನ್ಯ ಒಡವೆ ಪೆಟ್ಟಿಗೆಯ ಹಿಂದೆ, ಡ್ರಾಯರ್‌ನ ಮೂಲೆಯಲ್ಲಿ, ಒಂದು ಹಳೆಯ ಶ್ರೀಗಂಧದ ಪುಟ್ಟ ಪೆಟ್ಟಿಗೆ ಇತ್ತು, ಮುಚ್ಚಳದ ಮೇಲೆ ಅಸ್ಪಷ್ಟವಾಗಿ ಕೆತ್ತಿದ ಹೂವಿನ ಚಿತ್ರ, ವರ್ಷಗಳಿಂದ ಬಣ್ಣ ಮಸುಕಾಗಿ ಬಿಟ್ಟಿತ್ತು.

ಸುಮಿತ್ರಾಗೆ ಆ ಪೆಟ್ಟಿಗೆ ಕಂಡ ಕೂಡಲೇ ಒಂದು ಕ್ಷಣ ಸುಮ್ಮನೆ ಕುಳಿತುಬಿಟ್ಟಳು. ಇದನ್ನ ಎಷ್ಟೋ ವರ್ಷದಿಂದ ತೆಗೆದೇ ಇರಲಿಲ್ಲ.

ಮದುವೆಯಾಗಿ ಮೈಸೂರಿಗೆ ಬಂದ ಮೂರನೇ ವಾರ, ಅತ್ತೆ ಗಿರಿಜಮ್ಮ ಒಂದು ದಿನ ಇವಳನ್ನ ತಮ್ಮ ಕೋಣೆಗೆ ಕರೆದಿದ್ದರು. "ಬಾ

ಇಲ್ಲಿ, ನಿಂಗೆ ಒಂದು ವಿಷಯ ತೋರಿಸಬೇಕು," ಅಂತ ಈ ಪೆಟ್ಟಿಗೆ ಕೈಗೆ ಕೊಟ್ಟಿದ್ದರು. ಬಿಚ್ಚಿ ನೋಡಿದಾಗ ಒಳಗೆ ಒಂದು ಜೋಡಿ ಬೆಳ್ಳಿ ಗೆಜ್ಜೆ ಇತ್ತು, ಕಪ್ಪಗಾಗಿ, ಆದರೂ ಗಟ್ಟಿಯಾಗಿ.

"ಇದು ಈ ಮನೆಗೆ ಬಂದ ಪ್ರತಿಯೊಬ್ಬ ಸೊಸೆಗೂ ಸಿಗೋ ಗೆಜ್ಜೆ," ಗಿರಿಜಮ್ಮ ಅಂದಿದ್ದರು, "ನಮ್ಮ ಅಜ್ಜಿ, ಸೀತಮ್ಮ, ಇದನ್ನ ಒಂದು ಬೆಳ್ಳಿಯಂಗಡಿಯಿಂದ ತಂದಿದ್ದರಂತೆ, ಆಗಿನ ಕಾಲದಲ್ಲಿ. ಆಮೇಲೆ ನನಗೆ ಸಿಕ್ಕಿತು, ಈಗ ನಿಂಗೆ." ಎಷ್ಟು ವರ್ಷ ಎಂದು ಕೇಳಿದಾಗ ಗಿರಿಜಮ್ಮ ನಗುತ್ತ, "ಗೊತ್ತಿಲ್ಲ ಸರಿಯಾಗಿ, ಅರವತ್ತು ಎಪ್ಪತ್ತು ವರ್ಷ ಇರಬಹುದು," ಅಂದಿದ್ದರು.

ಸುಮಿತ್ರಾಗೆ ಆಗ ಸ್ವಲ್ಪ ವಿಚಿತ್ರ ಅನ್ನಿಸಿತ್ತು. ಇದು ಇವಳ ಮನೆಯ ಗೆಜ್ಜೆ ಅಲ್ಲ, ಇವಳ ಅಜ್ಜಿಯದ್ದೂ ಅಲ್ಲ, ಇವಳ ರಕ್ತ ಸಂಬಂಧದ ಯಾವ ಕುಡಿಗೂ ಸೇರಿದ್ದೂ ಅಲ್ಲ. ಆದರೂ ಇನ್ನು ಮುಂದೆ ಇದು ಇವಳದ್ದೇ, ಮದುವೆಯ ಜೊತೆಗೆ ಬಂದ ಇನ್ನೊಂದು ಜವಾಬ್ದಾರಿ.

ಪೆಟ್ಟಿಗೆ ಬಿಚ್ಚಿ ಗೆಜ್ಜೆ ಕೈಗೆ ತೆಗೆದುಕೊಂಡಳು. ಕಪ್ಪಾಗಿಬಿಟ್ಟಿತ್ತು ಇನ್ನಷ್ಟು, ಶುಚಿ ಮಾಡಿಸಬೇಕು ಅಂತ ಅನ್ನಿಸಿತು ಮದುವೆಗೆ ಹೋಗುವ ಮೊದಲು. ತಳದಲ್ಲಿ ಒಂದು ಹಳೆಯ ಬಟ್ಟೆಯ ಚೂರು ಇಟ್ಟುಕೊಂಡಿತ್ತು, ಗೆಜ್ಜೆ ಸ್ವಲ್ಪ ಅಲುಗಾಡದಂತೆ. ಆ ಬಟ್ಟೆ ಸ್ವಲ್ಪ ಹಳೆಯ ಪಂಚೆಯದ್ದೇ ತುಂಡು ಎಂದು ಒಮ್ಮೆ ಅತ್ತೆ ಹೇಳಿದ್ದ ನೆನಪಾಯ್ತು, ಸೀತಮ್ಮನ

ಪತಿಯದ್ದೇ ಬಟ್ಟೆ, ಬೇರೆ ಯಾವ ಕಾರಣಕ್ಕೂ ಅಲ್ಲ, ಆ ಕಾಲದಲ್ಲಿ ಹೀಗೆ ಸಿಕ್ಕಿದ ಬಟ್ಟೆಯನ್ನೇ ಬಳಸೋದು ಸಾಮಾನ್ಯ ಇತ್ತು.

ಎಂಟು ವರ್ಷಗಳಲ್ಲಿ ಈ ಪೆಟ್ಟಿಗೆಯನ್ನ ಬಹಳ ಕಡಿಮೆ ಸಲ ಬಿಚ್ಚಿದ್ದಳು, ಎರಡು ಮೂರು ಮನೆಯ ಕಾರ್ಯಕ್ರಮಕ್ಕೆ ಮಾತ್ರ. ಆದರೆ ಪ್ರತಿ ಸಲವೂ ಈ ಗೆಜ್ಜೆ ಮುಗಿಸಿ ಪೆಟ್ಟಿಗೆಗೆ ಹಾಕುವಾಗ ಇವಳಿಗೆ ಒಂದು ವಿಶಿಷ್ಟ ಭಾವ ಬರುತ್ತಿತ್ತು, ಹೆಸರಿಡಲಾಗದ ಭಾವ. ಇದು ಇವಳ ಮನೆಯ ವಸ್ತುವಲ್ಲ, ಆದರೆ ಇನ್ನು ಇವಳೇ ಇದರ ಕಾವಲುಗಾರ್ತಿ.

ಶ್ರುತಿ ಆಗ ಬಾಗಿಲಲ್ಲಿ ನಿಂತಿದ್ದಳು, ಶಾಲೆಯ ಪುಸ್ತಕ ಕೈಯಲ್ಲಿ, ಪೆಟ್ಟಿಗೆ ಕಂಡ ಕೂಡಲೇ ಒಳಗೆ ಬಂದಳು. "ಅಮ್ಮ ಇದೇನು? ಚಿನ್ನದ್ದಾ?"

"ಇಲ್ಲ ಪುಟ್ಟಿ, ಬೆಳ್ಳಿ. ಗೆಜ್ಜೆ ಇದು." ಸುಮಿತ್ರಾ ಒಂದನ್ನ ಎತ್ತಿ ತೋರಿಸಿದಳು.

"ಇದು ಯಾರದ್ದು?"

"ಇದು ನಿನ್ನ ಪಪ್ಪನ ಅಜ್ಜಿಯದ್ದು. ಸೀತಮ್ಮ ಅಂತ ಹೆಸರು ಅವರಿಗೆ, ನಾನೂ ನೋಡಿಲ್ಲ ಅವರನ್ನ, ಆದ್ರೆ ಈ ಗೆಜ್ಜೆ ಅವರಿಂದ ಬಂತು, ಆಮೇಲೆ ಅಜ್ಜಿಗೆ, ಆಮೇಲೆ ನನಗೆ."

ಶ್ರುತಿ ಒಂದು ಕ್ಷಣ ಗೆಜ್ಜೆ ದಿಟ್ಟಿಸಿ ನೋಡಿ, "ಆಮೇಲೆ ನಂಗಾ?" ಅಂತ ಕೇಳಿದಳು, ಎಷ್ಟು ಸಹಜವಾಗಿ ಎಂದರೆ ಸುಮಿತ್ರಾಗೆ ಒಂದು ಕ್ಷಣ ಏನೂ ಮಾತಾಡಲಾಗಲಿಲ್ಲ.

"ಆಮೇಲೆ ನಿಂಗೆ, ಅಥವಾ ನಿನ್ನ ಅಣ್ಣ ಮದುವೆಯಾಗಿ ಬರೋ ಹೆಂಡ್ತಿಗೆ, ಇನ್ನೂ ನಿರ್ಧಾರ ಆಗಿಲ್ಲ ಬಿಡು," ಎಂದು ನಗುತ್ತ ಹೇಳಿದಳು, ಗೆಜ್ಜೆ ವಾಪಸ್ ಪೆಟ್ಟಿಗೆಗೆ ಇಟ್ಟಳು.

ಶ್ರುತಿಗೆ ಅದಕ್ಕಿಂತ ಹೆಚ್ಚು ಆಸಕ್ತಿ ಇರಲಿಲ್ಲ, ಅಷ್ಟಕ್ಕೇ "ಸರಿ" ಎಂದು ಹೇಳಿ ಹೊರಗೆ ಓಡಿಹೋದಳು, ಬೇರೆ ಏನೋ ಆಟ ನೆನಪಾಗಿ.

ಸಂಜೆ ಸುಧೀರ್ ಆಫೀಸಿಂದ ಬಂದಾಗ, ಪೆಟ್ಟಿಗೆ ಇನ್ನೂ ಮೇಜಿನ ಮೇಲೆ ಇತ್ತು, ಗೆಜ್ಜೆ ಒಂದು ಬಟ್ಟಲಲ್ಲಿ ಶುಚಿ ಮಾಡುವ ದ್ರಾವಣದಲ್ಲಿ ನೆನೆಸಿ ಇಟ್ಟಿದ್ದಳು.

"ಅಜ್ಜಿ ಗೆಜ್ಜೆ ತೆಗೆದೆಯಾ? ಯಾಕೆ ಇವತ್ತು?" ಸುಧೀರ್ ಷರ್ಟ್ ಬದಲಿಸ್ತಾ ಕೇಳಿದ.

"ಮದುವೆಗೆ ಹಾಕ್ಕೋಬೇಕು ಅಂತ, ಸ್ವಲ್ಪ ಕಪ್ಪಾಗಿ ಬಿಟ್ಟಿದೆ." ಒಂದು ಕ್ಷಣ ಸುಮ್ಮನಿದ್ದು, ಆಮೇಲೆ ಸೇರಿಸಿದಳು, "ಶ್ರುತಿ ಕೇಳ್ತಿದ್ಳು, ಇದೆಲ್ಲ ಯಾರದ್ದು ಅಂತ."

"ಏನಂದೆ ನೀನು?"

"ಸೀತಮ್ಮನಿಂದ ಬಂತು ಅಂತ ಹೇಳ್ದೆ. ಅಷ್ಟೇ ಗೊತ್ತಿಲ್ಲ ನಂಗೂ." ಸುಮಿತ್ರಾ ಒಂದು ಸಣ್ಣ ನಗು ಬೀರಿ ಹೇಳಿದಳು, "ನಿಮ್ಮ ಅಜ್ಜಿ ಬಗ್ಗೆ ಜಾಸ್ತಿ ಗೊತ್ತಿಲ್ಲ ನಂಗೆ. ಅತ್ತೆ ಒಂದು ಸಲ ಹೇಳಿದ್ರು, ಬೆಳ್ಳಿಯಂಗಡಿಯಿಂದ ತಂದ್ರು ಅಂತ, ಅಷ್ಟೇ."

"ಅಪ್ಪನ ಕಡೆಯವರೂ ಸರಿಯಾಗಿ ಗೊತ್ತಿಲ್ಲ ಅಂತಾರೆ. ಆ ಕಾಲದ ಜನ, ಜಾಸ್ತಿ ಕಥೆ ಹೇಳ್ತಿರಲಿಲ್ಲ ಅನ್ಸುತ್ತೆ." ಸುಧೀರ್ ಅಷ್ಟು ಹೇಳಿ ಬೇರೆ ಕೆಲಸಕ್ಕೆ ಹೊರಳಿದ.

ಸುಮಿತ್ರಾ ಗೆಜ್ಜೆ ಮತ್ತೆ ಬಟ್ಟಲಿಂದ ಎತ್ತಿ, ಬಟ್ಟೆಯಲ್ಲಿ ಉಜ್ಜಲು ಶುರುಮಾಡಿದಳು. ಇಷ್ಟು ವರ್ಷ ಈ ಮನೆಯ ಸೊಸೆಯಾಗಿ ಬಂದವರ ಕಥೆ ಎಷ್ಟು ಕಡಿಮೆ ದಾಖಲಾಗಿದೆ ಅಂತ ಅನ್ನಿಸಿತು, ಆದ್ರೂ ಆ ಗೆಜ್ಜೆ ಮಾತ್ರ ಪ್ರತಿ ಬಾರಿ ಒಂದು ಕೈಯಿಂದ ಇನ್ನೊಂದು ಕೈಗೆ, ಅಷ್ಟೇ ಚೂರುಪಾರು ಕಥೆ ಜೊತೆಗೆ, ದಾಟುತ್ತಲೇ ಇತ್ತು.

ಗೆಜ್ಜೆ ಫಳಫಳ ಹೊಳೆಯುವಂತಾದಾಗ, ಸುಮಿತ್ರಾ ಅದನ್ನ ಮತ್ತೆ ಪೆಟ್ಟಿಗೆಗೆ ಹಾಕುವ ಮುನ್ನ ಒಂದು ಕ್ಷಣ ಕೈಯಲ್ಲಿ ಹಿಡಿದು ನೋಡಿದಳು. ಫ್ರಿಜ್ಜಿನ ಕಡೆ ಒಮ್ಮೆ ಕಣ್ಣುಹೋದಂತಾಯ್ತು, ಒಳಗೆ ಅಮ್ಮ ಕಳಿಸಿದ ಉಪ್ಪಿನಕಾಯಿ ಡಬ್ಬಿ ಇತ್ತು. ಎರಡೂ ಒಂದೇ ಸಮಯಕ್ಕೆ ಈ ಮನೆಗೆ ಬಂದಂತೆ, ಆದರೆ ಎಷ್ಟು ಬೇರೆ ದಿಕ್ಕಿಂದ. ಒಂದು ಹೊನ್ನೇನಹಳ್ಳಿಯಿಂದ, ತಾಯಿಯ ಕೈಯಿಂದ, ಇನ್ನೊಂದು ಈ

ಮನೆಯ ಆಳದಿಂದ, ಗೊತ್ತೇ ಇಲ್ಲದ ಒಬ್ಬ ಅಜ್ಜಿಯಿಂದ. ಇವೆರಡು ಒಂದಕ್ಕೊಂದು ಸಂಬಂಧವೇ ಇಲ್ಲ, ಆದ್ರೂ ಇವತ್ತು ಒಂದೇ ಮನೆಯಲ್ಲಿ, ಒಂದೇ ಕಪಾಟಿನ ಎರಡು ಕಡೆ, ಇವಳ ಸುತ್ತ ಇವೆ.

ಪೆಟ್ಟಿಗೆಯನ್ನ ಡ್ರಾಯರ್‌ನ ಆಳಕ್ಕೆ ವಾಪಸ್ ಸೇರಿಸುವ ಬದಲು, ಈ ಸಲ ಬೀರುವಿನ ಮೇಲಿನ ಸಣ್ಣ ಶೆಲ್ಫಿನ ಮೇಲೆ, ಫೋಟೋ ಫ್ರೇಮ್‌ಗಳ ಪಕ್ಕದಲ್ಲಿ ಇಟ್ಟಳು. ಯಾಕೆ ಅಂತ ಸ್ಪಷ್ಟವಾಗಿ ಗೊತ್ತಿರಲಿಲ್ಲ ಅವಳಿಗೆ, ಬರೀ ಒಂದು ಸಣ್ಣ ಅನ್ನಿಸಿಕೆ, ಇದನ್ನ ಇನ್ನೂ ಕಣ್ಣಿಗೆ ಕಾಣುವ ಜಾಗದಲ್ಲಿ ಇಡಬೇಕು ಅಂತ. ಶ್ರುತಿಗೆ ಇನ್ನೊಂದು ದಿನ, ಬೇರೆ ಸಮಯದಲ್ಲಿ, ಇದರ ಪೂರ್ತಿ ಕಥೆ ಹೇಳಬೇಕು ಅಂತ ಮನಸ್ಸಿನಲ್ಲಿ ಅಂದುಕೊಂಡಳು, ಆದ್ರೆ ಇವತ್ತಲ್ಲ, ಈಗ ಅಡುಗೆಮನೆಗೆ ಹೋಗಬೇಕಿತ್ತು, ಸುಧೀರ್‌ಗೆ ಚಹಾ ಕೊಡಬೇಕಿತ್ತು.

ಅಡುಗೆಮನೆಯಿಂದ ಹೊರಡುವ ಮುನ್ನ ಒಮ್ಮೆ ಶೆಲ್ಫಿನ ಕಡೆ ತಿರುಗಿ ನೋಡಿದಳು. ಪೆಟ್ಟಿಗೆ ಅಲ್ಲೇ ಇತ್ತು, ಫೋಟೋ ಫ್ರೇಮ್‌ಗಳ ನಡುವೆ, ಸಣ್ಣಗೆ, ಯಾರಿಗೂ ಗಮನಕ್ಕೆ ಬೀಳದಂತೆ.

ಅಧ್ಯಾಯ ೧೭: ರೈಲಿನಲ್ಲಿ ಸಿಕ್ಕವಳು

ಯಾರ ಕಥೆ: ಗೌರಮ್ಮ (ಒಬ್ಬ ಅಪರಿಚಿತೆ) · *ಸ್ಥಳ:* ಬೆಂಗಳೂರು-ಬೆಳಗಾವಿ ರೈಲು

ಬೆಂಗಳೂರಿನಿಂದ ಬೆಳಗಾವಿಗೆ ಹೋಗುವ ರಾಣಿ ಚೆನ್ನಮ್ಮ ಎಕ್ಸ್‌ಪ್ರೆಸ್ ರಾತ್ರಿ ಒಂಬತ್ತು ಮುಕ್ಕಾಲಿಗೆ ಯಶವಂತಪುರದಿಂದ ಹೊರಟಿತು. ಸ್ಲೀಪರ್ ಕೋಚ್ ಎಸ್-೪ ಈಗಷ್ಟೇ ಜನ ತುಂಬಿಕೊಳ್ಳುತ್ತಿತ್ತು, ಬ್ಯಾಗುಗಳ ಸದ್ದು, ಟಿಕೆಟ್ ಚೆಕ್ ಮಾಡುವ ಪ್ರಶ್ನೆಗಳು, ಮಗುವಿನ ಅಳು. ಗೌರಮ್ಮ ತನ್ನ ಬರ್ತಿಗೆ ಬಂದು ಕುಳಿತಾಗ ಆಗಲೇ ಸುಸ್ತಾಗಿ ಹೋಗಿದ್ದಳು. ಬಸ್ ಸ್ಟ್ಯಾಂಡಿನಿಂದ ಆಟೋ ಹಿಡಿದು ಯಶವಂತಪುರ ಸ್ಟೇಷನ್ ತಲುಪಬೇಕಿತ್ತೇನೋ ಎಂದು ಒಂದು ಕ್ಷಣ ಯೋಚಿಸಿ, ಆಮೇಲೆ ಆ ಯೋಚನೆ ಬಿಟ್ಟುಬಿಟ್ಟಳು. ಈ ಪ್ರಯಾಣ ಹೇಗಿದ್ದರೂ ಬೆಳಗಿನ ಜಾವ ಮುಗಿಯುತ್ತದೆ.

ಮಂಜು ಆ ಕೋಚಿನಲ್ಲಿ ಎದುರಿನ ಸೀಟಿನ ಕೆಳಬರ್ತಿಗೆ ಬಂದವನು, ಒಂದು ಆಫೀಸ್ ಕೆಲಸಕ್ಕೆ, ಬೆಳಗಾವಿಯ ಕ್ಲೈಂಟ್ ಆಫೀಸಿಗೆ ಹೋಗಬೇಕಿತ್ತು, ಎರಡು ದಿನದ ಆಡಿಟ್ ಕೆಲಸ. ಲ್ಯಾಪ್‌ಟಾಪ್ ಬ್ಯಾಗ್ ಮೇಲಿನ ಬರ್ತಿಗೆ ಇಟ್ಟು, ಚಿಕ್ಕ ಟ್ರಾವೆಲ್ ಬ್ಯಾಗ್ ಸೀಟಿನ ಕೆಳಗೆ ಸೇರಿಸಿ, ಫೋನ್ ನೋಡುತ್ತ ಕುಳಿತಿದ್ದ. ಗೌರಮ್ಮ

ಎದುರಿಗೆ ಕುಳಿತಿದ್ದದ್ದನ್ನ ಸುಮ್ಮನೆ ಗಮನಿಸಿದ್ದ, ಅಷ್ಟೇ. ಅರವತ್ತರ ಆಸುಪಾಸಿನ ಹೆಂಗಸು, ಹಸಿರು ಸೀರೆ, ಒಂದು ಬಟ್ಟೆಯ ಬ್ಯಾಗ್, ಒಂದು ಸ್ಟೀಲ್ ಟಿಫಿನ್ ಬಾಕ್ಸ್ ಮೇಲಕ್ಕೆ ಇಟ್ಟುಕೊಂಡಿದ್ದಳು.

ರೈಲು ಚಲಿಸಲು ಶುರುವಾದ ಮೇಲೆ ಮಾತ್ರ ಗೌರಮ್ಮ ಸ್ವಲ್ಪ ನೆಮ್ಮದಿಯಿಂದ ಕುಳಿತಳು. ಬ್ಯಾಗಿನಿಂದ ಒಂದು ಬಾಟಲಿನಲ್ಲಿ ನೀರು ತೆಗೆದು ಕುಡಿದು, ಟಿಫಿನ್ ಬಾಕ್ಸ್ ಅನ್ನ ಸೀಟಿನ ಕೆಳಗೇ ಒತ್ತಿ ಇಟ್ಟಳು, ಬಟ್ಟೆಯ ಬ್ಯಾಗ್ ಪಕ್ಕಕ್ಕೆ ಸೇರಿಸಿ.

ಒಂದೂವರೆ ಗಂಟೆ ಆದ ಮೇಲೆ, ಎಲ್ಲರೂ ಒಂದೊಂದೇ ಮಲಗುವ ತಯಾರಿ ಶುರುಮಾಡಿದರು. ಗೌರಮ್ಮ ಮಧ್ಯದ ಬರ್ತಿಗೆ ಹತ್ತಲು ಸ್ವಲ್ಪ ಕಷ್ಟ ಪಟ್ಟಳು, ಮಂಜು ಎದ್ದು ಸಣ್ಣ ಸಹಾಯ ಮಾಡಿದ, ಬ್ಯಾಗ್ ಮೇಲೆ ಎತ್ತಿಟ್ಟುಕೊಟ್ಟ. "ಥ್ಯಾಂಕ್ಸ್ ಪುಟ್ಟ" ಎಂದಷ್ಟೇ ಹೇಳಿ ಗೌರಮ್ಮ ಮಲಗಿಕೊಂಡಳು.

ಮಂಜುಗೆ ರೈಲಿನಲ್ಲಿ ಸುಲಭವಾಗಿ ನಿದ್ದೆ ಬರುತ್ತಿರಲಿಲ್ಲ, ಎಷ್ಟೋ ವರ್ಷದಿಂದ ಇದ್ದ ಸಮಸ್ಯೆ. ಫೋನ್ ಚಾರ್ಜ್ ಆಗುತ್ತಿತ್ತು, ಕಿಟಕಿಯ ಪಕ್ಕದ ಪರದೆಯ ಸಂದಿಯಿಂದ ಹೊರಗಿನ ಕತ್ತಲು, ಆಗಾಗ ಒಂದು ಸ್ಟೇಷನ್ನಿನ ಬೆಳಕು ಹಾದುಹೋಗುತ್ತಿತ್ತು. ಎರಡು ಗಂಟೆ ಸುಮಾರಿಗೆ, ರೈಲು ಒಂದು ಜೋರಾದ ಜರ್ಕ್ ಕೊಟ್ಟಿತು, ಬಹುಶಃ ಒಂದು ಪಾಯಿಂಟ್ ಬದಲಾವಣೆ ಇರಬಹುದು. ಆ ಜರ್ಕಿಗೆ ಮೇಲಿನ

ಬರ್ತಿಯಿಂದ ಏನೋ ಸ್ವಲ್ಪ ಸರಿದ ಸದ್ದಾಯಿತು, ಆಮೇಲೆ ಒಂದು ವಾಸನೆ ಕೋಚಿನಲ್ಲಿ ನಿಧಾನವಾಗಿ ಹರಡಿಕೊಂಡಿತು, ಸಾಸಿವೆ, ಎಣ್ಣೆ, ಹುಣಸೆ, ಖಾರ ಬೆರೆತ ಒಂದು ಪರಿಚಿತ ವಾಸನೆ.

ಗೌರಮ್ಮ ಗಡಬಡಿಸಿ ಎದ್ದು ಕುಳಿತಳು. "ಅಯ್ಯೋ" ಎಂದು ಸ್ವಲ್ಪ ಗಟ್ಟಿಯಾಗಿಯೇ ಅಂದುಕೊಂಡಳು. ಬ್ಯಾಗಿನಿಂದ ಕೈ ಹಾಕಿ ನೋಡಿದಾಗ ಗೊತ್ತಾಯಿತು, ಮಗನಿಗೆ ಕೊಂಡೊಯ್ಯುತ್ತಿದ್ದ ಉಪ್ಪಿನಕಾಯಿ ಡಬ್ಬ ಬಟ್ಟೆಯ ಗಂಟಿನಿಂದ ಸ್ವಲ್ಪ ಜಾರಿ, ಮುಚ್ಚಳ ಸಡಿಲವಾಗಿ, ಎಣ್ಣೆ ಸ್ವಲ್ಪ ಸೋರಿ ಬ್ಯಾಗಿನ ಒಂದು ಬದಿ ಒದ್ದೆಯಾಗಿತ್ತು.

ಮಂಜು ಆಗಲೂ ಎಚ್ಚರವಾಗಿಯೇ ಇದ್ದ. "ಏನಾಯ್ತಮ್ಮ, ಸಹಾಯ ಬೇಕಾ" ಎಂದು ಕೇಳಿದ, ಮೇಲಕ್ಕೆ ನೋಡುತ್ತ.

"ಏನಿಲ್ಲ ಪುಟ್ಟ, ಡಬ್ಬ ಜಾರಿ ಚೂರು ಎಣ್ಣೆ ಚೆಲ್ಲಿದೆ. ಸಣ್ಣ ವಿಷಯ" ಎಂದು ಹೇಳುತ್ತ ಗೌರಮ್ಮ ಜಾಗ್ರತೆಯಿಂದ ಡಬ್ಬ ಇಳಿಸಿಕೊಂಡಳು. ಮಂಜು ಎದ್ದು ನಿಂತು ತನ್ನ ಟಾರ್ಚ್ ಫೋನಿನ ಬೆಳಕು ಹಿಡಿದುಕೊಟ್ಟ. ಗೌರಮ್ಮ ಡಬ್ಬದ ಮುಚ್ಚಳ ಸರಿಯಾಗಿ ಒತ್ತಿ, ಪ್ಲಾಸ್ಟಿಕ್ ಕವರ್ ಇನ್ನೊಂದು ಸುತ್ತು ಸುತ್ತಿ, ಹಗ್ಗದಿಂದ ಬಿಗಿಯಾಗಿ ಕಟ್ಟಿದಳು. ಬೆರಳಿಗೆ ತಾಗಿದ ಎಣ್ಣೆಯನ್ನ ಬಟ್ಟೆಯ ಸೆರಗಿಗೆ ಒರೆಸಿಕೊಂಡಳು.

"ಮಗನಿಗಾ" ಎಂದು ಮಂಜು ಸುಮ್ಮನೆ ಕೇಳಿದ, ಬೇರೆ ಏನೂ ಮಾತಾಡುವ ಉದ್ದೇಶ ಇಲ್ಲದೆ, ಬರೀ ಆ ಕ್ಷಣದ ಮೌನ ಮುರಿಯುವುದಕ್ಕೆ.

"ಹೂಂ. ಪುಣೆಯಲ್ಲಿ ಇರ್ತಾನೆ. ಒಂದು ಫ್ಯಾಕ್ಟರಿಯಲ್ಲಿ ಸೂಪರ್‌ವೈಸರ್ ಕೆಲಸ." ಗೌರಮ್ಮ ಬ್ಯಾಗ್ ಸರಿಪಡಿಸುತ್ತ ಹೇಳಿದಳು. "ನಾ ಬೆಳಗಾವಿಗೆ ಇಳಿದು, ಅಲ್ಲಿಂದ ಬಸ್ಸಿಗೆ ಹೋಗ್ತೀನಿ ಪುಣೆಗೆ. ಮಗ ಸ್ಟೇಷನ್‌ಗೆ ಬಂದು ಸೇರ್ಕೊಳ್ತಾನೆ."

"ಒಬ್ಬರೇ ಹೊರಟಿದ್ದೀರಾ" ಎಂದು ಮಂಜು ಕೇಳಿದ.

"ಹೂಂ, ಇಷ್ಟು ವರ್ಷ ಆಯ್ತು ಒಬ್ಬಳೇ ಪ್ರಯಾಣ ಮಾಡಿ. ಗಂಡ ಸತ್ತಾಗಿನಿಂದ, ಎಂಟು ವರ್ಷ ಆಯ್ತು ಅದಕ್ಕೂ." ಇದನ್ನ ಎಷ್ಟೋ ಸಲ ಹೇಳಿ ಅಭ್ಯಾಸ ಆಗಿಬಿಟ್ಟ ಧ್ವನಿಯಲ್ಲಿ ಹೇಳಿದಳು, ದುಃಖ ಇಲ್ಲ ಎಂದಲ್ಲ, ಆದರೆ ಆ ದುಃಖ ಈಗ ಒಂದು ಸಾಮಾನ್ಯ ಸಂಗತಿಯಾಗಿ ಬದಲಾಗಿಬಿಟ್ಟಿದೆ.

ರೈಲು ಮುಂದೆ ಸಾಗುತ್ತಿತ್ತು. ಮಂಜುಗೆ ನಿದ್ದೆ ಬರುವ ಲಕ್ಷಣ ಇರಲಿಲ್ಲ, ಗೌರಮ್ಮಗೂ ಅಷ್ಟೇ, ಈಗ ಪೂರ್ತಿ ಎಚ್ಚರವಾಗಿ ಬಿಟ್ಟಿದ್ದಳು. ಇಬ್ಬರೂ ಸುಮ್ಮನೆ ಕುಳಿತಿದ್ದಂತೆ, ಆ ಎಣ್ಣೆ-ಖಾರದ ವಾಸನೆ ಇನ್ನೂ ಕೋಚಿನಲ್ಲಿ ಸ್ವಲ್ಪ ಉಳಿದಿತ್ತು. ಮಂಜುಗೆ ಆ ವಾಸನೆ ಯಾಕೋ ವಿಚಿತ್ರವಾಗಿ ಹಿತವಾಗಿತ್ತು, ಎಲ್ಲೋ ಹಳೆಯ ಕಾಲದ ಒಂದು ಭಾವ ಎಚ್ಚರಗೊಂಡ ಹಾಗೆ, ಆದರೆ ಎಲ್ಲಿಂದ ಬಂತು ಆ ಭಾವ ಎಂದು ಆಲೋಚಿಸುವ ಗೋಜಿಗೆ ಹೋಗಲಿಲ್ಲ.

"ಮಿಡಿ ಮಾವಿನ ಉಪ್ಪಿನಕಾಯಿಯಾ" ಎಂದು ಕೇಳಿದ.

"ಹೂಂ, ಹೇಗೆ ಗೊತ್ತಾಯ್ತು" ಎಂದು ಗೌರಮ್ಮ ಸ್ವಲ್ಪ ನಕ್ಕಳು.

"ವಾಸನೆಯಿಂದ. ನಮ್ ಮನೆಯಲ್ಲೂ ಇದೇ ವಾಸನೆ." ಇಷ್ಟು ಹೇಳಿ ಮಂಜು ಸುಮ್ಮನಾದ. ಇನ್ನೂ ಹೆಚ್ಚು ಹೇಳುವ ಅಗತ್ಯ ಅನ್ನಿಸಲಿಲ್ಲ ಅವನಿಗೆ, ತನ್ನ ತಾಯಿ ಪ್ರತಿ ವರ್ಷ ಎರಡು ಸಲ ಇದೇ ಥರ ಒಂದು ಡಬ್ಬ ಕಳಿಸುತ್ತಾಳೆ ಎಂದು ಹೇಳಬೇಕೆ ಬೇಡವೇ ಎಂದೂ ಯೋಚಿಸಲಿಲ್ಲ, ಬರೀ ಆ ವಾಸನೆ ಎಲ್ಲೋ ಪರಿಚಿತ ಅನ್ನಿಸಿತು ಅಷ್ಟೇ.

ಗೌರಮ್ಮ ಮಗನ ವಿಷಯ ಮುಂದುವರೆಸಿದಳು, ಯಾರೋ ಕೇಳಿದರೆ ಸಾಕು ಎನ್ನುವಂತೆ. "ಮಗ ಒಳ್ಳೆ ಕೆಲಸದಲ್ಲಿ ಇದ್ದಾನೆ, ಸಂಬಳ ಪರವಾಗಿಲ್ಲ. ಆದ್ರೆ ಊರಿಗೆ ಬರೋದೇ ಕಷ್ಟ ಅವನಿಗೆ. ಪ್ರತಿ ಸಲ ಫೋನ್ ಮಾಡಿದಾಗ, 'ಮುಂದಿನ ತಿಂಗಳು ಬರ್ತೀನಿ ಅಮ್ಮ' ಅಂತಾನೆ. ಮುಂದಿನ ತಿಂಗಳು ಬಂದ್ರೆ ಮತ್ತೊಂದು ಮುಂದಿನ ತಿಂಗಳು. ಕಳೆದ ಸಲ ಬಂದಿದ್ದು ಒಂದು ವರ್ಷದ ಹಿಂದೆ, ತಂಗಿ ಮದುವೆಗೆ."

"ಈ ಸಲ ನೀವೇ ಹೊರಟ್ರಿ ಅಂದ್ಮೇಲೆ" ಎಂದು ಮಂಜು ಹೇಳಿದ.

"ಅವನ ಮದುವೆ ಗೊತ್ತು ಮಾಡ್ಬೇಕು ಪುಟ್ಟ. ಮೂವತ್ತೈದು ಆಯ್ತು ಅವನಿಗೆ. ಫೋನಲ್ಲಿ ಮಾತಾಡಿ ಆಗಲ್ಲ ಈ ವಿಷಯ, ಮುಖ ಎದುರಿಟ್ಟುಕೊಂಡು ಮಾತಾಡ್ಬೇಕು. ಅದಕ್ಕೆ ನಾನೇ ಹೊರಟೆ." ಸ್ವಲ್ಪ ಸುಸ್ತಾದ ಧ್ವನಿಯಲ್ಲಿ ಹೇಳಿ, ನಂತರ ಸ್ವಲ್ಪ ನಕ್ಕಳು. "ಮಗ

ಒಳ್ಳೆಯವನೇ. ಆದ್ರೆ ಈ ಥರದ ಮಕ್ಕಳಿಗೆ ಸಮಯ ಸಿಗೋಲ್ಲ ಅನ್ಸುತ್ತೆ, ಅಥವಾ ಸಿಕ್ಕಿದ್ರೂ ಬೇರೆ ಏನೋ ನೆಪ ಸಿಗುತ್ತೆ ಮುಂದಕ್ಕೆ ಹಾಕೋಕೆ."

ಈ ಮಾತು ಮಂಜುಗೆ ಎಲ್ಲೋ ಒಂದು ಕಡೆ ತಾಗಿತು, ಆದರೆ ಅವನೇ ಆ ಥರ ಇದ್ದಾನೆ ಎಂದು ಯೋಚಿಸಲಿಲ್ಲ, ಬರೀ ಇದೊಂದು ಸಾಮಾನ್ಯ ಸಂಗತಿ ಅಂತ ಸುಮ್ಮನೆ ತಲೆ ಆಡಿಸಿದ.

ಗೌರಮ್ಮ ಮಗನ ಬಗ್ಗೆ ಇನ್ನೂ ಸ್ವಲ್ಪ ಮಾತಾಡಿದಳು, ಅವನಿಗೆ ಇಷ್ಟದ ಅಡುಗೆ, ಚಿಕ್ಕಂದಿನಲ್ಲಿ ಶಾಲೆಗೆ ಹೋಗುವಾಗ ಎಷ್ಟು ಹಠ ಮಾಡುತ್ತಿದ್ದ, ಗಂಡ ಇದ್ದಾಗ ಮಗನಿಗೆ ಸೈಕಲ್ ಕೊಡಿಸಿದ್ದ ಕಥೆ. ಮಂಜು ಹೆಚ್ಚು ಮಾತಾಡಲಿಲ್ಲ, ಆಗಾಗ ಒಂದು "ಹೌದಾ" ಎಂದಷ್ಟೇ ಹೇಳುತ್ತ ಕೇಳುತ್ತಿದ್ದ. ಈ ಥರ ರೈಲಿನಲ್ಲಿ ಒಬ್ಬ ಅಪರಿಚಿತೆ ಇಷ್ಟು ಸಲೀಸಾಗಿ ತನ್ನ ಬದುಕಿನ ಕಥೆ ಬಿಚ್ಚಿಡುತ್ತಾಳೆ ಎಂದು ಅವನಿಗೆ ಗೊತ್ತಿತ್ತು, ಈ ಥರದ ರಾತ್ರಿ ಪ್ರಯಾಣಗಳಲ್ಲಿ ಎಷ್ಟೋ ಸಲ ನಡೆದಿದೆ, ಬೆಳಗಾಗುವ ಹೊತ್ತಿಗೆ ಇಬ್ಬರೂ ಬೇರೆಬೇರೆ ದಿಕ್ಕಿಗೆ ಹೊರಟುಬಿಡುತ್ತಾರೆ, ಮಾತೆಲ್ಲ ಅಲ್ಲಿಗೆ ಮುಗಿದುಹೋಗುತ್ತದೆ.

ಸುಮಾರು ಮೂರೂವರೆ ಗಂಟೆ ಆದಾಗ, ಇಬ್ಬರೂ ಮಾತು ನಿಲ್ಲಿಸಿ ಮಲಗಿದರು. ಮಂಜುಗೆ ಆ ರಾತ್ರಿ ಒಂದು ಚಿಕ್ಕ ನಿದ್ದೆ ಸಿಕ್ಕಿತು, ಎಚ್ಚರ ಆದಾಗ ಕಿಟಕಿ ಆಚೆ ಬೆಳಕು ಹರಡಿಕೊಂಡಿತ್ತು, ಗದ್ದೆಗಳು,

ಒಂದೆರಡು ಎತ್ತಿನ ಗಾಡಿ, ರೈಲು ವೇಗ ಕಡಿಮೆ ಮಾಡಿಕೊಂಡು ಒಂದು ಸಣ್ಣ ಸ್ಟೇಷನ್ ದಾಟುತ್ತಿತ್ತು.

ಬೆಳಗಾವಿ ಸ್ಟೇಷನ್ ಬರುವ ಸುಮಾರು ಇಪ್ಪತ್ತು ನಿಮಿಷ ಮುಂಚೆ, ಗೌರಮ್ಮ ತನ್ನ ಸಾಮಾನೆಲ್ಲ ಜೋಡಿಸಿಕೊಳ್ಳಲು ಶುರುಮಾಡಿದಳು. ಆ ಎಣ್ಣೆ ಸೋರಿದ ಬ್ಯಾಗ್ ಇನ್ನೂ ಸ್ವಲ್ಪ ಒದ್ದೆಯಾಗಿತ್ತು, ಒಂದು ಪ್ಲಾಸ್ಟಿಕ್ ಕವರ್ ಒಳಗೆ ಇಟ್ಟುಕೊಂಡಳು ಇನ್ನೊಮ್ಮೆ. ಮಂಜು ಎದ್ದು ಅವಳ ಬ್ಯಾಗ್ ಕೆಳಗೆ ಇಳಿಸಿಕೊಟ್ಟ.

"ಥ್ಯಾಂಕ್ಸ್ ಪುಟ್ಟ, ಎಷ್ಟೋ ಸಹಾಯ ಮಾಡಿದ್ರಿ ರಾತ್ರಿಪೂರ್ತಿ" ಎಂದು ಗೌರಮ್ಮ ಹೇಳಿದಳು, ಸೀರೆ ಸರಿಪಡಿಸಿಕೊಳ್ಳುತ್ತ.

"ಏನಿಲ್ಲ ಬಿಡಮ್ಮ. ಮಗನ ಜೊತೆ ಮದುವೆ ವಿಷಯ ಚೆನ್ನಾಗಿ ಮಾತಾಡಿ" ಎಂದು ಮಂಜು ಹೇಳಿದ, ಸಣ್ಣ ನಗುವಿನೊಂದಿಗೆ.

"ಹೂಂ, ನೋಡ್ಬೇಕು. ಅವನಿಗೆ ಸಮಯ ಸಿಗುತ್ತೋ ಇಲ್ಲ ನಾನೇ ಒತ್ತಾಯ ಮಾಡ್ಬೇಕೋ" ಎಂದು ಹೇಳಿ ಗೌರಮ್ಮ ಒಂದು ಕ್ಷಣ ಸುಮ್ಮನಾದಳು. ರೈಲು ನಿಧಾನವಾಗಿ ಸ್ಟೇಷನ್ ಒಳಗೆ ಸೇರುತ್ತಿತ್ತು, ಪ್ಲಾಟ್‌ಫಾರಂ ಮೇಲಿನ ಜನ ಕಾಣಿಸತೊಡಗಿದರು.

ರೈಲು ನಿಲ್ಲುತ್ತಿದ್ದಂತೆ ಗೌರಮ್ಮ ತನ್ನ ಸಾಮಾನುಗಳೆಲ್ಲ ಎತ್ತಿಕೊಂಡು ಬಾಗಿಲ ಕಡೆ ಹೊರಟಳು. ಹೊರಡುವ ಮುಂಚೆ ಒಮ್ಮೆ ತಿರುಗಿ, "ಎಲ್ಲಿಗೆ ಪುಟ್ಟ ನಿಮ್ ಪ್ರಯಾಣ" ಎಂದು ಕೇಳಿದಳು.

"ಆಫೀಸ್ ಕೆಲಸ, ಇಲ್ಲೇ ಬೆಳಗಾವಿಗೆ" ಎಂದು ಮಂಜು ಹೇಳಿದ.

"ಆಯ್ತು, ಒಳ್ಳೆದಾಗ್ಲಿ." ಇಷ್ಟು ಹೇಳಿ ಗೌರಮ್ಮ ಜನಜಂಗುಳಿಯ ಮಧ್ಯೆ ಇಳಿದು ಹೋದಳು, ಒಂದು ಕ್ಷಣ ಪ್ಲಾಟ್‌ಫಾರಂ ಮೇಲೆ ನಿಂತು ಸುತ್ತ ನೋಡಿ, ಬಸ್ ಸ್ಟ್ಯಾಂಡಿನ ಕಡೆಗಿನ ದಾರಿ ಹುಡುಕುತ್ತ ಹೊರಟಳು. ಮಂಜು ಕಿಟಕಿಯಿಂದ ಅವಳ ಬೆನ್ನು ಕಾಣುವಷ್ಟು ಹೊತ್ತು ನೋಡಿದ, ಆಮೇಲೆ ಜನಸಂದಣಿಯಲ್ಲಿ ಕಳೆದುಹೋದಳು.

ಮಂಜು ಸೀಟಿನಲ್ಲಿ ಒಬ್ಬನೇ ಕುಳಿತ, ಇನ್ನೂ ಒಂದೆರಡು ನಿಮಿಷ ರೈಲು ಅಲ್ಲೇ ನಿಂತಿತ್ತು. ಆ ಎಣ್ಣೆ-ಖಾರದ ವಾಸನೆ ಇನ್ನೂ ಸ್ವಲ್ಪ ಸೀಟಿನ ಸುತ್ತ ಉಳಿದಿತ್ತು. ಅವನಿಗೆ ಇದ್ದಕ್ಕಿದ್ದಂತೆ ತನ್ನ ತಾಯಿಯ ಕೈಯ ಉಪ್ಪಿನಕಾಯಿ ನೆನಪಾಯಿತು, ಫ್ರಿಡ್ಜಿನಲ್ಲಿ ಇನ್ನೂ ಡಬ್ಬ ಇದೆಯೋ, ಆಗಲೇ ಖಾಲಿಯಾಗಿದೆಯೋ ಎಂದೂ ಗೊತ್ತಿಲ್ಲ ಅವನಿಗೆ, ದೀಪಾ ನೋಡಿಕೊಳ್ಳುತ್ತಾಳೆ ಅಂತ ಸುಮ್ಮನಿದ್ದ.

ಗೌರಮ್ಮ ಮತ್ತು ಆಕೆಯ ಮಗ, ಪ್ರಶಾಂತ್ ಮತ್ತು ಅವನ ತಂದೆ, ಸುರೇಶ್ ಮತ್ತು ಅವನ ಫೋನ್ ಕರೆ, ಇವರೆಲ್ಲ ಎಲ್ಲೋ ಒಂದೇ ಥರದ ಒಂದು ಸಾಲಿನಲ್ಲಿ ನಿಂತಿದ್ದಾರೆ ಎಂದು ಮಂಜುಗೆ ಸ್ಪಷ್ಟವಾಗಿ ಗೊತ್ತಾಗಲಿಲ್ಲ, ಆದರೆ ಎಲ್ಲೋ ಒಂದು ಸಣ್ಣ ಸಾಮ್ಯ ಅವನ ಮನಸ್ಸಿನ ಒಂದು ಮೂಲೆಯಲ್ಲಿ ಸುಮ್ಮನೆ ಸುತ್ತಾಡಿತು, ಹೆಸರೇ ಇಲ್ಲದ ಒಂದು ಭಾವ, ಬೇಗ ಮರೆಯುವ ಭಾವ.

ಫೋನ್ ತೆಗೆದುಕೊಂಡು ಒಮ್ಮೆ ಅಪ್ಪನಿಗೆ ಕರೆ ಮಾಡೋಣ ಅಂತ ಅನ್ನಿಸಿತು, ಸಮಯ ನೋಡಿದ, ಇನ್ನೂ ಬೆಳಿಗ್ಗೆ ಆರೂವರೆ, ಅಪ್ಪ ಆಗ ಹಟ್ಟಿ ಕೆಲಸದಲ್ಲಿ ಇರುತ್ತಾರೆ, ಆಫೀಸ್ ತಲುಪಿದ ಮೇಲೆ ಮಾಡೋಣ ಅಂತ ಫೋನ್ ಪಕ್ಕಕ್ಕಿಟ್ಟ.

ರೈಲು ಮತ್ತೆ ಚಲಿಸಲು ಶುರುಮಾಡಿತು, ಬೆಳಗಾವಿ ಸ್ಟೇಷನ್ ಹಿಂದೆ ಸರಿಯುತ್ತ ಹೋಯಿತು. ಮಂಜು ಬ್ಯಾಗ್ ಸರಿಪಡಿಸಿಕೊಂಡು, ಇನ್ನೊಂದು ಗಂಟೆಯಲ್ಲಿ ಇಳಿಯಬೇಕಾದ ಸ್ಟೇಷನ್ ಎಷ್ಟು ದೂರ ಇದೆ ಎಂದು ಫೋನಲ್ಲಿ ನೋಡಿಕೊಂಡ. ಗೌರಮ್ಮ ಆಗಲೇ ಬಸ್ ಸ್ಟ್ಯಾಂಡ್ ಕಡೆ ಹೊರಟಿರಬಹುದು, ಅಥವಾ ಚಹಾ ಕುಡಿಯುತ್ತ ಕುಳಿತಿರಬಹುದು, ಪುಣೆಗೆ ಹೋಗುವ ಬಸ್ಸಿಗಾಗಿ ಕಾಯುತ್ತಿರಬಹುದು, ಮಗನ ಜೊತೆ ಮಾತಾಡುವ ಒಂದು ಪ್ರಶ್ನೆ ಮನಸ್ಸಿನಲ್ಲಿ ಇಟ್ಟುಕೊಂಡು. ಇವಳ ಹೆಸರೂ ಮಂಜುಗೆ ಸರಿಯಾಗಿ ಗೊತ್ತಿಲ್ಲ, ಗೌರಮ್ಮ ಎಂದು ಎಲ್ಲೋ ಒಂದು ಮಾತಿನ ಮಧ್ಯೆ ಬಂತೇನೋ, ಇಲ್ಲವೋ, ಅವನಿಗೆ ಸ್ಪಷ್ಟವಾಗಿ ನೆನಪಿಲ್ಲ.

ಇಬ್ಬರೂ ಮತ್ತೆ ಎಂದಿಗೂ ಸಿಗುವ ಸಾಧ್ಯತೆ ಇಲ್ಲ. ಇಷ್ಟೊಂದು ದೊಡ್ಡ ದೇಶದಲ್ಲಿ, ಇಷ್ಟೊಂದು ರೈಲುಗಳಲ್ಲಿ, ಒಂದು ರಾತ್ರಿಗೆ ಮಾತ್ರ ಎದುರಿಗೆ ಕುಳಿತ ಇಬ್ಬರು ಅಪರಿಚಿತರು, ಒಬ್ಬರ ಬದುಕಿನ ಒಂದು ಸಣ್ಣ ತುಣುಕು ಇನ್ನೊಬ್ಬರಿಗೆ ತಿಳಿದು, ಆಮೇಲೆ ಬೇರೆಬೇರೆ ದಿಕ್ಕಿಗೆ ಹೊರಟುಹೋಗುತ್ತಾರೆ, ಮತ್ತೆ ಎಂದೂ ನೆನಪಾಗದ ಹಾಗೆ.

ಗುರುತು

ಮಂಜು ಕಿಟಕಿಗೆ ತಲೆ ಇಟ್ಟುಕೊಂಡು ಹೊರಗೆ ನೋಡುತ್ತ ಕುಳಿತ, ಗದ್ದೆಗಳು ಒಂದೊಂದೇ ಹಿಂದೆ ಸರಿಯುತ್ತಿದ್ದವು, ಬೆಳಗಿನ ಬಿಸಿಲು ನಿಧಾನವಾಗಿ ಹರಡಿಕೊಳ್ಳುತ್ತಿತ್ತು.

ಅಧ್ಯಾಯ ೧೮: ಮನೆಯೊಳಗಿನ ಗುಟ್ಟು

ಯಾರ ಕಥೆ: ರಮೇಶ್ · *ಸ್ಥಳ:* ಹೊನ್ನೇನಹಳ್ಳಿ

ಬೆಳಿಗ್ಗೆ ಒಂಬತ್ತು ಗಂಟೆಗೆ ರಮೇಶ್ ಮನೆಯ ಹಿಂಬದಿಯ ಕೋಣೆಯ ಮುಂದೆ ನಿಂತಿದ್ದ, ಕೈಯಲ್ಲಿ ಒಂದು ಲೋಟ ಟೀ, ಇನ್ನೂ ಆರಿರಲಿಲ್ಲ. ಮೇಸ್ತ್ರಿ ಸೀನಪ್ಪ ಮತ್ತು ಇಬ್ಬರು ಕೂಲಿಯಾಳುಗಳು ಮಾಳಿಗೆಯ ಹಳೆಯ ಮರದ ದಬ್ಬೆಗಳನ್ನ ಕಿತ್ತು ಹಾಕುತ್ತಿದ್ದರು. ಗೆದ್ದಲು ಹಿಡಿದು ಒಂದೆರಡು ದಬ್ಬೆ ಪೂರ್ತಿ ಪುಡಿಪುಡಿ ಆಗಿಹೋಗಿದ್ದವು, ಕೈಯಲ್ಲಿ ಹಿಡಿದರೆ ಮಣ್ಣಿನ ಹಾಗೆ ಉದುರುತ್ತಿದ್ದವು. ಎಷ್ಟು ಸಲ ಮರ ಬದಲಾಯಿಸಿದರೂ ಮತ್ತೆ ಗೆದ್ದಲು ಬರುತ್ತಲೇ ಇತ್ತು, ಈ ಸಲ ಸ್ಲಾಬ್ ಹಾಕಿಸಿಬಿಡುವುದೇ ಒಳ್ಳೆಯದು ಅಂತ ರಮೇಶ್ ಕೊನೆಗೆ ನಿರ್ಧರಿಸಿದ್ದ. ಮಗ ಬೆಂಗಳೂರಿನಿಂದ ಬಂದಾಗ ಮಾತಿನ ಮಧ್ಯೆ ಒಂದು ಸಲ ಹೇಳಿದ್ದ, "ಅಪ್ಪ, ಎಷ್ಟು ವರ್ಷ ಇದೇ ಮರ ಇಟ್ಕೊಂಡು ಇರ್ತೀರಿ, ಒಂದ್ಸಲ ಆರ್ಸಿಸಿ ಹಾಕಿಸ್ಬಿಡಿ" ಅಂತ. ಆ ಮಾತು ಮನಸ್ಸಿನಲ್ಲಿ ಉಳಿದಿತ್ತು, ಈ ಸಲ ಬೇಸಿಗೆಗೆ ಕೆಲಸ ಮಾಡಿಸಿಬಿಡುವುದು ಅಂತ ಅಂದುಕೊಂಡಿದ್ದ.

ಗುರುತು

ಈ ಮನೆ ರಮೇಶ್ ಕೊಂಡುಕೊಂಡದ್ದು ಸುಮಾರು ಹದಿನಾರು ವರ್ಷದ ಹಿಂದೆ, ಶಿವಪ್ಪನಿಂದ. ಆ ಕಾಲಕ್ಕೆ ಶಿವಪ್ಪ ಬೀದಿಯ ಇನ್ನೊಂದು ತುದಿಯಲ್ಲಿ ಹೊಸ ಮನೆ ಕಟ್ಟಿಸಿಕೊಂಡಿದ್ದ, ರಸ್ತೆಗೆ ಹತ್ತಿರ, ಬಸ್ ನಿಲ್ದಾಣಕ್ಕೂ ಸಮೀಪ. ಈ ಹಳೆಯ ಮನೆಯ ಮಾಳಿಗೆ ಆಗಲೇ ಸೋರುತ್ತಿತ್ತಂತೆ, ಪ್ರತಿ ಮಳೆಗಾಲಕ್ಕೂ ಒಂದೆರಡು ಕಡೆ ಪ್ಲಾಸ್ಟಿಕ್ ಹಾಸಬೇಕಿತ್ತಂತೆ, ಸರಿಪಡಿಸುವುದಕ್ಕಿಂತ ಹೊಸದೊಂದು ಕಟ್ಟಿಸುವುದೇ ಜಾಣತನ ಅಂತ ಶಿವಪ್ಪ ಅಂದುಕೊಂಡಿದ್ದನಂತೆ. ಎರಡು ಮನೆಗಳನ್ನ ಇಟ್ಟುಕೊಂಡು ಏನು ಪ್ರಯೋಜನ ಅಂತ, ಹಳೆ ಮನೆಯನ್ನ ಮಾರಿಬಿಟ್ಟಿದ್ದ. ರಮೇಶನಿಗೆ ಆ ಕಾಲಕ್ಕೆ ಸಂಸಾರ ಬೆಳೆಯುತ್ತಿತ್ತು, ಇದ್ದ ಚಿಕ್ಕ ಮನೆ ಸಾಲುತ್ತಿರಲಿಲ್ಲ, ಬೆಲೆಯೂ ಕೈಗೆ ಸಿಗುವಂತಿತ್ತು. ಒಂದು ಮಧ್ಯಾಹ್ನ ಶಿವಪ್ಪ ಮತ್ತು ರಮೇಶ್ ಜಗುಲಿಯ ಮೇಲೆ ಕುಳಿತು ಮಾತಾಡಿ, ಕೈ ಕುಲುಕಿಸಿ, ವ್ಯವಹಾರ ಮುಗಿಸಿದ್ದರು, ಅಷ್ಟೇ. ಪೇಪರ್ ಕೆಲಸ ಆಮೇಲೆ ಪಟ್ಟಣದಲ್ಲಿ ಮುಗಿಸಿದ್ದರು.

ಮನೆಗೆ ಬಂದ ಮೊದಲ ದಿನ ರಮೇಶನಿಗೆ ಇನ್ನೂ ನೆನಪಿದೆ. ಮಗ ಆಗ ಇನ್ನೂ ಶಾಲೆಗೆ ಹೋಗುತ್ತಿರಲಿಲ್ಲ, ಮಗಳು ತೊಟ್ಟಿಲಲ್ಲಿ ಇನ್ನೂ ಇದ್ದಳು. ಟ್ರ್ಯಾಕ್ಟರಿನಲ್ಲಿ ಸಾಮಾನು ಹೊತ್ತು ತಂದು ಜಗುಲಿಯ ಮೇಲೆ ಇಳಿಸಿದಾಗ, ಸುಶೀಲಮ್ಮ ಮೊದಲು ಒಳಗೆ ಹೋಗಿ ದೇವರ ಫೋಟೋವನ್ನ ಗೋಡೆಗೆ ನೇತು ಹಾಕಿದ್ದಳು, ಎಲ್ಲ ಸಾಮಾನಿಗಿಂತ ಮೊದಲು ಅದೇ ಕೆಲಸ ಆಗಬೇಕು ಅಂತ ಅವಳ ಪಟ್ಟು. ಆ ಸಂಜೆ ಮಗುವನ್ನ ಎತ್ತಿಕೊಂಡು ಈ ಜಗುಲಿಯ ಮೇಲೆ ಕುಳಿತಾಗ, ಈ

ಗೋಡೆಗಳು ಇನ್ನೂ ಬೇರೆ ಯಾರದ್ದೋ ಆಗಿತ್ತು ಅನ್ನುವ ಭಾವನೆ ಪೂರ್ತಿ ಹೋಗಿರಲಿಲ್ಲ, ಶಿವಪ್ಪನ ಮನೆ ಅಂತ ಗೊತ್ತಿದ್ದ ಜಾಗದಲ್ಲಿ ಈಗ ತಾವು ಇರುತ್ತಿದ್ದೇವೆ ಅನ್ನುವ ಒಂದು ಸಣ್ಣ ವಿಚಿತ್ರ ಭಾವನೆ. ಕ್ರಮೇಣ ಅದೂ ಮಾಸಿಹೋಯಿತು, ಮನೆ ಪೂರ್ತಿ ಅವರದ್ದೇ ಆಯಿತು.

ಆ ಹದಿನಾರು ವರ್ಷದಲ್ಲಿ ಮನೆಯ ಸ್ವರೂಪ ಬಹಳ ಬದಲಾಗಿತ್ತು. ಮುಂಭಾಗದ ಗೋಡೆಗೆ ಒಂದು ಕೋಣೆ ಸೇರಿಸಿದ್ದ ರಮೇಶ್, ಜಗುಲಿಯನ್ನ ಸ್ವಲ್ಪ ಅಗಲ ಮಾಡಿಸಿದ್ದ, ಹಿಂಬದಿಯ ಅಂಗಳಕ್ಕೆ ಶೀಟ್ ಹಾಕಿಸಿ ದನದ ಕೊಟ್ಟಿಗೆ ಮಾಡಿಸಿದ್ದ. ಈಗ ಈ ಒಂದೇ ಕೋಣೆ, ಮಾಳಿಗೆ ಮಾತ್ರ ಇನ್ನೂ ಹಳೆಯದೇ ಉಳಿದಿತ್ತು, ಅದನ್ನೂ ಈಗ ಬದಲಿಸುವ ಕೆಲಸ ಶುರುವಾಗಿತ್ತು.

"ಸ್ವಾಮಿ, ಇಲ್ಲಿ ಬಂದು ನೋಡಿ," ಸೀನಪ್ಪ ಕೂಗಿದ, ಮಧ್ಯಾಹ್ನದ ಹೊತ್ತಿಗೆ. ಗೋಡೆಯ ಮೇಲ್ಭಾಗದಲ್ಲಿ, ಮಾಳಿಗೆಯ ದಬ್ಬೆ ಒರಗಿಸಿದ್ದ ಜಾಗದಲ್ಲಿ, ಒಂದು ಕಲ್ಲಿನ ಅಂಚು ಸ್ವಲ್ಪ ಒಳಗೆ ಹೋಗಿ, ಒಂದು ಸಣ್ಣ ಪೊಳ್ಳು ಜಾಗ ಇತ್ತು, ಹಳೆಯ ಮನೆಗಳಲ್ಲಿ ಇಂಥ ಜಾಗಗಳನ್ನ ಸಣ್ಣ ವಸ್ತುಗಳಿಗೆ ಬಳಸುತ್ತಿದ್ದರು ಅಂತ ಗೊತ್ತಿತ್ತು ರಮೇಶನಿಗೆ, ಅಪ್ಪಿತಪ್ಪಿ ಈವರೆಗೆ ಗಮನಿಸಿರಲಿಲ್ಲ ಅಷ್ಟೇ. ಆ ಪೊಳ್ಳಿನಲ್ಲಿ ಏನೋ ಒಂದು ಡಬ್ಬ ಸಿಕ್ಕಿಕೊಂಡಿತ್ತು, ತುಕ್ಕು ಹಿಡಿದು, ಕಪ್ಪಾಗಿ, ಜೇಡರ ಬಲೆಯಿಂದ ಮುಚ್ಚಿಹೋಗಿ.

ಗುರುತು

ರಮೇಶ್ ಒಂದು ಕಡ್ಡಿಯಿಂದ ಎಳೆದು ಆ ಡಬ್ಬವನ್ನ ಕೆಳಗೆ ಇಳಿಸಿದ. ಬಿಸ್ಕತ್ ಡಬ್ಬಿಯ ಆಕಾರ, ಒಂದು ಕಾಲದಲ್ಲಿ ಬಣ್ಣ ಇದ್ದಿರಬಹುದು ಎಂದು ಊಹಿಸಬಹುದಾದಷ್ಟು ಮಾಸಿಹೋಗಿತ್ತು. ಮುಚ್ಚಳ ಸ್ವಲ್ಪ ಬಿಗಿಯಾಗಿ ಸೇರಿಕೊಂಡಿತ್ತು, ಎಳೆದೆಳೆದು ಕೊನೆಗೆ ತೆಗೆಯಲಾಯಿತು. ಸೀನಪ್ಪ ಮತ್ತು ಇಬ್ಬರು ಕೂಲಿಯಾಳುಗಳು ಒಂದು ಕ್ಷಣ ಕೆಲಸ ನಿಲ್ಲಿಸಿ ನೋಡಿದರು, ಹಾಗೊಂದು ಸಹಜ ಕುತೂಹಲ. "ಏನಾದ್ರೂ ಬೆಲೆ ಬಾಳೋದು ಇರಬಹುದು ಸ್ವಾಮಿ, ಹಳೇ ಮನೆಗಳಲ್ಲಿ ಆಗಾಗ ಹೀಗೆ ನಾಣ್ಯ, ಒಡವೆ ಎಲ್ಲ ಸಿಗ್ತಿತ್ತಂತೆ," ಸೀನಪ್ಪ ಹೇಳಿದ, ಸ್ವಲ್ಪ ತಮಾಷೆಯಾಗಿ, ಕೈ ಒರೆಸಿಕೊಳ್ಳುತ್ತಾ.

"ನೋಡೋಣ ಏನಿದೆ ಅಂತ," ರಮೇಶ್ ಹೇಳಿದ, ಸ್ವಲ್ಪ ನಗುತ್ತಾ.

ಒಳಗೆ ಇದ್ದದ್ದು ಬಹಳ ಇರಲಿಲ್ಲ. ಒಂದು ಪುಟ್ಟ ಬಟ್ಟೆಯ ಚೀಲದಲ್ಲಿ ಸುಮಾರು ಹತ್ತು ಗೋಲಿಗಳು, ಒಂದೆರಡು ಬಣ್ಣ ಮಾಸಿಹೋಗಿದ್ದವು, ಒಂದು ಗಾಜಿನ ಗೋಲಿ ಒಳಗೆ ನೀಲಿ ಎಳೆಗಳಿದ್ದವು ಇನ್ನೂ ಸ್ವಲ್ಪ ಹೊಳೆಯುತ್ತಾ. ಒಂದು ಚಿಕ್ಕ ಪೆನ್ಸಿಲ್ ತುಂಡು, ಇಂಚು ಉದ್ದವೂ ಇರಲಿಲ್ಲ. ಮಡಿಸಿಟ್ಟ ಒಂದು ಹಾಳೆ, ತೆರೆಯುವಾಗ ಮೂಲೆ ಸ್ವಲ್ಪ ಪುಡಿಪುಡಿಯಾಗಿ ಉದುರಿತು. ಒಳಗೆ ಒಂದು ಚಿಕ್ಕ ಚಿತ್ರ, ಮಗುವಿನ ಕೈಯಲ್ಲಿ ಬಿಡಿಸಿದ ಹಾಗಿತ್ತು, ಒಂದು ಮನೆ, ಒಂದು ಸೂರ್ಯ, ಮೂರು ಕೋಲು ಆಕೃತಿಗಳು ಮನೆಯ ಮುಂದೆ ನಿಂತಿದ್ದವು. ಚಿತ್ರದ ಕೆಳಗೆ ಚಿಕ್ಕ ಅಕ್ಷರಗಳಲ್ಲಿ ಬರೆದಿತ್ತು, "ನಮ್ಮ ಮನೆ".

ಡಬ್ಬಿಯ ಮುಚ್ಚಳದ ಒಳಭಾಗದಲ್ಲಿ, ಯಾವುದೋ ಚೂಪಾದ ವಸ್ತುವಿನಿಂದ ಕೊರೆದಂತೆ, ಒಂದು ಹೆಸರು ಬರೆದಿತ್ತು, "ಮಂಜು". ಪಕ್ಕದಲ್ಲಿ ಒಂದು ಸಂಖ್ಯೆ ಸ್ಪಷ್ಟವಾಗಿ ಕಾಣಿಸುತ್ತಿರಲಿಲ್ಲ, ಒಂಬತ್ತೋ ಅಥವಾ ಇನ್ನ್ಯಾವುದೋ, ಮಗುವಿನ ವಯಸ್ಸೋ ಅಥವಾ ವರ್ಷವೋ ಗೊತ್ತಾಗಲಿಲ್ಲ.

"ಶಿವಪ್ಪನವರ ಮಗನ ಹೆಸ್ರೇ ಅಲ್ವಾ ಸ್ವಾಮಿ ಮಂಜು?" ಸೀನಪ್ಪ ಕೇಳಿದ, ಕುತೂಹಲದಿಂದ.

"ಹೂಂ ಅನ್ಸತ್ತೆ. ಈ ಮನೆ ಅವರ ಮನೆಯೇ ಆಗಿತ್ತಲ್ಲ ಮೊದಲು." ರಮೇಶ್ ಡಬ್ಬಿಯನ್ನ ಕೈಯಲ್ಲಿ ತಿರುಗಿಸುತ್ತಾ ಹೇಳಿದ.

ರಮೇಶ್ ಒಂದು ಕ್ಷಣ ಜಗುಲಿಯ ಮೇಲೆ ಕುಳಿತು ಆ ಡಬ್ಬಿಯ ಒಳಗಿನ ಸಾಮಾನನ್ನ ಒಂದೊಂದೇ ಮತ್ತೆ ನೋಡಿದ. ಈ ಮಂಜು ಎಂಬಾತನ ಬಗ್ಗೆ ಅವನಿಗೆ ಗೊತ್ತಿರುವುದು ಕಡಿಮೆಯೇ, ಪೇಟೆಯಲ್ಲಿ ಬೆಂಗಳೂರಿನ ಕೆಲಸ ಅಂತ ಯಾರೋ ಒಮ್ಮೆ ಹೇಳಿದ್ದ ನೆನಪು, ಐಟಿ ಕಂಪೆನಿಯಲ್ಲಿ ಅಂತ. ಮೊಗ ಸ್ಪಷ್ಟವಾಗಿ ನೆನಪಿಗೆ ಬರುತ್ತಿಲ್ಲ, ಇಪ್ಪತ್ತೋ ಮೂವತ್ತೋ ವರ್ಷದ ಹಿಂದೆ ಒಂದೆರಡು ಸಲ ಈ ಬೀದಿಯಲ್ಲಿ ಓಡಾಡುತ್ತಿದ್ದ ಒಬ್ಬ ಹುಡುಗ, ಅಷ್ಟೇ ನೆನಪು ಉಳಿದಿತ್ತು, ಒಂದು ಮುಖವಿಲ್ಲದ ಆಕೃತಿಯ ಹಾಗೆ.

ಗುರುತು

ಈ ಗೋಲಿಗಳು, ಆ ಪೆನ್ಸಿಲ್ ತುಂಡು, ಆ ಮಗುವಿನ ಚಿತ್ರ, ಎಲ್ಲವೂ ಎಷ್ಟೋ ಸಣ್ಣ ಸಂಗತಿಗಳು, ಬೇರೆ ಯಾರಿಗೂ ಬೆಲೆ ಇಲ್ಲದ ವಸ್ತುಗಳು. ಆದರೂ ಯಾವುದೋ ಒಂದು ಮಗು, ಈ ಗೋಡೆಯ ಪೊಳ್ಳಿನಲ್ಲಿ ಇವುಗಳನ್ನ ಜೋಪಾನವಾಗಿ ಇಟ್ಟಿತ್ತು, ಯಾರೂ ಕಂಡುಹಿಡಿಯಬಾರದು ಅಂತ ಇಟ್ಟಂತೆ ಇತ್ತು, ಒಂದು ಮಗುವಿನ ಗುಟ್ಟಿನ ಜಾಗದ ಹಾಗೆ. ರಮೇಶನ ಸ್ವಂತ ಬಾಲ್ಯದಲ್ಲಿಯೂ ಇಂಥದ್ದೊಂದು ಗುಟ್ಟಿನ ಜಾಗ ಇತ್ತು, ಗೋವಿನ ಕೊಟ್ಟಿಗೆಯ ಹಿಂದೆ ಒಂದು ಬಂಡೆಯ ಸಂದಿ, ಅಲ್ಲಿ ಚಿಕ್ಕಪ್ಪ ಕೊಟ್ಟ ಒಂದು ಹಳೆ ನಾಣ್ಯ, ಒಂದು ಪಟಾಕಿಯ ಖಾಲಿ ಪೊಟ್ಟಣ, ಇಟ್ಟುಕೊಂಡಿದ್ದ ನೆನಪು ಬಂತು, ಅದೆಲ್ಲ ಈಗ ಎಲ್ಲಿ ಹೋಯಿತೋ ಗೊತ್ತಿಲ್ಲ, ಯೋಚಿಸಲೂ ಇಲ್ಲ ಇಷ್ಟು ವರ್ಷ.

ಈ ಚಿತ್ರದಲ್ಲಿನ ಮನೆ, ಈ ಚಿತ್ರ ಬಿಡಿಸಿದ ಮಗುವಿನ ಮನೆ, ಇದೇ ಮನೆಯೇನೋ ಅಂತ ರಮೇಶನಿಗೆ ಒಂದು ಕ್ಷಣ ಅನ್ನಿಸಿತು. ಮೂರು ಕೋಲು ಆಕೃತಿಗಳು, ಒಂದು ಅಮ್ಮ ಇರಬಹುದು, ಒಂದು ಅಪ್ಪ, ಒಂದು ಮಗು ತಾನೇ. ಈ ಗೋಡೆಗಳ ಒಳಗೆ, ರಮೇಶ್ ತನ್ನ ಸ್ವಂತ ಮಗ ಮಗಳನ್ನ ಬೆಳೆಸಿದ ಇದೇ ಕೋಣೆಗಳಲ್ಲಿ, ಇನ್ನೊಂದು ಬಾಲ್ಯ ಬೇರೆ ಕಾಲದಲ್ಲಿ ನಡೆದಿತ್ತು ಅಂತ ಈಗ ಸ್ಪಷ್ಟವಾಗಿ ಅನ್ನಿಸಿತು, ಮೊದಲೆಂದೂ ಈ ರೀತಿ ಯೋಚಿಸಿರಲಿಲ್ಲ ಅವನು.

ಮಗ ಚಿಕ್ಕವನಿದ್ದಾಗ ಇದೇ ಜಗುಲಿಯ ಕೆಳಗಿನ ಮಣ್ಣಿನಲ್ಲಿ ಆಡಿದ್ದ, ಮಳೆ ಬಂದಾಗ ಕೆಸರಿನಲ್ಲಿ ಒಂದು ಸಣ್ಣ ಆಟಿಕೆ ಟ್ರಕ್ ಓಡಿಸ್ತಾ

ಕುಳಿತಿರುತ್ತಿದ್ದ, ಸುಶೀಲಮ್ಮ ಎಷ್ಟು ಸಲ ಗದರಿಸಿದ್ದಳೋ, "ಬಟ್ಟೆ ಕೆಡಿಸ್ಕೊಂಡು ಬರ್ತೀಯ, ಅಲ್ಲಿಂದ ಬಾ" ಅಂತ. ಮಗಳ ಮದುವೆಯಾದಾಗ, ಈ ಅಂಗಳದಲ್ಲೇ ಚಪ್ಪರ ಹಾಕಿ, ಮೂರು ದಿನ ಬೀಗರ ಊಟ ಮಾಡಿಸಿದ್ದರು, ಆ ನೆನಪು ಇನ್ನೂ ಹಸಿರಾಗಿತ್ತು ಅವನ ಮನಸ್ಸಿನಲ್ಲಿ. ಈ ಮನೆ ತನ್ನ ಸ್ವಂತ ಬದುಕಿನ ಎಷ್ಟೋ ಚಿತ್ರಗಳನ್ನ ಹಿಡಿದಿಟ್ಟಿದೆ ಅಂತ ರಮೇಶನಿಗೆ ಗೊತ್ತಿತ್ತು, ಆದರೆ ಆ ಚಿತ್ರಗಳ ಕೆಳಗೆ ಇನ್ನೊಂದು ಪದರ ಇತ್ತು ಅಂತ ಇಷ್ಟು ವರ್ಷ ಅವನು ಯೋಚಿಸಿರಲಿಲ್ಲ.

ಸಂಜೆ ಹೊತ್ತಿಗೆ ರಮೇಶನ ಹೆಂಡತಿ ಸುಶೀಲಮ್ಮ ಡಬ್ಬಿಯ ಸಾಮಾನನ್ನ ನೋಡಿ, "ಇದನ್ನ ಎಸೀಬಿಡಿ, ಏನ್ ಪ್ರಯೋಜನ" ಎಂದಳು, ಪಾತ್ರೆ ತೊಳೆಯುತ್ತಾ.

"ಎಸಿಯೂದೂ ಸರೀನೇ, ಆದ್ರೆ..." ರಮೇಶ್ ಮಾತು ಪೂರ್ತಿ ಮಾಡಲಿಲ್ಲ. ಎಸೆಯುವುದಕ್ಕೆ ಏನೋ ಒಂದು ಸಣ್ಣ ಅಡ್ಡಿ ಅನ್ನಿಸುತ್ತಿತ್ತು, ಸ್ಪಷ್ಟವಾಗಿ ಹೇಳಲಿಕ್ಕೆ ಆಗದ ಅಡ್ಡಿ. ಆ ಡಬ್ಬಿಯನ್ನ ಮತ್ತೆ ಮುಚ್ಚಿ, ಮನೆಯ ಮುಂಭಾಗದ ಶೆಲ್ಫಿನ ಮೇಲೆ, ಕ್ಯಾಲೆಂಡರಿನ ಪಕ್ಕದಲ್ಲಿ ಇಟ್ಟುಬಿಟ್ಟ.

"ಶಿವಪ್ಪನೋರಿಗೆ ಒಂದ್ಸಲ ಹೇಳ್ಬೇಕು ಇದರ ಬಗ್ಗೆ. ದೇವಸ್ಥಾನದಲ್ಲಿ ಸಿಕ್ಕಾಗ ಹೇಳ್ತೀನಿ," ಎಂದ ರಮೇಶ್, ಸುಶೀಲಮ್ಮಗೆ ಅಷ್ಟೇ ಹೇಳಿ, ಕೆಲಸಕ್ಕೆ ಮುಂದೆ ಹೋದ. ಮಾಳಿಗೆಯ ಕೆಲಸ ಇನ್ನೂ

ಮುಗಿದಿರಲಿಲ್ಲ, ಸೀನಪ್ಪ ಸಂಜೆಯ ಒಳಗೆ ಮುಗಿಸಬೇಕಾದ ಭಾಗ ಇನ್ನೂ ಉಳಿದಿತ್ತು.

ಮುಂದಿನ ಎರಡು ಮೂರು ದಿನ ಮಾಳಿಗೆಯ ಕೆಲಸದ ಗದ್ದಲದಲ್ಲಿ, ಸಿಮೆಂಟು-ಜಲ್ಲಿಯ ಲಾರಿ ಬರುವುದು, ಕೂಲಿಯಾಳುಗಳಿಗೆ ಊಟ ಕೊಡಿಸುವುದು, ಈ ಎಲ್ಲ ಕೆಲಸಗಳ ನಡುವೆ, ಆ ಡಬ್ಬಿಯ ವಿಷಯ ಮನಸ್ಸಿನ ಮೂಲೆಗೆ ಸರಿದುಹೋಯಿತು. ದೇವಸ್ಥಾನಕ್ಕೆ ಹೋದಾಗಲೂ ಶಿವಪ್ಪ ಸಿಗಲಿಲ್ಲ ಒಂದು ಸಲ, ಪೇಟೆಗೆ ಹೋಗಿದ್ದನಂತೆ ಮಗಳ ಮನೆಗೆ ಏನೋ ಸಾಮಾನು ಕಳಿಸುವುದಕ್ಕೆ.

ಒಂದು ಸಂಜೆ, ಕೆಲಸ ಮುಗಿದ ಮೇಲೆ, ರಮೇಶ್ ಆ ಶೆಲ್ಫಿನ ಮುಂದೆ ಹಾದುಹೋಗುವಾಗ ಡಬ್ಬಿ ಕಣ್ಣಿಗೆ ಬಿತ್ತು. ಮಗ ಚಿಕ್ಕಂದಿನಲ್ಲಿ ಆಡಿದ್ದ ಗೋಲಿಗಳ ಚೀಲ ಎಲ್ಲೋ ಇತ್ತಲ್ಲ ಅಂತ ಒಂದು ಕ್ಷಣ ನೆನಪಾಯಿತು, ಆ ಚೀಲದೊಳಗೆ ಈ ಗೋಲಿಗಳನ್ನ ಸೇರಿಸಿಬಿಡಬಹುದೇನೋ ಎಂದೂ ಅಂದುಕೊಂಡ, ಆಮೇಲೆ ಆ ಆಲೋಚನೆಯನ್ನ ಸುಮ್ಮನೆ ಬಿಟ್ಟುಬಿಟ್ಟ. ಈ ಗೋಲಿಗಳಿಗೆ ಬೇರೆ ಒಂದು ಮಗುವಿನ ಕೈಯ ಗುರುತಿತ್ತು, ಬೇರೆ ಒಂದು ಚೀಲಕ್ಕೆ ಸೇರಿಸುವುದು ಸರಿ ಅನ್ನಿಸಲಿಲ್ಲ ಅವನಿಗೆ, ಯಾಕೆ ಅಂತ ಸ್ಪಷ್ಟವಾಗಿ ಹೇಳಲಿಕ್ಕೆ ಆಗದೆಯೂ.

ಡಬ್ಬಿಯನ್ನ ಮತ್ತೆ ಎತ್ತಿಕೊಂಡ, ಮುಚ್ಚಳ ತೆಗೆದು ಆ ಚಿಕ್ಕ ಚಿತ್ರವನ್ನ ಒಮ್ಮೆ ಇನ್ನೂ ನೋಡಿದ. "ನಮ್ಮ ಮನೆ" ಎಂಬ ಅಕ್ಷರಗಳು, ಮಗುವಿನ ಕೈಬರಹದಲ್ಲಿ, ಗೆರೆಗಳು ಒಂದೆಡೆ ಡೊಂಕಾಗಿ. ಈ ಮನೆ ಈಗ ರಮೇಶನದ್ದು, ಈ ಗೋಡೆಗಳೊಳಗೆ ಅವನ ಮಗ ಮಗಳು ಬೆಳೆದಿದ್ದಾರೆ, ಈಗ ಮಗ ಬೆಂಗಳೂರಿಗೆ ಹೋಗಿ ಕೆಲಸಕ್ಕೆ ಸೇರಿದ್ದಾನೆ, ಮಗಳು ಮದುವೆ ಆಗಿ ಪಕ್ಕದ ತಾಲೂಕಿಗೆ ಹೋಗಿದ್ದಾಳೆ. ಒಂದು ಮನೆ, ಎಷ್ಟೋ ಜನರ ಬಾಲ್ಯಗಳನ್ನ ಒಳಗೊಂಡು, ಒಂದರ ಮೇಲೊಂದು, ಯಾರಿಗೂ ಪೂರ್ತಿ ಗೊತ್ತಾಗದ ಹಾಗೆ.

ಡಬ್ಬಿಯನ್ನ ಮತ್ತೆ ಶೆಲ್ಫಿನ ಮೇಲೆ ಇಟ್ಟ, ಈ ಸಲ ಸ್ವಲ್ಪ ಒಳಗೆ ಸರಿಸಿ, ಧೂಳು ಬೀಳದ ಜಾಗದಲ್ಲಿ. "ಮಂಜುಗೆ ಸಿಗ್ತಾ ಸಿಗಲ್ಲ, ಆದ್ರೆ ಶಿವಪ್ಪನೋರಿಗಾದ್ರೂ ಹೇಳ್ಬೇಕು," ಎಂದು ಮತ್ತೊಮ್ಮೆ ಮನಸ್ಸಿನಲ್ಲೇ ಅಂದುಕೊಂಡ. ನಾಳೆ ಸಂಜೆ ಅಂಗಡಿಗೆ ಹೋಗುವಾಗ ಶಿವಪ್ಪನ ಮನೆಯ ಕಡೆ ಒಂದು ಸಲ ಹೋಗಬೇಕು ಅಂತ ನಿರ್ಧರಿಸಿದ.

ಆ ರಾತ್ರಿ ಊಟ ಮುಗಿಸಿ, ಟಿ.ವಿ. ಮುಂದೆ ಕುಳಿತಾಗ, ಮಗ ಫೋನ್ ಮಾಡಿದ, ಆಫೀಸಿನ ಒಂದು ಸಣ್ಣ ವಿಷಯ ಹೇಳುವುದಕ್ಕೆ. ಮಾತಿನ ಮಧ್ಯೆ ಆ ಡಬ್ಬಿಯ ವಿಷಯ ಹೇಳಬೇಕು ಅಂತ ಅನ್ನಿಸಿತು ರಮೇಶನಿಗೆ, ಆಮೇಲೆ ಅನ್ನಿಸಿತು, ಇದು ಫೋನಿನಲ್ಲಿ ಹೇಳುವಂಥ ವಿಷಯ ಅಲ್ಲ, ಮಗ ಬಂದಾಗ ಡಬ್ಬಿಯನ್ನೇ ತೋರಿಸಿ ಹೇಳಬಹುದು ಅಂತ. ಮಾತು ಬೇರೆ ಕಡೆ ತಿರುಗಿತು, ಫೋನ್ ಇಟ್ಟ ಮೇಲೆ ಆ ವಿಷಯ ಮತ್ತೆ ನೆನಪಾಗಲಿಲ್ಲ.

ಮುಂದಿನ ಸಂಜೆ ಅಂಗಡಿಗೆ ಹೋಗುವಾಗ ರಮೇಶ್ ಶಿವಪ್ಪನ ಮನೆಯ ಮುಂದೆ ಹಾದುಹೋದ, ಜಗುಲಿಯ ಮೇಲೆ ಶಿವಪ್ಪ ಕುಳಿತಿದ್ದ, ಪಕ್ಕದಲ್ಲಿ ಪಾರ್ವತಮ್ಮ. ಇಬ್ಬರಿಗೂ "ನಮಸ್ಕಾರ" ಹೇಳಿ, ಒಂದೆರಡು ಮಾತಾಡಿದ, ಮಳೆಯ ಬಗ್ಗೆ, ಗದ್ದೆಯ ಕೆಲಸದ ಬಗ್ಗೆ. ಡಬ್ಬಿಯ ವಿಷಯ ಬಾಯಿಗೆ ಬಂತು, ನಾಲಿಗೆಯ ತುದಿಯಲ್ಲೇ ಇತ್ತು, ಆದರೆ ಆ ಕ್ಷಣ ಪಾರ್ವತಮ್ಮ ಮಳೆಗಾಲದ ಸೊಳ್ಳೆಯ ಬಗ್ಗೆ ಏನೋ ಹೇಳುತ್ತಿದ್ದಳು, ಆ ಮಾತಿನ ಮಧ್ಯೆ ಬೇರೆ ವಿಷಯ ಎತ್ತುವುದು ಸರಿ ಅನ್ನಿಸಲಿಲ್ಲ. "ಆಯ್ತು, ಬತ್ತೀನಿ" ಎಂದು ಹೇಳಿ ರಮೇಶ್ ಮುಂದೆ ಹೋದ, ಡಬ್ಬಿಯ ವಿಷಯ ಮನಸ್ಸಿನಲ್ಲೇ ಇಟ್ಟುಕೊಂಡು, ಮುಂದಿನ ಸಲ ಹೇಳ್ತೀನಿ ಅಂತ.

ಮನೆಗೆ ಹಿಂತಿರುಗುವಾಗ ಕತ್ತಲಾಗಿತ್ತು. ಶೆಲ್ಫಿನ ಮೇಲಿನ ಆ ಚಿಕ್ಕ ಡಬ್ಬಿ ಇನ್ನೂ ಅಲ್ಲೇ ಇತ್ತು, ಕ್ಯಾಲೆಂಡರಿನ ಪಕ್ಕದಲ್ಲಿ, ಯಾರ ಗಮನಕ್ಕೂ ಬರದೆ, ಇನ್ನೊಂದು ಮಗುವಿನ ಒಂದು ಕಾಲದ ಬಾಲ್ಯವನ್ನ ತನ್ನೊಳಗೆ ಹಿಡಿದುಕೊಂಡು.

ಅಧ್ಯಾಯ ೧೯: ಪುಟ್ಟ ಕೈಗಳಲ್ಲಿ

ಯಾರ ಕಥೆ: ಅನ್ವಿತಾ · *ಸ್ಥಳ:* ಬೆಂಗಳೂರು, ಅವರ ಫ್ಲಾಟ್ ಮತ್ತು ಶಾಲೆ

ಶುಕ್ರವಾರ ಬೆಳಿಗ್ಗೆ ಎಂಟುವರೆಗೆ ಮನೆಯಲ್ಲಿ ಎಂದಿನ ಗಡಿಬಿಡಿ ಇತ್ತು. ದೀಪಾ ಅಡುಗೆಮನೆಯಲ್ಲಿ ಟಿಫಿನ್ ಬಾಕ್ಸ್ ತುಂಬಿಸುತ್ತಿದ್ದಳು, ಒಂದು ಕೈಯಲ್ಲಿ ಚಪಾತಿ ಮಡಚುತ್ತ, ಇನ್ನೊಂದು ಕೈಯಲ್ಲಿ ಫೋನ್ ಹಿಡಿದು ಸಂದೇಶ ಬರೆಯುತ್ತ. ಮಂಜು ಲ್ಯಾಪ್‌ಟಾಪ್ ಬ್ಯಾಗನ್ನ ಹೆಗಲಿಗೆ ಏರಿಸಿಕೊಳ್ಳುತ್ತ ಫೋನಿನಲ್ಲಿ ಒಂದು ಇಮೇಲ್ ಓದುತ್ತಿದ್ದ, ಆಫೀಸಿನಲ್ಲಿ ಬೆಳಿಗ್ಗೆ ಹತ್ತಕ್ಕೇ ಒಂದು ಕಾಲ್ ಇತ್ತು, ಅದಕ್ಕೆ ಮುಂಚೆ ಒಂದೆರಡು ಸ್ಲೈಡ್ ನೋಡಬೇಕಿತ್ತು. ಆದಿತ್ಯ ಸಾಕ್ಸ್ ಹುಡುಕುತ್ತ ಸೋಫಾದ ಕೆಳಗೆ ಕೈ ಹಾಕಿ ನೋಡುತ್ತಿದ್ದ, "ಒಂದೇ ಸಾಕ್ಸ್ ಸಿಗ್ತಿಲ್ಲ, ಇನ್ನೊಂದು ಎಲ್ಲಿ ಹೋಯ್ತೋ" ಅಂತ ಗೊಣಗುತ್ತ. ಮಂಜು "ಬೇಗ ಮಾಡು ಪುಟ್ಟ, ಒಂಬತ್ತಕ್ಕೆ ವ್ಯಾನ್ ಬರುತ್ತೆ" ಅಂತ ಹೇಳುತ್ತಲೇ ಗಡಿಯಾರ ನೋಡಿದ.

ಈ ಗಡಿಬಿಡಿ ದೀಪಾಗೆ ಹೊಸದೇನಲ್ಲ, ಪ್ರತಿ ಶಾಲಾ ದಿನವೂ ಇಷ್ಟೇ ಒತ್ತಡ, ಆದರೆ ಇಷ್ಟು ವರ್ಷದಲ್ಲಿ ಅವಳಿಗೆ ಒಂದು ಲಯ

ಸಿಕ್ಕಿಬಿಟ್ಟಿತ್ತು, ಯಾವ ಕೆಲಸ ಯಾವ ಕ್ರಮದಲ್ಲಿ ಮಾಡಬೇಕು ಅಂತ ಯೋಚಿಸದೆಯೇ ಕೈ ಮುಂದೆ ಹೋಗುತ್ತಿತ್ತು.

ಅನ್ವಿತಾ ಮಾತ್ರ, ಈ ಎಲ್ಲ ಗಡಿಬಿಡಿಯ ನಡುವೆ, ಚಾಪೆಯ ಮೇಲೆ ಕುಳಿತು ತನ್ನ ಶಾಲಾ ಬ್ಯಾಗಿನೊಳಗೆ ಏನೋ ತುರುಕಿಸಲು ಪ್ರಯತ್ನಿಸುತ್ತಿದ್ದಳು, ಬ್ಯಾಗಿನ ಜಿಪ್ ಮುಚ್ಚದೆ ಒದ್ದಾಡುತ್ತಿದ್ದಳು. ಅವಳ ಮುಖದಲ್ಲಿ ಒಂದು ಗಂಭೀರವಾದ ಚಿಂತೆ ಇತ್ತು, ಐದು ವರ್ಷದ ಮಗುವಿನದ್ದೇ ಆದರೂ ಅವಳಿಗೆ ಅದು ದೊಡ್ಡ ಸಮಸ್ಯೆಯಂತೆ ಕಾಣುತ್ತಿತ್ತು.

"ಅಮ್ಮಾ, ಇವತ್ತು ಶಾಲೆಯಲ್ಲಿ 'ಹಳೇ ವಸ್ತು ದಿನ'," ಅವಳು ಕೂಗಿ ಹೇಳಿದಳು, ಬ್ಯಾಗಿನ ಒಳಗಿನಿಂದ ಧ್ವನಿ ಸ್ವಲ್ಪ ಮಸುಕಾಗಿ ಬಂತು. "ಮಿಸ್ ಹೇಳಿದ್ರು, ಮನೇಲಿ ಇರೋ ಹಳೇ ವಸ್ತು ಒಂದು ತಗೊಂಡು ಬನ್ನಿ ಅಂತ, ಅಜ್ಜ ಅಜ್ಜಿ ಕಾಲದ್ದು ಇದ್ರೆ ಇನ್ನೂ ಚೆನ್ನಾಗಿ ಇರುತ್ತೆ ಅಂದ್ರು."

ದೀಪಾ ಟಿಫಿನ್ ಬಾಕ್ಸ್ ಮುಚ್ಚುತ್ತ ಒಂದು ಕ್ಷಣ ನಿಂತಳು. "ಹಳೇ ವಸ್ತು ಅಂದ್ರೆ? ಯಾವುದಾದ್ರೂ ಆಟಿಕೆನ?"

"ಇಲ್ಲಮ್ಮ, ಆಟಿಕೆ ಅಲ್ಲ. ಮಿಸ್ ಹೇಳಿದ್ರು, 'ನಿಮ್ಮಜ್ಜಿ ಬಳಸ್ತಿದ್ದ ಪಾತ್ರೆ, ಅಥವಾ ಹಳೇ ಫೋಟೋ, ಅಥವಾ ಇನ್ನೇನೋ, ಅದನ್ನ ಕ್ಲಾಸಲ್ಲಿ ತೋರಿಸ್ಬೇಕು, ಅದ್ರ ಬಗ್ಗೆ ಒಂದು ಚಿಕ್ಕ ಸ್ಟೋರಿ ಹೇಳ್ಬೇಕು' ಅಂತ. ನಾಳೆ ಅಲ್ಲ, ಇವತ್ತೇ ಅಮ್ಮಾ."

ದೀಪಾಗೆ ಒಂದು ಕ್ಷಣ ಏನೂ ಹೊಳೆಯಲಿಲ್ಲ. ಅಷ್ಟು ಬೇಗ, ಅಷ್ಟು ಗಡಿಬಿಡಿಯಲ್ಲಿ, ಮನೆಯಲ್ಲಿ ಇರುವ "ಹಳೇ ವಸ್ತು" ಯಾವುದು ಅಂತ ಯೋಚಿಸುವುದಕ್ಕೆ ಸಮಯ ಇರಲಿಲ್ಲ. ಮನಸ್ಸಿನಲ್ಲಿ ಒಂದೆರಡು ವಿಷಯ ಸುಳಿದವು, ಅಜ್ಜಿ ಕೊಟ್ಟಿದ್ದ ಒಂದು ಸೀರೆ ಇದೆ, ಆದರೆ ಅದನ್ನ ಶಾಲೆಗೆ ಕಳಿಸೋದು ಸರಿ ಅನ್ನಲಿಲ್ಲ. ಬೇರೆ ಏನಿದೆ ಅಂತ ಯೋಚಿಸೋಕೆ ಸಮಯ ಇಲ್ಲ. "ಆಮೇಲೆ ನೋಡೋಣ ಪುಟ್ಟಿ, ಈಗ ಬೇಗ ಬಾ, ಶೂ ಹಾಕ್ಕೊ," ಎಂದಷ್ಟೇ ಹೇಳಿ ಅವಳು ಮತ್ತೆ ಅಡುಗೆಮನೆಗೆ ಹೋದಳು, ಆದಿತ್ಯನ ಎರಡನೇ ಸಾಕ್ಸ್ ಕೊನೆಗೂ ಟೀಪಾಯ್ ಕೆಳಗೆ ಸಿಕ್ಕಿತ್ತು, ಅದನ್ನ ಅವನ ಕೈಗೆ ಕೊಟ್ಟಳು.

ಆದರೆ ಅನ್ವಿತಾಗೆ ಆ ಉತ್ತರ ಸಾಕಾಗಲಿಲ್ಲ. ಅವಳಿಗೆ ಆ ಕೆಲಸ ಆಗಲೇ ಮುಗಿಯಬೇಕಿತ್ತು, ಬ್ಯಾಗಿನಲ್ಲಿ ಇಡಬೇಕಿತ್ತು, ಮಿಸ್‌ಗೆ ಮೊದಲು ತೋರಿಸಬೇಕಿತ್ತು, ಎಲ್ಲರಿಗಿಂತ ಮೊದಲು. "ಆಮೇಲೆ" ಅನ್ನುವ ಪದ ಅವಳಿಗೆ ಅರ್ಥ ಆಗ್ತಿತ್ತು, ಆದರೆ ಅದು ಈಗ ಬೇಡ ಅನ್ನಿಸ್ತಿತ್ತು. ಅವಳು ಬ್ಯಾಗ್ ಪಕ್ಕಕ್ಕೆ ಇಟ್ಟು ಎದ್ದು, ಅಡುಗೆಮನೆಯ ಪಕ್ಕದ ಸ್ಟೀಲ್ ಸ್ಟ್ಯಾಂಡಿನ ಮೇಲೆ ನೋಡಿದಳು, ಪಾತ್ರೆಗಳ ಸಾಲಿನಲ್ಲಿ. ಅಲ್ಲಿ, ಬೇರೆ ಎಲ್ಲ ಹೊಳೆಯುವ ಹೊಸ ಸ್ಟೀಲ್ ಪಾತ್ರೆಗಳ ನಡುವೆ, ಒಂದು ತಂಬಿಗೆ ಮತ್ತು ಲೋಟ ಇತ್ತು, ಸ್ವಲ್ಪ ಮಾಸಿದ ಬಣ್ಣದ್ದು, ತಳ ಸ್ವಲ್ಪ ಕಪ್ಪಾಗಿತ್ತು, ಲೋಟದ ಅಂಚು ಸ್ವಲ್ಪ ತಗ್ಗಿ ಹೋಗಿತ್ತು. ಅಪ್ಪ ಪ್ರತಿ ಬೆಳಿಗ್ಗೆ ಇದೇ ಸೆಟ್ಟಿನಲ್ಲೇ ಕಾಫಿ ಕುಡಿಯುವುದನ್ನ ಅವಳು ನೋಡಿದ್ದಳು, ಬೇರೆ ಕಪ್ಪುಗಳಿದ್ದರೂ ಅಪ್ಪ ಇದನ್ನೇ ತಗೊಳ್ಳುತ್ತಿದ್ದ ಅನ್ನುವುದೂ ಅವಳಿಗೆ

ಗೊತ್ತಿತ್ತು. ಒಮ್ಮೆ ಅಡುಗೆಯವಳು ಇದನ್ನ ಬೇರೆ ಪಾತ್ರೆಗಳ ಜೊತೆ ತೊಳೆದು ಇಡಲು ಮರೆತಾಗ ಅಪ್ಪ "ಇದನ್ನ ಮರೆಯದೆ ತೊಳೀರಿ" ಅಂತ ಒಮ್ಮೆ ಹೇಳಿದ್ದೂ ಅವಳ ನೆನಪಿನಲ್ಲಿ ಇತ್ತು. ಅವಳಿಗೆ ಅನ್ನಿಸಿತು, ಇದೇ ಸರಿ, ಇದು ಖಂಡಿತ ಹಳೇದೇ, ಇದನ್ನೇ ತಗೊಂಡು ಹೋಗುವುದು.

ಅವಳು ಸ್ಟ್ಯಾಂಡಿನ ಪಕ್ಕದ ಸ್ಟೂಲಿನ ಮೇಲೆ ಹತ್ತಿ, ಕೈ ಚಾಚಿ, ತಂಬಿಗೆ-ಲೋಟ ಎರಡನ್ನೂ ಕೆಳಗಿಳಿಸಿಕೊಂಡಳು. ಅಲ್ಲೇ ಇದ್ದ ಸಣ್ಣ ಟವಲ್‌ನಲ್ಲಿ ಸುತ್ತಿ, ಬ್ಯಾಗಿನ ಒಳಗೆ ತುರುಕಿ, ಜಿಪ್ ಎಳೆದಳು. ಈ ಎಲ್ಲ ಕೆಲಸ ಎರಡು ನಿಮಿಷದಲ್ಲಿ ಮುಗಿದಿತ್ತು, ಯಾರ ಗಮನಕ್ಕೂ ಬೀಳದೇ. ಅಷ್ಟರಲ್ಲಿ ವ್ಯಾನಿನ ಹಾರ್ನ್ ಕೇಳಿಸಿತು, ಮಕ್ಕಳಿಬ್ಬರೂ ಬ್ಯಾಗ್ ಎತ್ತಿಕೊಂಡು ಓಡಿದರು, ದೀಪಾ ಹಿಂದೆಯೇ "ಟಿಫಿನ್ ಬಾಕ್ಸ್ ಮರೀಬೇಡಿ" ಅಂತ ಕೂಗುತ್ತ ಬಂದಳು.

ಮಧ್ಯಾಹ್ನ ಸುಮಾರು ಎರಡು ಗಂಟೆಗೆ ದೀಪಾ ಅಡುಗೆಮನೆ ಸ್ವಚ್ಛ ಮಾಡುತ್ತಿದ್ದಾಗ ಸ್ಟ್ಯಾಂಡಿನ ಮೇಲೆ ತಂಬಿಗೆ-ಲೋಟ ಕಾಣಿಸಲಿಲ್ಲ ಅಂತ ಅವಳಿಗೆ ಅನ್ನಿಸಿತು. "ಮಂಜು ಎಲ್ಲಿ ಇಟ್ಟಿದ್ರೋ ಏನೋ" ಅಂತ ಒಂದು ಕ್ಷಣ ಯೋಚಿಸಿ, ಬೇರೆ ಕೆಲಸದ ಒತ್ತಡದಲ್ಲಿ ಮರೆತೇಬಿಟ್ಟಳು. ಸಂಜೆ ಮಂಜು ಆಫೀಸಿನಿಂದ ಕಾಲ್ ಮಾಡಿದಾಗ ಒಮ್ಮೆ ಈ ವಿಷಯ ಹೇಳಬೇಕು ಅಂತ ಅಂದುಕೊಂಡಿದ್ದಳು, ಆದರೆ ಮಾತಿನ ಮಧ್ಯೆ ಬೇರೆ ವಿಷಯಗಳು ಬಂದು ಆ ಸಣ್ಣ ಪ್ರಶ್ನೆ ಅಲ್ಲೇ ಮರೆಯಾಗಿಹೋಯಿತು.

ಮಂಜು ಆ ಬೆಳಿಗ್ಗೆ ಕಾಫಿ ಕುಡಿದದ್ದು ಒಂದು ಸಾಧಾರಣ ಕಪ್ಪಿನಲ್ಲಿ, ಅಡುಗೆಮನೆಯ ಗಲಾಟೆಯ ನಡುವೆ ಅವನಿಗೆ ಇದು ಗಮನಕ್ಕೆ ಬಂದಿದ್ದೇ ಇಲ್ಲ. "ತಂಬಿಗೆ ಎಲ್ಲಿ ಹೋಯ್ತು" ಅಂತ ಮನಸ್ಸಿನಲ್ಲಿ ಒಂದು ಕ್ಷಣ ಬಂದಿತ್ತೇನೋ, ಬಹುಶಃ ದೀಪಾ ತೊಳೆದು ಎಲ್ಲೋ ಇಟ್ಟಿರಬಹುದು ಅಂತ ಅಂದುಕೊಂಡ. ಆದರೆ ಆ ಕ್ಷಣಕ್ಕೆ ಫೋನ್ ರಿಂಗ್ ಆಗಿತ್ತು, ಆಫೀಸಿನ ಕಾಲ್, ಮತ್ತು ಆ ಸಣ್ಣ ಪ್ರಶ್ನೆ ಅಲ್ಲೇ ಮಾಯವಾಗಿತ್ತು. ಕಾಲ್ ಮುಗಿಸಿ, ಬ್ಯಾಗ್ ಎತ್ತಿಕೊಂಡು, ಮಕ್ಕಳಿಬ್ಬರನ್ನ ಶಾಲಾ ವ್ಯಾನ್‌ಗೆ ಬಿಟ್ಟು, ಅವನೂ ಆಫೀಸಿಗೆ ಹೊರಟುಬಿಟ್ಟ.

ಅನ್ವಿತಾಳ ಬ್ಯಾಗಿನಲ್ಲಿ ಆ ತಂಬಿಗೆ-ಲೋಟ ವ್ಯಾನಿನ ತಿರುವುಗಳಲ್ಲಿ ಒಂದಕ್ಕೊಂದು ತಗುಲಿ ಸಣ್ಣಗೆ ಸದ್ದು ಮಾಡುತ್ತಿತ್ತು, ಅವಳಿಗೆ ಆ ಸದ್ದೇ ಒಂಥರಾ ಖುಷಿ ಕೊಡುತ್ತಿತ್ತು, ಪಕ್ಕದಲ್ಲಿ ಕುಳಿತಿದ್ದ ಗೆಳತಿಗೆ ಬ್ಯಾಗ್ ಸ್ವಲ್ಪ ತೆಗೆದು ತೋರಿಸಿಯೂ ಬಿಟ್ಟಳು. "ಇದೇನಿದು?" ಅಂತ ಗೆಳತಿ ಕೇಳಿದಾಗ, "ಅಪ್ಪನ ಪಾತ್ರೆ, ತುಂಬಾ ಹಳೇದು" ಅಂತ ಅನ್ವಿತಾ ಹೆಮ್ಮೆಯಿಂದ ಹೇಳಿದಳು, ಅದೆಷ್ಟು ಹಳೆಯದು ಅಂತ ಅವಳಿಗೂ ಸರಿಯಾಗಿ ಗೊತ್ತಿರಲಿಲ್ಲ, ಆದರೆ "ಹಳೆಯದು" ಅನ್ನುವ ಪದ ಒಂಥರಾ ಚೆನ್ನಾಗಿ ಕೇಳಿಸುತ್ತಿತ್ತು. ಗೆಳತಿ ಅಷ್ಟಕ್ಕೇ ತೃಪ್ತಳಾಗಿ ತನ್ನ ಬ್ಯಾಗಿನಿಂದ ಒಂದು ಹಳೆಯ ಗೊಂಬೆ ತೆಗೆದು ತೋರಿಸಿದಳು, ಅನ್ವಿತಾ ಅದನ್ನ ನೋಡಿ "ಅದು ಆಟಿಕೆ ತಾನೆ, ಗೊಂಬೆ ಅಲ್ವಾ" ಅಂತ ಸಣ್ಣ ಜಗಳ ಮಾಡಲು ಶುರು ಮಾಡಿದಳು, ಇಬ್ಬರೂ ಯಾವುದು "ಹಳೇ ವಸ್ತು" ಆಗಿ ಸೂಕ್ತ ಅಂತ ಚರ್ಚೆ ಮಾಡುತ್ತ ಶಾಲೆ ತಲುಪಿದರು.

ಗುರುತು

ಕ್ಲಾಸಿನಲ್ಲಿ ಮಿಸ್ ಎಲ್ಲ ಮಕ್ಕಳನ್ನ ಸಾಲಾಗಿ ಕೂರಿಸಿ, ಒಬ್ಬೊಬ್ಬರನ್ನೇ ಎದ್ದು ನಿಂತು ತಮ್ಮ ವಸ್ತುವಿನ ಬಗ್ಗೆ ಹೇಳಲು ಹೇಳಿದರು. ಒಬ್ಬ ಹುಡುಗ ತನ್ನ ತಾತನ ಕನ್ನಡಕ ತಂದಿದ್ದ, ದಪ್ಪ ಗಾಜಿನದ್ದು, ಫ್ರೇಮ್ ಸ್ವಲ್ಪ ಡೊಂಕಾಗಿತ್ತು, "ತಾತ ಇದನ್ನ ಹಾಕ್ಕೊಂಡೇ ಪೇಪರ್ ಓದ್ತಾರೆ" ಅಂತ ಅವನು ಹೆಮ್ಮೆಯಿಂದ ಹೇಳಿದ. ಇನ್ನೊಬ್ಬಳು ಹುಡುಗಿ ಹಳೆಯ ಕಪ್ಪು-ಬಿಳುಪು ಫೋಟೋ ತಂದಿದ್ದಳು, ಅದರಲ್ಲಿ ಅವಳ ಅಜ್ಜಿ ಚಿಕ್ಕವಳಾಗಿ, ಜಡೆ ಹಾಕಿಕೊಂಡು, ಶಾಲಾ ಸಮವಸ್ತ್ರದಲ್ಲಿ ನಿಂತಿದ್ದರು, ಈಗಿನ ಅಜ್ಜಿಗೂ ಆ ಫೋಟೋಗೂ ಏನೂ ಹೋಲಿಕೆ ಇಲ್ಲ ಅಂತ ಎಲ್ಲರೂ ನಕ್ಕರು. ಮೂರನೇ ಮಗು ಒಂದು ಚಿಕ್ಕ ಹಿತ್ತಾಳೆ ಗಂಟೆ ತಂದಿದ್ದ, ಪೂಜೆಗೆ ಬಳಸುವಂಥದ್ದು, ಅದನ್ನ ಬಾರಿಸಿ ತೋರಿಸಿದಾಗ ಇಡೀ ಕ್ಲಾಸ್ ಸಂತೋಷದಿಂದ ಕೂಗಿತು.

ನಾಲ್ಕನೇ ಮಗುವೊಬ್ಬಳು ತನ್ನಜ್ಜಿಯ ಒಂದು ಹಳೆಯ ಬಳೆ ತಂದಿದ್ದಳು, ಗಾಜಿನದ್ದು, ಸ್ವಲ್ಪ ಬಣ್ಣ ಮಾಸಿತ್ತು, "ಅಜ್ಜಿ ಮದುವೆಯಾದಾಗ ಹಾಕ್ಕೊಂಡಿದ್ದ ಬಳೆ ಇದು" ಅಂತ ನಾಚಿಕೆಯಿಂದ ಹೇಳಿದಳು. ಮಿಸ್ ಪ್ರತಿ ಮಗುವಿಗೂ "ಚೆನ್ನಾಗಿದೆ" ಅಂತ ಹೇಳುತ್ತ, ಒಂದೊಂದು ವಸ್ತುವನ್ನೂ ಎಚ್ಚರಿಕೆಯಿಂದ ಕೈಗೆ ತಗೊಂಡು ಕ್ಲಾಸಿನ ಮುಂದಿನ ಮೇಜಿನ ಮೇಲೆ ಜೋಡಿಸಿಟ್ಟರು.

ಅನ್ವಿತಾಳ ಸರದಿ ಬಂದಾಗ ಅವಳು ಎದ್ದು ನಿಂತು, ಬ್ಯಾಗಿನಿಂದ ಟವಲ್ ಸಮೇತ ತಂಬಿಗೆ-ಲೋಟ ತೆಗೆದು, ಟವಲ್ ಬಿಚ್ಚಿ ಎಲ್ಲರಿಗೂ

ಎತ್ತಿ ತೋರಿಸಿದಳು. ಒಂದೆರಡು ಮಕ್ಕಳು "ಅದೇನದು" ಅಂತ ಪಿಸುಗುಟ್ಟಿದರು, ಬಹುಶಃ ಅಂಥ ಪಾತ್ರೆ ಅವರ ಮನೆಯಲ್ಲಿ ಇರಲಿಲ್ಲ.

"ಇದು ನನ್ನಪ್ಪನ ಕಾಫಿ ಪಾತ್ರೆ," ಅವಳು ಶುರು ಮಾಡಿದಳು. "ಇದು ತುಂಬಾ ಹಳೆಯದು, ಇದ್ರಲ್ಲಿ ಮಾತ್ರ ಅಪ್ಪ ಕಾಫಿ ಕುಡಿಯೋದು, ಬೇರೆ ಕಪ್ ಇದ್ರೂ ಇದನ್ನೇ ತಗೋತಾರೆ. ಯಾಕಂದ್ರೆ..." ಅವಳು ಒಂದು ಕ್ಷಣ ನಿಂತಳು, ಸರಿಯಾದ ಕಾರಣ ಅವಳಿಗೆ ಗೊತ್ತಿರಲಿಲ್ಲ, ಆದರೆ ಎಲ್ಲರೂ ತನ್ನನ್ನೇ ನೋಡುತ್ತಿದ್ದಾರೆ ಅಂತ ಗೊತ್ತಾಗಿ ಏನಾದರೂ ಹೇಳಲೇಬೇಕಿತ್ತು. "ಯಾಕಂದ್ರೆ ಇದು ಅಪ್ಪನ ಅಪ್ಪನ ಅಪ್ಪನ ಮನೆಯಿಂದ ಬಂದಿದ್ದು. ಅವರ ಮನೆ ಹಳ್ಳಿಯಲ್ಲಿದೆ, ಅಲ್ಲಿ ಆಕಳು ಇದೆ, ಬಾವಿ ಇದೆ. ಅಪ್ಪ ಚಿಕ್ಕವರಿದ್ದಾಗ ಇದೇ ಪಾತ್ರೆಯಲ್ಲಿ ಹಾಲು ಕುಡಿತಿದ್ರಂತೆ, ಈಗ ದೊಡ್ಡವರಾದ ಮೇಲೆ ಇದ್ರಲ್ಲಿ ಕಾಫಿ ಕುಡಿತಾರೆ." ಇದೆಲ್ಲ ಅವಳ ಸ್ವಂತ ಕಲ್ಪನೆ, ಎಲ್ಲೋ ಕೇಳಿದ ಸಣ್ಣ ಸಣ್ಣ ಮಾತುಗಳನ್ನ, ಅಜ್ಜನ ಊರಿನ ಬಗ್ಗೆ ಒಮ್ಮೊಮ್ಮೆ ಕೇಳಿದ ಚೂರುಪಾರುಗಳನ್ನ, ಸೇರಿಸಿ ಕಟ್ಟಿದ ಕಥೆ, ಆದರೆ ಅವಳ ಧ್ವನಿಯಲ್ಲಿ ಅದು ಪೂರ್ತಿ ನಿಜ ಅನ್ನುವಷ್ಟು ಖಚಿತತೆ ಇತ್ತು.

ಒಬ್ಬ ಹುಡುಗ ಕೈ ಎತ್ತಿ "ಈಗ್ಲೂ ಆ ಹಳ್ಳಿಗೆ ಹೋಗ್ತೀರಾ?" ಅಂತ ಕೇಳಿದ. ಅನ್ವಿತಾ "ಹೋಗ್ತೀವಿ, ಅಜ್ಜ ಅಜ್ಜಿ ಅಲ್ಲೇ ಇರೋದು" ಅಂತ ಉತ್ತರಿಸಿದಳು, ಎಷ್ಟು ಸಲ ಹೋಗಿದ್ದೀವಿ ಅಂತ ಸರಿಯಾಗಿ ನೆನಪಿಲ್ಲದಿದ್ದರೂ ಆ ಹಳ್ಳಿ ಇದೆ ಅನ್ನುವುದು ಅವಳಿಗೆ ಚೆನ್ನಾಗಿ ಗೊತ್ತಿತ್ತು.

"ಇನ್ನೂ ಏನಾದ್ರೂ ಇದೆಯಾ ಇದ್ರ ಬಗ್ಗೆ?" ಅಂತ ಮಿಸ್ ಕೇಳಿದರು.

ಅನ್ವಿತಾ ಸ್ವಲ್ಪ ಯೋಚಿಸಿ, "ಇದನ್ನ ತೊಳೆಯೋಕೆ ಮರೀಬಾರ್ದು, ಅಪ್ಪ ಹಾಗಂದಿದ್ರು" ಅಂತ ಸೇರಿಸಿದಳು, ಇದೊಂದೇ ವಿಷಯ ಅವಳಿಗೆ ನಿಜವಾಗಿ ನೆನಪಿತ್ತು.

ಮಿಸ್ ನಕ್ಕು, "ಚೆನ್ನಾಗಿದೆ ಅನ್ವಿತಾ, ಇದನ್ನ ಜೋಪಾನವಾಗಿ ಇಡಬೇಕು ಆಯ್ತಾ" ಎಂದು ಹೇಳಿ ಮುಂದಿನ ಮಗುವಿಗೆ ಸರದಿ ಕೊಟ್ಟರು. ಅನ್ವಿತಾ ವಾಪಸ್ ಕುಳಿತು, ತಂಬಿಗೆ-ಲೋಟವನ್ನ ಟವಲ್‌ನಲ್ಲಿ ಸುತ್ತಿ ಮತ್ತೆ ಬ್ಯಾಗಿಗೆ ಇಟ್ಟುಕೊಂಡಳು, ತನ್ನ ಸ್ಟೋರಿ ಎಷ್ಟು ಚೆನ್ನಾಗಿ ಹೇಳಿದೆ ಅಂತ ಒಳಗೊಳಗೇ ಖುಷಿಪಡುತ್ತ, ಪಕ್ಕದ ಗೆಳತಿಯ ಗೊಂಬೆಗಿಂತ ತನ್ನ ಪಾತ್ರೆಯೇ ಚೆನ್ನಾಗಿತ್ತು ಅಂತ ಒಳಗೊಳಗೇ ಅಂದುಕೊಳ್ಳುತ್ತ.

ಆಟದ ಸಮಯದಲ್ಲಿ ಅವಳಿಗೆ ಇನ್ನೊಂದು ಆಲೋಚನೆ ಬಂತು. ಬ್ಯಾಗಿನಿಂದ ತಂಬಿಗೆ-ಲೋಟ ತೆಗೆದು, ಲೋಟದ ತಳಕ್ಕೆ ನೀರಿನ ಬಾಟಲಿಂದ ಸ್ವಲ್ಪ ನೀರು ಸುರಿದು, ಗೆಳತಿಯರಿಗೆ "ಕಾಫಿ ಶಾಪ್" ಆಟ ಆಡಿಸಿದಳು, ಒಬ್ಬೊಬ್ಬರಿಗೂ ತಂಬಿಗೆಯಿಂದ ಲೋಟಕ್ಕೆ ನೀರು ಹಾಕುವ ನಟನೆ ಮಾಡುತ್ತ, "ಬಿಸಿ ಕಾಫಿ, ಜೋಪಾನ" ಅಂತ ದೊಡ್ಡವರ ಧ್ವನಿಯಲ್ಲಿ ಹೇಳುತ್ತ. ಒಬ್ಬ ಗೆಳತಿ "ನಂಗೆ ಇನ್ನೊಂದ್ಸಲ

ಕೊಡು" ಅಂತ ಕೇಳಿದಾಗ ಅನ್ವಿತಾ "ಸಾಲ ಇಲ್ಲ, ಇನ್ನೊಂದ್ ಸಲ ಪೈಸಾ ಕೊಡ್ಬೇಕು" ಅಂತ ಎಲ್ಲೋ ಕೇಳಿದ ಮಾತನ್ನೇ ಪುನರಾವರ್ತಿಸಿ ಎಲ್ಲರನ್ನ ನಗಿಸಿದಳು.

ಒಮ್ಮೆ ಆ ಆಟದ ಭರದಲ್ಲಿ ತಂಬಿಗೆ ಕೈಜಾರಿ ನೆಲಕ್ಕೆ ಬಿತ್ತು, ಅದೃಷ್ಟಕ್ಕೆ ಏನೂ ಆಗಲಿಲ್ಲ, ಸ್ಟೀಲಾದ್ದರಿಂದ ಟಣ್ ಅಂತ ಸದ್ದು ಮಾಡಿ ಉರುಳಿತಷ್ಟೇ. ಪಕ್ಕದಲ್ಲಿದ್ದ ಇನ್ನೊಬ್ಬ ಗೆಳತಿ "ಒಡೀಲಿಲ್ವಾ" ಅಂತ ಕೇಳಿದಾಗ ಅನ್ವಿತಾ "ಇಲ್ಲ, ಸ್ಟೀಲ್ ಒಡಿಯಲ್ಲ, ಅಪ್ಪ ಹೇಳಿದ್ರು" ಅಂತ ಆತ್ಮವಿಶ್ವಾಸದಿಂದ ಹೇಳಿ, ಅದನ್ನ ಎತ್ತಿಕೊಂಡು, ಏನೂ ಆಗದವಳ ಹಾಗೆ ಮತ್ತೆ ಆಟ ಮುಂದುವರಿಸಿದಳು. ಇನ್ನೊಬ್ಬ ಗೆಳತಿ, ಅನ್ವಿತಾಳ ಆಟದಲ್ಲಿ ಪಾಲ್ಗೊಳ್ಳದೆ ಪಕ್ಕದಲ್ಲಿ ಪುಸ್ತಕ ನೋಡುತ್ತ ಕುಳಿತಿದ್ದ ಇನ್ನೊಬ್ಬಳು, ಇದ್ದಕ್ಕಿದ್ದಂತೆ ಬಂದು "ನಂಗೂ ಆಡ್ಸು" ಅಂತ ಸೇರಿಕೊಂಡಳು, ಇಬ್ಬರು ಇಬ್ಬರಿಗೂ ಸಾಲಿಗಿಂತ ಮುಂದೆ ನಿಲ್ಲಬೇಕು ಅಂತ ಸಣ್ಣ ಪೈಪೋಟಿ ಶುರುವಾಯಿತು, ಅನ್ವಿತಾ ಇಬ್ಬರನ್ನೂ ಸಮಾಧಾನ ಮಾಡಿ ಸರದಿಯಂತೆ ನಿಲ್ಲಿಸಿ ಮತ್ತೆ ಆಟ ಮುಂದುವರಿಸಿದಳು, ಈ ಆಟದ ಒಡತಿ ತಾನೇ ಅನ್ನುವ ಒಂದು ಸಣ್ಣ ಜವಾಬ್ದಾರಿ ಭಾವ ಅವಳ ಮುಖದಲ್ಲಿ ಎದ್ದು ಕಾಣುತ್ತಿತ್ತು.

ಶಾಲೆ ಮುಗಿಯುವ ಹೊತ್ತಿಗೆ ತಂಬಿಗೆಯೊಳಗೆ ಇನ್ನೂ ಸ್ವಲ್ಪ ನೀರು ಉಳಿದಿತ್ತು, ಬ್ಯಾಗಿನೊಳಗಿಂದ ಸ್ವಲ್ಪ ಒದ್ದೆ ವಾಸನೆ ಬರುತ್ತಿತ್ತು, ಆದರೆ ಅನ್ವಿತಾಗೆ ಇದ್ಯಾವುದೂ ಗಮನಕ್ಕೇ ಬರಲಿಲ್ಲ.

ಗುರುತು

ಸಂಜೆ ಮಂಜು ಆಫೀಸಿನಿಂದ ಬೇಗ ಬಂದು ಮಕ್ಕಳನ್ನ ಕರೆದುಕೊಂಡು ಬರಲು ಶಾಲೆಗೆ ಹೋದ. ಗೇಟಿನ ಬಳಿ ಅನ್ವಿತಾ ಬ್ಯಾಗ್ ಹೊತ್ತು ಓಡಿ ಬಂದಳು, "ಅಪ್ಪಾ ಅಪ್ಪಾ, ಇವತ್ತು ನಾನು ಕ್ಲಾಸಲ್ಲಿ ಸ್ಟೋರಿ ಹೇಳಿದೆ!" ಅಂತ ಕೂಗುತ್ತ.

"ಯಾವ ಸ್ಟೋರಿ ಪುಟ್ಟಿ?"

"ಹಳೇ ವಸ್ತು ದಿನ ಇತ್ತಲ್ಲ, ನಿಮ್ಮ ಕಾಫಿ ಪಾತ್ರೆ ತಗೊಂಡೋಗಿದ್ದೆ." ಅವಳು ಬ್ಯಾಗ್ ತೆಗೆದು ಟವಲ್ ಬಿಚ್ಚಿ ತೋರಿಸಿದಳು, ಟವಲ್ ಸ್ವಲ್ಪ ಒದ್ದೆಯಾಗಿತ್ತು.

ಪಕ್ಕದಲ್ಲಿ ನಿಂತಿದ್ದ ಇನ್ನೊಬ್ಬ ಪೋಷಕಿ, ಆ ಗಂಟೆ ತಂದಿದ್ದ ಹುಡುಗನ ಅಮ್ಮ, "ಇವತ್ತಿನ ಆ್ಯಕ್ಟಿವಿಟಿ ಚೆನ್ನಾಗಿತ್ತಂತೆ ಅಲ್ವಾ, ನಮ್ ಮಗ ಪೂರ್ತಿ ಕಥೆ ಹೇಳಿದ" ಅಂತ ಮಂಜುಗೆ ಮಾತಿಗೆ ಸೇರಿದಳು. ಮಂಜು "ಹೌದಾ, ಚೆನ್ನಾಗಿದೆ ಐಡಿಯಾ" ಅಂತಷ್ಟೇ ಹೇಳಿ, ಇನ್ನೂ ಅನ್ವಿತಾಳ ಬ್ಯಾಗಿನತ್ತಲೇ ಗಮನ ಕೊಟ್ಟ.

ಮಂಜುಗೆ ಒಂದು ಕ್ಷಣ ಏನೂ ಅರ್ಥ ಆಗಲಿಲ್ಲ. ಆಮೇಲೆ ಆ ತಂಬಿಗೆ-ಲೋಟ ಗುರುತು ಸಿಕ್ಕಿತು, ತನ್ನ ಸ್ವಂತ ಕಾಫಿ ಸೆಟ್ಟು, ಅಪ್ಪ ಇಪ್ಪತ್ತೆರಡು ವರ್ಷದ ಹಿಂದೆ ಬ್ಯಾಗಿಗೆ ಇಟ್ಟುಕೊಟ್ಟಿದ್ದ ಅದೇ ಸೆಟ್ಟು, ಈಗ ಮಗಳ ಪುಟ್ಟ ಕೈಯಲ್ಲಿ, ಒದ್ದೆಯಾದ ಟವಲ್‌ನಲ್ಲಿ ಸುತ್ತಿ, ಶಾಲಾ ಬ್ಯಾಗಿನ ಪೆನ್ಸಿಲ್ ಪೌಚ್ ಮತ್ತು ಬಣ್ಣದ ಪುಸ್ತಕದ ನಡುವೆ ಪ್ರಯಾಣ ಮಾಡಿ ಬಂದಿತ್ತು.

"ಇದನ್ನ... ಇದನ್ನ ಯಾಕೆ ತಗೊಂಡ್ಹೋದೆ?" ಅವನು ಕೇಳಿದ, ಧ್ವನಿಯಲ್ಲಿ ಕೋಪ ಇರಲಿಲ್ಲ, ಬರೀ ಆಶ್ಚರ್ಯ.

"ಇದೇ ಹಳೇದು ಅನ್ನಿಸಿತು ಅಪ್ಪಾ. ಮಿಸ್‌ಗೆ ಹೇಳ್ದೆ, ಇದು ಅಜ್ಜನ ಅಜ್ಜನ ಮನೆಯಿಂದ ಬಂದಿದ್ದು ಅಂತ, ಅಪ್ಪ ಚಿಕ್ಕವರಿದ್ದಾಗ ಇದ್ರಲ್ಲಿ ಹಾಲು ಕುಡಿತಿದ್ರಂತೆ ಅಂತ." ಅವಳು ಇದನ್ನೆಲ್ಲ ಎಷ್ಟು ಸಹಜವಾಗಿ ಹೇಳಿದಳು ಅಂದರೆ, ಮಂಜುಗೆ ಒಂದು ಕ್ಷಣ ನಗು ಬಂತು, ಇನ್ನೊಂದು ಕ್ಷಣ ಗಂಟಲು ಬಿಗಿದಂತೆ ಆಯಿತು. "ಎಲ್ಲರೂ ಚೆನ್ನಾಗಿದೆ ಅಂದ್ರು, ಮಿಸ್ ಕೂಡ ಚೆನ್ನಾಗಿದೆ ಅಂದ್ರು."

ಆ ಕಥೆಯಲ್ಲಿ ಅರ್ಧದಷ್ಟು ತಪ್ಪಿತ್ತು, ಈ ಸೆಟ್ಟು ಅಜ್ಜನ ಮನೆಯದ್ದಲ್ಲ, ಅಜ್ಜ ಸ್ವತಃ ಪಟ್ಟಣದಲ್ಲಿ ಹೊಸದಾಗಿ ಮಾಡಿಸಿಕೊಟ್ಟಿದ್ದು, ಮನೆಯ ಹಳೆಯ ಸೆಟ್ಟನ್ನ ನೋಡಿ ಅದೇ ಆಕಾರದಲ್ಲಿ, ಮಂಜು ಮೊದಲ ಸಲ ಬೆಂಗಳೂರಿಗೆ ಹೊರಟಾಗ. ಆ ಪೂರ್ತಿ ಕಥೆ, ಅಪ್ಪ ಪಟ್ಟಣದ ಅಂಗಡಿಗೆ ಹೋಗಿ ಹಳೆಯ ತಂಬಿಗೆ ತೋರಿಸಿ "ಹೀಗೇ ಬೇಕು" ಅಂತ ಹೇಳಿ ಮಾಡಿಸಿದ ಕಥೆ, ಅನ್ವಿತಾಗೆ ಗೊತ್ತಿಲ್ಲ, ಗೊತ್ತಿರುವ ಅಗತ್ಯವೂ ಇಲ್ಲ. ಆದರೆ ಮಂಜುಗೆ ಆ ಕ್ಷಣಕ್ಕೆ ಒಂದು ವಿಚಿತ್ರ ಭಾವನೆ ಬಂತು. ಈ ಪುಟ್ಟ ಕೈಗಳು, ಟವಲ್‌ನಲ್ಲಿ ಸುತ್ತಿ ಶಾಲೆಗೆ ಒಯ್ದ ಈ ಪಾತ್ರೆ, ಇದರ ಹಿಂದೆ ಎಷ್ಟೊಂದು ಪದರಗಳಿವೆ ಅಂತ ಅವಳಿಗೆ ಗೊತ್ತೇ ಇಲ್ಲ, ಆದರೂ ಅವಳು ಅದನ್ನ ಎತ್ತಿಕೊಂಡು ಹೋಗಿ, ತನ್ನದೇ ಆದ ಒಂದು ಕಥೆ ಕಟ್ಟಿ, ಇಪ್ಪತ್ತು ಮಕ್ಕಳ ಮುಂದೆ ಹೆಮ್ಮೆಯಿಂದ ಹೇಳಿಬಿಟ್ಟಿದ್ದಳು. ಒಂದು ಥರ,

ಅವಳ ತಪ್ಪಾದ ಕಥೆ ಕೂಡ, ಎಲ್ಲೋ ದೂರದಿಂದ, ನಿಜದ ಕಥೆಯ ನೆರಳಿನಷ್ಟಾದರೂ ಸರಿಯಾಗಿಯೇ ಇತ್ತು ಅಂತ ಅವನಿಗೆ ಅನ್ನಿಸಿತು.

"ಇನ್ನೊಂದ್ಸಲ ಮನೆಯ ವಸ್ತು ತಗೊಂಡು ಹೋಗೋ ಮುಂಚೆ ಅಮ್ಮ ಅಪ್ಪಂಗೆ ಕೇಳ್ಬೇಕು, ಆಯ್ತಾ?" ಅವನು ಇಷ್ಟೇ ಹೇಳಿ, ತಂಬಿಗೆ-ಲೋಟವನ್ನ ಟವಲ್‌ನಲ್ಲೇ ಇಟ್ಟುಕೊಂಡು ಅವಳ ಕೈ ಹಿಡಿದುಕೊಂಡ.

"ಆಯ್ತಪ್ಪಾ. ಆದ್ರೆ ಮಿಸ್‌ಗೆ ಇಷ್ಟ ಆಯ್ತು ಅಂದ್ರು ಸ್ಟೋರಿ."

"ಚೆನ್ನಾಗೇ ಇತ್ತು ಬಿಡು," ಮಂಜು ಅಂದ, ಮತ್ತು ಅದು ನಿಜವೇ ಆಗಿತ್ತು, ಒಂದು ಥರ.

ಪಕ್ಕದ ಕ್ಲಾಸಿನಲ್ಲಿದ್ದ ಆದಿತ್ಯ ಈ ವಿಷಯ ಗೊತ್ತಾಗಿದ್ದು ಸಂಜೆ ಮನೆಗೆ ಬಂದ ಮೇಲೆಯೇ. ಅನ್ವಿತಾ ಕಥೆ ಹೇಳುತ್ತಿದ್ದಾಗ ಅವನು ಮಧ್ಯದಲ್ಲಿ, "ನಂಗೂ ಬೇಕಿತ್ತು ಹಳೇ ವಸ್ತು ದಿನ, ನಮ್ ಕ್ಲಾಸಲ್ಲಿ ಇಲ್ಲ" ಅಂತ ಕೊಂಚ ಅಸೂಯೆಯಿಂದ ಹೇಳಿದ. ಅನ್ವಿತಾ ತಕ್ಷಣ "ನಿಂಗೆ ಏನಿದೆ ಹಳೇದು? ಏನೂ ಇಲ್ಲ" ಅಂತ ಚುಡಾಯಿಸಿದಳು, ಇಬ್ಬರ ನಡುವೆ ಒಂದು ಸಣ್ಣ ಜಗಳ ಶುರುವಾಗುವಷ್ಟರಲ್ಲಿ ದೀಪಾ ಮಧ್ಯೆ ಬಂದು ಇಬ್ಬರನ್ನೂ ಸಮಾಧಾನ ಮಾಡಿದಳು.

ಮನೆಗೆ ಬಂದ ಮೇಲೆ ಮಂಜು ಆ ಸೆಟ್ಟನ್ನ ತೊಳೆದು ಮತ್ತೆ ಸ್ಟ್ಯಾಂಡಿನ ಮೇಲೆ ಇಟ್ಟ, ಎಂದಿನ ಜಾಗಕ್ಕೇ. ರಾತ್ರಿ ಊಟದ ನಂತರ ದೀಪಾಗೆ ಈ ವಿಷಯ ಹೇಳಿದಾಗ ಅವಳು ನಕ್ಕುಬಿಟ್ಟಳು, "ಪರವಾಗಿಲ್ಲ

ಬಿಡಿ, ಮಕ್ಕಳ ಆಟ ಅಷ್ಟೇ, ಬೇರೆ ಏನಾದ್ರೂ ಹಳೇ ವಸ್ತು ಇದ್ರೆ ಮುಂದಿನ ಸಲ ಅದನ್ನ ಕೊಡೋಣ" ಅಂದಳು. ಮಂಜುಗೂ ಹಾಗೇ ಅನ್ನಿಸಿತು, ಇಷ್ಟು ಸಣ್ಣ ವಿಷಯಕ್ಕೆ ಹೆಚ್ಚು ಯೋಚಿಸೋದು ಬೇಡ ಅಂತ.

ದೀಪಾ ತಟ್ಟೆ ತೊಳೆಯುತ್ತ ಸೇರಿಸಿದಳು, "ಅಲ್ಲ, ಮಗಳು ಎಷ್ಟು ಕಾನ್ಫಿಡೆಂಟ್ ಆಗಿ ಸ್ಟೋರಿ ಕಟ್ಟಿ ಹೇಳಿದ್ಲಂತೆ, ಇವತ್ತಿನ ಮಕ್ಕಳೇ ಹಾಗೆ ಇರ್ಬೇಕು ಬಿಡಿ, ನಾವಿದ್ದಾಗ ಇಷ್ಟೆಲ್ಲ ಮಾತಾಡೋ ಧೈರ್ಯ ಇರ್ಲಿಲ್ಲ." ಅವಳ ಮಾತಿನಲ್ಲಿ ಒಂದು ಸಣ್ಣ ಹೆಮ್ಮೆ ಇತ್ತು, ಮಗಳ ಬಗ್ಗೆ, ಆದರೆ ಜೊತೆಗೆ ತನ್ನ ಸ್ವಂತ ಬಾಲ್ಯದ ಬಗ್ಗೆ ಒಂದು ಸಣ್ಣ ಹೋಲಿಕೆಯೂ ಇತ್ತು. ಮಂಜು "ಹೌದು" ಅಂತಷ್ಟೇ ಹೇಳಿ ಸುಮ್ಮನಾದ, ಆ ಮಾತಿನ ಮೇಲೆ ಹೆಚ್ಚು ಚರ್ಚೆ ಮಾಡುವ ಮನಸ್ಸು ಅವನಿಗೆ ಆ ಹೊತ್ತಿಗೆ ಇರಲಿಲ್ಲ. ಆದರೆ ಮಲಗುವ ಮುಂಚೆ ಒಮ್ಮೆ ಅನ್ವಿತಾಳ ಕೋಣೆಗೆ ಇಣುಕಿ ನೋಡಿದಾಗ, ಅವಳು ಆಗಲೇ ಆಳವಾದ ನಿದ್ದೆಯಲ್ಲಿದ್ದಳು, ಕೈಯಲ್ಲಿ ಬಣ್ಣದ ಪೆನ್ಸಿಲ್ ಇನ್ನೂ ಹಿಡಿದುಕೊಂಡು, ಮುಖದಲ್ಲಿ ಒಂದು ಸಮಾಧಾನದ ಭಾವ.

ಅವನಿಗೆ ಒಮ್ಮೆ ಅನ್ನಿಸಿತು, ಒಂದು ದಿನ ಇವಳಿಗೆ ಈ ಪಾತ್ರೆಯ ನಿಜವಾದ ಕಥೆ ಹೇಳಬೇಕು, ಅಜ್ಜ ಹೇಗೆ ಇದನ್ನ ಮಾಡಿಸಿಕೊಟ್ಟಿದ್ದ, ಯಾಕೆ ಮಾಡಿಸಿಕೊಟ್ಟಿದ್ದ, ಆ ಒಂದು ಮಾತು ಅಪ್ಪ ಬ್ಯಾಗಿಗೆ ಇಡುವಾಗ ಹೇಳಿದ್ದು, "ಇಲ್ಲಿ ಎಷ್ಟೇ ಆಧುನಿಕ ಆದ್ರೂ ಈ ಒಂದು ವಿಷಯದಲ್ಲಿ ಊರಿನಂತೇ ಇರು" ಅಂತ. ಆದರೆ ಈಗ ಅಲ್ಲ, ಇವಳಿಗೆ ಇನ್ನೂ ಚಿಕ್ಕ ವಯಸ್ಸು, ಅರ್ಥ ಆಗೋದಿಲ್ಲ. ಬಹುಶಃ ಇನ್ನೊಂದೆರಡು ವರ್ಷ ಕಳೆದ

ಮೇಲೆ ಹೇಳಬಹುದು ಅಂತ ಮನಸ್ಸಿನಲ್ಲೇ ಅಂದುಕೊಂಡು, ಬಾಗಿಲು ಸರಿಸಿ ಹೊರಗೆ ಬಂದ.

ದೀಪಾ ಆಗಲೇ ಮಲಗಿದ್ದಳು, ಪಕ್ಕದ ಕೋಣೆಯಿಂದ ಫ್ಯಾನಿನ ಸದ್ದು ಮಾತ್ರ ಕೇಳಿಸುತ್ತಿತ್ತು. ಮಂಜು ಬಾಲ್ಕನಿಗೆ ಒಮ್ಮೆ ಹೋಗಿ ನಿಂತು, ಕೆಳಗಿನ ರಸ್ತೆ ನೋಡಿದ, ಅಲ್ಲಿ ಅಂಥ ವಿಶೇಷವೇನೂ ಇರಲಿಲ್ಲ, ಆದರೂ ಅವನಿಗೆ ಆ ದಿನದ ಈ ಸಣ್ಣ ಘಟನೆ ಒಂಥರಾ ಮನಸ್ಸಿನಲ್ಲೇ ಉಳಿದುಬಿಟ್ಟಿತ್ತು. ಅಜ್ಜನಿಂದ ಅಪ್ಪನಿಗೆ, ಅಪ್ಪನಿಂದ ತನಗೆ, ಈಗ ತನ್ನಿಂದ ಗೊತ್ತಿಲ್ಲದೆಯೇ ಮಗಳಿಗೆ, ಒಂದು ಪಾತ್ರೆ ಹೀಗೆ ಕೈ ಬದಲಾಯಿಸುತ್ತ ಸಾಗುತ್ತಿದೆ ಅಂತ ಅವನಿಗೆ ಅನ್ನಿಸಿತು, ಪ್ರತಿ ಸಲವೂ ಅದರ ಅರ್ಥ ಸ್ವಲ್ಪ ಬದಲಾಗುತ್ತ. ಮುಂದೊಂದು ದಿನ ಅನ್ವಿತಾಗೆ ಇದೆಲ್ಲ ಗೊತ್ತಾಗುತ್ತದೋ ಇಲ್ಲವೋ ಅಂತ ಅವನಿಗೇ ಗೊತ್ತಿಲ್ಲ, ಆದರೆ ಈಗಿನ ಮಟ್ಟಿಗೆ, ಅವಳ ಪುಟ್ಟ ಕೈಯಲ್ಲಿ ಒಂದು ದಿನ ಸುರಕ್ಷಿತವಾಗಿ ಪ್ರಯಾಣ ಮಾಡಿ ಬಂದಿದ್ದೇ ಸಾಕು ಅಂತ ಅನ್ನಿಸಿ, ಅವನು ಬಾಗಿಲು ಎಳೆದುಕೊಂಡು ಒಳಗೆ ಬಂದ.

ಅಡುಗೆಮನೆಯ ಸ್ಟ್ಯಾಂಡಿನ ಮೇಲೆ ಆ ತಂಬಿಗೆ-ಲೋಟ ಎಂದಿನಂತೆ ಸುಮ್ಮನೆ ಕುಳಿತಿತ್ತು, ಒಂದು ದಿನದ ಪ್ರಯಾಣ ಮುಗಿಸಿ ಮತ್ತೆ ತನ್ನ ಜಾಗಕ್ಕೆ ಬಂದಂತೆ, ಇಪ್ಪತ್ತು ಮಕ್ಕಳ ಮುಂದೆ ಹೇಳಲ್ಪಟ್ಟ ಒಂದು ಅರ್ಧ-ಸತ್ಯದ ಕಥೆಯನ್ನ ಹೊತ್ತುಕೊಂಡು, ಯಾರಿಗೂ ಗೊತ್ತಿಲ್ಲದ ಹಾಗೆ.

ಗುರುತು

ಅಧ್ಯಾಯ ೧೦: ಮರೆತ ಮುಖ

ಯಾರ ಕಥೆ: ಹನುಮಂತ · *ಸ್ಥಳ:* ಬೆಂಗಳೂರು

ರಾತ್ರಿ ಪಾಳಿ ಮುಗಿಸಿ ಬೆಳಿಗ್ಗೆ ಆರು ಗಂಟೆಗೆ ಹನುಮಂತ ಗೇಟಿನ ಪಕ್ಕದ ಸಣ್ಣ ಕುರ್ಚಿಯಲ್ಲಿ ಕುಳಿತು, ಕೈಯಲ್ಲಿದ್ದ ರಿಜಿಸ್ಟರ್ ಮುಚ್ಚಿದ. ಇನ್ನೊಂದು ಅರ್ಧ ಗಂಟೆಯಲ್ಲಿ ಡೇ ಶಿಫ್ಟಿನ ರವಿ ಬರುತ್ತಾನೆ, ಆಮೇಲೆ ಮನೆಗೆ ಹೋಗಬಹುದು. ಈ ಅಪಾರ್ಟ್‌ಮೆಂಟಿಗೆ ಬಂದು ಮೂರು ತಿಂಗಳಾಗಿತ್ತು, ಅದಕ್ಕೂ ಮೊದಲು ಬೇರೊಂದು ಬಡಾವಣೆಯ ಗೇಟೆಡ್ ಕಮ್ಯೂನಿಟಿಯಲ್ಲಿ ಆರು ವರ್ಷ ಕೆಲಸ ಮಾಡಿದ್ದ, ಅಲ್ಲಿ ಕಂಪನಿ ಗುತ್ತಿಗೆ ಬದಲಾದಾಗ ಇಲ್ಲಿಗೆ ವರ್ಗ ಆಗಿತ್ತು. ಹೊಸ ಜಾಗ, ಹೊಸ ಮುಖಗಳು, ಆದರೆ ಕೆಲಸ ಅದೇ, ಬೆಳಿಗ್ಗೆ ಇನ್ ಔಟ್ ಟೈಮ್ ಬರೆಯುವುದು, ಕೊರಿಯರ್ ಸ್ವೀಕರಿಸುವುದು, ಯಾರೋ ಬಂದರೆ ಫ್ಲಾಟಿಗೆ ಫೋನ್ ಮಾಡಿ ಕೇಳುವುದು.

ಈ ಬಡಾವಣೆಯ ಜನರ ಬಗ್ಗೆ ಹನುಮಂತನಿಗೆ ಇನ್ನೂ ಸರಿಯಾಗಿ ಪರಿಚಯ ಆಗಿರಲಿಲ್ಲ. ನೂರಿಪ್ಪತ್ತು ಫ್ಲಾಟುಗಳು, ಪ್ರತಿ ದಿನ ಎಷ್ಟೋ ಜನ ಒಳಗೆ ಹೊರಗೆ ಓಡಾಡುತ್ತಾರೆ, ಕೆಲವರ ಮುಖ ಪರಿಚಯ ಆಗಿದೆ ಅಷ್ಟೇ, ಹೆಸರು ಇನ್ನೂ ಗೊತ್ತಿಲ್ಲ. ಫ್ಲಾಟ್ ನಂಬರ್ ಹೇಳಿದರೆ ಸಾಕು, ಮುಖ ನೆನಪಾಗುತ್ತದೆ. ಬಿ ಬ್ಲಾಕ್ ಮೂರನೇ ಮಹಡಿಯ ಆ

ಸಾರ್, ಬೆಳಿಗ್ಗೆ ಎಂಟು ಗಂಟೆಗೆ ಸರಿಯಾಗಿ ಕಾರ್ ಹತ್ತುತ್ತಾರೆ, ಫೋನಿನಲ್ಲೇ ಮಾತಾಡುತ್ತಾ, ಗೇಟಿನ ಕಡೆ ನೋಡುವುದೇ ಇಲ್ಲ. ಹನುಮಂತ ಪ್ರತಿ ಸಲ "ಗುಡ್ ಮಾರ್ನಿಂಗ್ ಸಾರ್" ಎಂದು ಹೇಳಿ ಗೇಟ್ ತೆಗೆಯುತ್ತಾನೆ, ಉತ್ತರ ಬರುವುದು ಅಪರೂಪ, ಬಂದರೆ ಒಂದು ಸಣ್ಣ ತಲೆ ಆಡಿಸುವಿಕೆ ಅಷ್ಟೇ. ಇದರಲ್ಲಿ ಹನುಮಂತನಿಗೆ ಬೇಸರವೇನೂ ಇಲ್ಲ, ಇದೇ ಅಭ್ಯಾಸ ಆಗಿಬಿಟ್ಟಿದೆ, ಎಷ್ಟೋ ವರ್ಷದಿಂದ.

ಇಪ್ಪತ್ತು ವರ್ಷಕ್ಕೂ ಹೆಚ್ಚು ಕಾಲ ಇದೇ ಕೆಲಸ ಮಾಡುತ್ತಿದ್ದರೂ, ಒಂದೇ ಅಪಾರ್ಟ್‌ಮೆಂಟಿನಲ್ಲಿ ಎರಡು ಮೂರು ವರ್ಷಕ್ಕಿಂತ ಹೆಚ್ಚು ಉಳಿದದ್ದೇ ಇಲ್ಲ. ಗುತ್ತಿಗೆ ಬದಲಾಗುತ್ತದೆ, ಕಂಪನಿ ಬದಲಾಗುತ್ತದೆ, ಹನುಮಂತ ಒಂದು ಬ್ಯಾಗಿನಲ್ಲಿ ತನ್ನ ಸಮಾನುಗಳನ್ನ ಹಾಕಿಕೊಂಡು ಮತ್ತೊಂದು ಗೇಟಿಗೆ ಹೋಗುತ್ತಾನೆ. ಈ ಬಡಾವಣೆಯ ಗುರುತು ಕೂಡ ಒಂದು ವರ್ಷದ ಮೇಲೆ ಮರೆತುಹೋಗಬಹುದು ಎಂದು ಅವನಿಗೇ ಗೊತ್ತು. ಸಂಬಳದಲ್ಲಿ ಸ್ವಲ್ಪ ಉಳಿಸಿ, ತಿಂಗಳಿಗೊಮ್ಮೆ ಊರಿಗೆ ಕಳಿಸುವುದು, ಇದೇ ಈ ಇಪ್ಪತ್ತು ವರ್ಷದ ಬದುಕಿನ ಲೆಕ್ಕ. ಹೆಂಡತಿ ಮಕ್ಕಳ ಜೊತೆ ಇರುವುದು ವರ್ಷಕ್ಕೆ ಒಟ್ಟು ಒಂದು ತಿಂಗಳಿಗಿಂತ ಕಡಿಮೆಯೇ ಆಗಬಹುದು, ಈ ಲೆಕ್ಕಾಚಾರವನ್ನ ಹನುಮಂತ ಎಂದೂ ಗಟ್ಟಿಯಾಗಿ ಮಾಡಿಕೊಂಡಿಲ್ಲ, ಮಾಡಿಕೊಂಡರೆ ಬೇಸರ ಆಗುತ್ತದೆ ಅಂತ ಗೊತ್ತು.

ಗುರುತು

ಆ ಸಾರಿನ ಹೆಸರು ಮಂಜುನಾಥ್ ಎಂದು ಹನುಮಂತನಿಗೆ ಗೊತ್ತಾಗಿದ್ದು ಒಂದು ಕೊರಿಯರ್ ಪಾರ್ಸೆಲ್ಲಿನಿಂದ. ಕಳೆದ ವಾರ ಸಂಜೆ ಒಂದು ಪೊಟ್ಟಣ ಬಂದಿತ್ತು, ಮೇಲೆ ಕೈಬರಹದಲ್ಲಿ ಬರೆದಿತ್ತು, "ಶ್ರೀ ಮಂಜುನಾಥ, ಬಿ ಬ್ಲಾಕ್, ೩೦೨, ಕಳಿಸಿದವರು, ಶಿವಪ್ಪ, ಹೊನ್ನೇನಹಳ್ಳಿ." ಪಾರ್ಸೆಲ್ಲಿನಿಂದ ಎಣ್ಣೆ ಸ್ವಲ್ಪ ಸೋರಿ, ಉಪ್ಪಿನಕಾಯಿಯ ಘಮ ಬರುತ್ತಿತ್ತು. ಹನುಮಂತ ರಿಜಿಸ್ಟರಿನಲ್ಲಿ ಬರೆದುಕೊಳ್ಳುತ್ತಾ, "ಹೊನ್ನೇನಹಳ್ಳಿ" ಎಂಬ ಹೆಸರು ಕಣ್ಣಿಗೆ ಬಿದ್ದ ಕೂಡಲೇ ಒಂದು ಕ್ಷಣ ಕೈ ನಿಂತಿತು.

ಆ ಊರು ಅವನಿಗೆ ಚೆನ್ನಾಗಿ ಗೊತ್ತಿತ್ತು. ಅವನೇ ಹುಟ್ಟಿ ಬೆಳೆದ ಊರು, ಈಗಲೂ ಅವನ ಹೆಂಡತಿ ಮತ್ತು ಇಬ್ಬರು ಮಕ್ಕಳು ಅಲ್ಲಿಯೇ ಇರುವುದು, ವರ್ಷಕ್ಕೆ ಎರಡು ಮೂರು ಸಲ ಮಾತ್ರ ಹೋಗಲಿಕ್ಕೆ ಆಗುವುದು. ಆದರೆ ಶಿವಪ್ಪ ಎಂಬ ಹೆಸರು ಕೇಳಿದ ತಕ್ಷಣ ಇನ್ನೂ ಆಳವಾದ ಒಂದು ನೆನಪು ಎಚ್ಚರಗೊಂಡಂತೆ ಆಯಿತು. ಶಿವಪ್ಪ ಒಡೆಯರ ಗದ್ದೆ, ಆ ಗದ್ದೆಯ ಬದುವಿನ ಮೇಲಿನ ಹುಣಸೆ ಮರ, ಸುಗ್ಗಿಯ ಕಾಲದ ಬಿಸಿಲು, ಎಲ್ಲ ಒಮ್ಮೆಗೇ ಮನಸ್ಸಿಗೆ ಬಂತು.

ಹನುಮಂತನ ಅಪ್ಪ, ಶಿವಪ್ಪ ಒಡೆಯರ ಹೊಲದಲ್ಲಿ ಕೂಲಿ ಕೆಲಸ ಮಾಡುತ್ತಿದ್ದರು, ಸುಗ್ಗಿಯ ಕಾಲದಲ್ಲಿ ಹೆಚ್ಚು, ಉಳಿದ ದಿನಗಳಲ್ಲಿ ಬೇರೆ ಹೊಲಗಳಿಗೂ ಹೋಗುತ್ತಿದ್ದರು. ಹನುಮಂತ ಹದಿಮೂರು ಹದಿನಾಲ್ಕು ವರ್ಷದವನಿದ್ದಾಗ ಅಪ್ಪನ ಜೊತೆ ಹೋಗಿ ಸಣ್ಣಪುಟ್ಟ ಕೆಲಸ

ಮಾಡುತ್ತಿದ್ದ, ಭತ್ತದ ಪೈರು ಕಟ್ಟುವುದು, ರಾಶಿ ಹೊಡೆಯುವಾಗ ಸಹಾಯ ಮಾಡುವುದು. ಶಿವಪ್ಪ ಒಡೆಯರು ಕಟುವಾಗಿ ಮಾತಾಡುವವರಲ್ಲ, ಕೂಲಿ ಸರಿಯಾಗಿ ಕೊಡುತ್ತಿದ್ದರು, ಮಧ್ಯಾಹ್ನ ಗಂಜಿ ಕೂಡ ಹಾಕಿಸುತ್ತಿದ್ದರು, ಆ ಕಾಲದಲ್ಲಿ ಎಲ್ಲ ಒಡೆಯರೂ ಹಾಗೆ ಮಾಡುತ್ತಿರಲಿಲ್ಲ ಎಂದು ಹನುಮಂತನಿಗೆ ಈಗಲೂ ನೆನಪಿದೆ.

ಆ ಮನೆಯ ಮಗ ಮಂಜು ಆಗ ಇನ್ನೂ ಶಾಲೆಗೆ ಹೋಗುವ ಹುಡುಗ, ಹನುಮಂತನಿಗಿಂತ ಒಂದೆರಡು ವರ್ಷ ಚಿಕ್ಕವನು. ಸಂಜೆ ಶಾಲೆ ಬಿಟ್ಟ ಮೇಲೆ ಒಮ್ಮೊಮ್ಮೆ ಗದ್ದೆಯ ಕಡೆ ಬರುತ್ತಿದ್ದ, ಅಪ್ಪನಿಗೆ ಏನೋ ಹೇಳುವುದಕ್ಕೆ ಅಥವಾ ಸುಮ್ಮನೆ ಆಡುವುದಕ್ಕೆ. ಒಂದು ಮಳೆಗಾಲದ ದಿನ ಹನುಮಂತನಿಗೆ ಚೆನ್ನಾಗಿ ನೆನಪಿದೆ, ಆ ದಿನ ಮಧ್ಯಾಹ್ನ ಗಂಜಿ ಕಡಿಮೆ ಬಂದಿತ್ತು, ಕೂಲಿಯಾಳುಗಳಲ್ಲಿ ಕೊನೆಗೆ ಸೇರಿದವರಿಗೆ ಸ್ವಲ್ಪವೇ ಸಿಕ್ಕಿತ್ತು, ಹನುಮಂತನಿಗೆ ಒಂದು ಪುಟ್ಟ ಪಾಲು ಮಾತ್ರ. ಹಸಿವು ಇನ್ನೂ ಇತ್ತು, ಆದರೆ ಕೇಳುವ ಧೈರ್ಯ ಇರಲಿಲ್ಲ. ಆಗ ಮಂಜು ತನ್ನ ಶಾಲೆಯ ಬ್ಯಾಗಿನಿಂದ ಒಂದು ತುಂಡು ಚಕ್ಕುಲಿ ತೆಗೆದು, ಯಾರೂ ನೋಡದ ಹಾಗೆ ಹನುಮಂತನ ಕೈಗೆ ಇಟ್ಟಿದ್ದ. ಏನೂ ಮಾತಾಡಲಿಲ್ಲ, ಸುಮ್ಮನೆ ಒಂದು ನೋಟ ಬೀರಿ ಹೊರಟುಹೋಗಿದ್ದ.

ಅಂಥ ಸಣ್ಣ ಘಟನೆ ಎಷ್ಟೋ ಸಲ ಮರೆತುಹೋಗಬೇಕಿತ್ತು, ಆದರೆ ಹನುಮಂತನ ಮನಸ್ಸಿನಲ್ಲಿ ಯಾಕೋ ಉಳಿದುಬಿಟ್ಟಿತ್ತು. ಒಡೆಯರ ಮನೆಯ ಮಕ್ಕಳು ಸಾಮಾನ್ಯವಾಗಿ ಕೂಲಿಯಾಳುಗಳ ಮಕ್ಕಳ ಜೊತೆ ಬೆರೆಯುತ್ತಿರಲಿಲ್ಲ, ಬೆರೆತರೂ ಒಂದು ಅಂತರ ಇಟ್ಟುಕೊಂಡೇ

ಇರುತ್ತಿದ್ದರು. ಆದರೆ ಆ ದಿನ ಮಂಜು ಯಾವ ಪ್ರದರ್ಶನವೂ ಇಲ್ಲದೆ, ಯಾರಿಗೂ ಹೇಳದೆ, ಸುಮ್ಮನೆ ಆ ಚಕ್ಕುಲಿ ಕೊಟ್ಟಿದ್ದ. ಹನುಮಂತ ಆಮೇಲೆ ಒಂದೆರಡು ಸಲ ಇನ್ನೂ ಮಂಜುವನ್ನ ಗದ್ದೆಯ ಬಳಿ ನೋಡಿದ್ದ, ಆದರೆ ಮಾತಾಡುವಷ್ಟು ಹತ್ತಿರ ಆಗಲಿಲ್ಲ, ಎರಡು ಬೇರೆ ಬೇರೆ ಪ್ರಪಂಚದ ಹುಡುಗರು ಅವರು.

ಎಂಟನೇ ತರಗತಿಗೆ ಶಾಲೆ ಬಿಟ್ಟ ಹನುಮಂತ, ಮನೆಯ ಆದಾಯಕ್ಕೆ ಪೂರ್ತಿಯಾಗಿ ಕೂಲಿ ಕೆಲಸಕ್ಕೆ ಇಳಿದ. ಒಂದೆರಡು ವರ್ಷದ ನಂತರ ಮಂಜು ಪಟ್ಟಣಕ್ಕೆ ಕಾಲೇಜಿಗೆ ಹೋದ ಎಂದು ಕೇಳಿದ್ದ, ಆಮೇಲೆ ಆ ಹುಡುಗನ ಸುದ್ದಿ ಎಂದೂ ಬರಲಿಲ್ಲ. ಹನುಮಂತ ಕೂಡ ಇಪ್ಪತ್ತೆರಡನೇ ವಯಸ್ಸಿನಲ್ಲಿ ಬೆಂಗಳೂರಿಗೆ ಬಂದ, ಸಂಬಂಧಿಕರೊಬ್ಬರ ಮೂಲಕ ಸೆಕ್ಯುರಿಟಿ ಕೆಲಸ ಸಿಕ್ಕಿತ್ತು. ಅಂದಿನಿಂದ ಇಂದಿನವರೆಗೆ, ಇಪ್ಪತ್ತು ವರ್ಷಕ್ಕಿಂತ ಹೆಚ್ಚು, ಒಂದೊಂದೇ ಅಪಾರ್ಟ್‌ಮೆಂಟಿನಿಂದ ಇನ್ನೊಂದಕ್ಕೆ.

ಪಾರ್ಸೆಲ್ಲನ್ನ ಫ್ಲಾಟಿಗೆ ತಲುಪಿಸಬೇಕಿತ್ತು. ಆ ಸಂಜೆ ಮಂಜು ಸಾರ್ ಸ್ವತಃ ಗೇಟಿನ ಬಳಿ ಬಂದು ತೆಗೆದುಕೊಂಡರು, ಫೋನಿನಲ್ಲಿ ಯಾರೊಡನೆಯೋ ಆಫೀಸ್ ಮಾತು ಆಡುತ್ತಲೇ. ಹನುಮಂತ ಪಾರ್ಸೆಲ್ ಕೊಡುತ್ತಾ, ಎದೆಯಲ್ಲಿ ಒಂದು ಸಣ್ಣ ಅಳುಕಿನೊಂದಿಗೆ ಕೇಳಿದ, "ಸಾರ್, ನೀವು ಹೊನ್ನೇನಹಳ್ಳಿ ಕಡೆಯವರಾ?"

ಮಂಜು ಫೋನಿನಿಂದ ಒಂದು ಕ್ಷಣ ಗಮನ ತಿರುಗಿಸಿ, "ಹೌದು, ಯಾಕೆ" ಎಂದ, ಆದರೆ ಇನ್ನೊಂದೇ ಕ್ಷಣಕ್ಕೆ ಮತ್ತೆ ಫೋನಿನ ಕಡೆ ತಿರುಗಿಬಿಟ್ಟ, "ಹಾಂ ಹಾಂ, ಹೇಳಿ, ಆ ಡಾಕ್ಯುಮೆಂಟ್ ಕಳಿಸಿದ್ದೀರಾ" ಎಂದು ಆಫೀಸಿನ ಮಾತಿಗೆ ಮರಳಿದ. ಪಾರ್ಸೆಲ್ ಕೈಯಲ್ಲಿ ಹಿಡಿದುಕೊಂಡು, ಲಿಫ್ಟಿನ ಕಡೆ ನಡೆದುಬಿಟ್ಟ, ತಿರುಗಿ ನೋಡಲಿಲ್ಲ.

ಹನುಮಂತ ಅಲ್ಲಿಯೇ ನಿಂತಿದ್ದ, ಇನ್ನೂ ಏನೋ ಹೇಳಬೇಕು ಅಂದುಕೊಂಡಂತೆ. "ನಿಮ್ಮ ಅಪ್ಪ ಶಿವಪ್ಪ ಒಡೆಯರ ಹೊಲದಲ್ಲಿ ನಮ್ಮ ಅಪ್ಪ ಕೂಲಿ ಮಾಡ್ತಿದ್ರು ಸಾರ್" ಎಂದು ಹೇಳಬೇಕು ಅನ್ನಿಸಿತ್ತು, ಬಹುಶಃ ಆ ಚಕ್ಕುಲಿಯ ವಿಷಯವನ್ನೂ. ಆದರೆ ಅಷ್ಟು ಹೊತ್ತಿಗೆ ಸಾರ್ ಈಗಾಗಲೇ ಲಿಫ್ಟಿನ ಬಟನ್ ಒತ್ತಿ, ಫೋನಿನ ಮಾತಿನಲ್ಲೇ ಮುಳುಗಿದ್ದರು. ಆ ಕ್ಷಣ ಕಳೆದುಹೋಯಿತು.

ಆ ರಾತ್ರಿ ಪಾಳಿಯ ನಡುವೆ, ರವಿ ಚಹಾ ತರಿಸಿಕೊಂಡು ಬಂದಾಗ, ಹನುಮಂತ ಸುಮ್ಮನೆ ಈ ವಿಷಯ ಹೇಳಿದ. "ಆ ಬಿ ಬ್ಲಾಕ್ ಸಾರ್ ಇದ್ದಾರಲ್ಲ, ಮಂಜುನಾಥ್, ಅವರ ಊರು ನಮ್ಮೂರ ಪಕ್ಕದೂರೇ ಕಣಪ್ಪ. ಅವರ ಅಪ್ಪನ ಹೊಲದಲ್ಲಿ ನಮ್ಮಪ್ಪ ಕೂಲಿ ಮಾಡ್ತಿದ್ರು."

ರವಿ ಚಹಾ ಹೀರುತ್ತಾ, "ಹೌದಾ, ಹೇಳಿದ್ರಾ ಅವರಿಗೆ?" ಎಂದ.

"ಇಲ್ಲ ಕಣಪ್ಪ, ಹೇಳೋಕೆ ಟೈಮೇ ಸಿಗಲಿಲ್ಲ. ಫೋನಲ್ಲೇ ಇದ್ರು." ಹನುಮಂತ ಒಂದು ಸಣ್ಣ ನಗು ನಕ್ಕ, ಅದರಲ್ಲಿ ಸ್ವಲ್ಪ ಬೇಸರವೂ ಇತ್ತು. "ಅಷ್ಟಕ್ಕೂ ಹೇಳಿ ಏನಾಗುತ್ತೆ ಬಿಡು. ಅವರಿಗೆ ನಾನು ಯಾರು ಅಂತ ಗೊತ್ತೂ ಇಲ್ಲ, ಇನ್ನು ಆ ಹಳೇ ಚಕ್ಕುಲಿ ವಿಷಯ ಎಲ್ಲಿ ನೆನಪಿರುತ್ತೆ."

"ಯಾವ ಚಕ್ಕುಲಿ?"

ಹನುಮಂತ ಒಂದು ಕ್ಷಣ ಸುಮ್ಮನಿದ್ದು, "ಏನಿಲ್ಲ ಬಿಡಪ್ಪ, ಹಳೇ ಕಥೆ" ಎಂದ, ಆ ವಿಷಯ ಅಷ್ಟಕ್ಕೇ ಬಿಟ್ಟುಬಿಟ್ಟ. ರವಿಗೆ ಇನ್ನೂ ಹೆಚ್ಚು ಆಸಕ್ತಿ ಇರಲಿಲ್ಲ, ಬೇರೆ ಮಾತಿಗೆ ತಿರುಗಿದ.

ಮನೆಗೆ ಹೋಗುವ ದಾರಿಯಲ್ಲಿ, ಬಸ್ಸಿನ ಕಿಟಕಿಯ ಪಕ್ಕ ಕುಳಿತು, ಹನುಮಂತ ಫೋನ್ ತೆಗೆದು ಹೆಂಡತಿಗೆ ಕರೆ ಮಾಡಿದ. ಮಗಳ ಪರೀಕ್ಷೆಯ ವಿಷಯ, ಮನೆಯ ಚಾವಣಿಯ ಸೋರುವಿಕೆಯ ವಿಷಯ ಮಾತಾಡಿದ ಮೇಲೆ, ಹೆಂಡತಿ ಕೇಳಿದಳು, "ಏನೋ ಸುಸ್ತಾಗಿರೋ ಹಾಗಿದೆ ಧ್ವನಿ, ಏನಾಯ್ತು?"

"ಏನಿಲ್ಲ, ರಾತ್ರಿ ಪಾಳಿ ಅಷ್ಟೇ," ಎಂದ ಹನುಮಂತ. ಶಿವಪ್ಪ ಒಡೆಯರ ಮಗನ ವಿಷಯ ಹೇಳಬೇಕು ಅನ್ನಿಸಿತು, ಆದರೆ ಫೋನಿನಲ್ಲಿ ಎಲ್ಲ ವಿವರಿಸುವುದು ಕಷ್ಟ ಅನ್ನಿಸಿ, "ಮುಂದಿನ ಸಲ ಊರಿಗೆ ಬಂದಾಗ ಒಂದು ವಿಷಯ ಹೇಳ್ತೀನಿ, ಈಗ ಬಿಡು" ಎಂದ. ಹೆಂಡತಿ "ಸರಿ" ಎಂದು ಫೋನ್ ಇಟ್ಟಳು, ಮತ್ತೆ ಆ ಮಾತು ಎತ್ತಲೇ ಇಲ್ಲ.

ಮಾರನೇ ದಿನ ಸಂಜೆ ಪಾಳಿಗೆ ಬಂದಾಗ, ಗೇಟಿನ ಬಳಿ ಮತ್ತೆ ಮಂಜು ಸಾರ್ ಕಂಡರು, ಈ ಸಲ ಫೋನಿಲ್ಲದೆ, ಮಗಳ ಕೈ ಹಿಡಿದು ಪಾರ್ಕಿಗೆ ಹೊರಟಿದ್ದರು. ಹನುಮಂತ ಎದ್ದು ನಿಂತು "ಗುಡ್ ಈವನಿಂಗ್ ಸಾರ್" ಎಂದ. ಮಂಜು ಒಂದು ಸಣ್ಣ ತಲೆ ಆಡಿಸಿ, ಮಗಳ ಜೊತೆ ಏನೋ ಮಾತಾಡುತ್ತಲೇ ಮುಂದೆ ಹೋದರು. ಇವತ್ತು ಒಂದು ಸಣ್ಣ ಅವಕಾಶ ಇತ್ತು, ಹೇಳಬಹುದಿತ್ತು, ಹನುಮಂತನಿಗೆ ಗೊತ್ತಿತ್ತು. ಆದರೆ ಏನೋ ಒಂದು ಹಿಂಜರಿಕೆ, ಸಾರ್‌ಗೆ ಇದೆಲ್ಲ ಬೇಕಾ, ಒಬ್ಬ ಸೆಕ್ಯುರಿಟಿಯವನ ಹಳೇ ಕಥೆ ಕೇಳುವ ವ್ಯವಧಾನ ಇರುತ್ತಾ ಅನ್ನುವ ಅನುಮಾನ, ಮಾತು ಬಾಯಿಂದ ಹೊರಡಲಿಲ್ಲ.

ಮಂಜು ಮಗಳ ಕೈ ಹಿಡಿದು ಪಾರ್ಕಿನ ಕಡೆ ನಡೆಯುತ್ತಿದ್ದುದನ್ನ ಹನುಮಂತ ಸ್ವಲ್ಪ ಹೊತ್ತು ನೋಡುತ್ತಾ ನಿಂತ. ಆ ಹುಡುಗ, ಈಗ ದೊಡ್ಡ ಸಾರ್ ಆಗಿಬಿಟ್ಟಿದ್ದಾನೆ, ಮಗಳಿಗೆ ಒಳ್ಳೆಯ ಬಟ್ಟೆ, ಒಳ್ಳೆಯ ಶಾಲೆ, ಎಲ್ಲ ಇರಬಹುದು. ಅವನ ಮಗಳಿಗೂ ಒಂದು ದಿನ ಇಂಥದ್ದೇ ಸಣ್ಣ ಕಥೆ ಇರಬಹುದಾ, ಯಾರೋ ಒಬ್ಬ ಕೂಲಿಯಾಳಿನ ಮಗ, ಇನ್ಯಾವ ಪಟ್ಟಣದಲ್ಲೋ, ಅವಳ ಬಗ್ಗೆ ಒಂದು ಸಣ್ಣ ನೆನಪು ಇಟ್ಟುಕೊಂಡು ಬದುಕುತ್ತಿರಬಹುದಾ, ಅಂತ ಒಂದು ವಿಚಿತ್ರ ಯೋಚನೆ ಬಂತು ಹನುಮಂತನಿಗೆ.

ಗೇಟಿನ ಕುರ್ಚಿಗೆ ವಾಪಸ್ ಬಂದು ಕುಳಿತ. ಚಕ್ಕುಲಿಯ ಆ ಕ್ಷಣ ಇನ್ನೂ ಅವನ ಮನಸ್ಸಿನಲ್ಲಿ ಇತ್ತು, ಆ ಹುಡುಗನ ಮುಖ ಇನ್ನೂ ಚೆನ್ನಾಗಿ

ನೆನಪಿತ್ತು, ಎಷ್ಟೋ ವರ್ಷಗಳ ಹಿಂದಿನದಾದರೂ. ಆದರೆ ಆ ಮುಖ ಈ ಮಂಜು ಸಾರ್‌ನ ಮುಖದ ಜೊತೆ ಸರಿಯಾಗಿ ಹೊಂದುತ್ತದೋ ಇಲ್ಲವೋ ಎಂದು ಈಗಲೂ ಪೂರ್ತಿ ಖಚಿತ ಇರಲಿಲ್ಲ. ಎಷ್ಟೋ ಜನ ಇರುತ್ತಾರೆ ಈ ಊರಲ್ಲಿ, ಎಷ್ಟೋ ಹೊನ್ನೇನಹಳ್ಳಿಗಳ ಹುಡುಗರು, ಅಂತ ಒಂದು ಸಣ್ಣ ಅನುಮಾನವೂ ಬಂತು.

ರಿಜಿಸ್ಟರ್ ತೆಗೆದು, ಮುಂದಿನ ಎಂಟ್ರಿಗೆ ಸಿದ್ಧನಾದ. ಗೇಟಿನ ಆಚೆ ಸಂಜೆಯ ಟ್ರಾಫಿಕ್ ಶಬ್ದ ಜೋರಾಗುತ್ತಿತ್ತು, ಒಳಗೆ ಪಾರ್ಕಿನ ಕಡೆಯಿಂದ ಮಕ್ಕಳ ನಗು ಕೇಳಿಸುತ್ತಿತ್ತು. ಮಂಜು ಸಾರ್ ಈ ಗೇಟಿನಿಂದ ಪ್ರತಿ ದಿನ ಹೋಗಿ ಬರುತ್ತಾರೆ, ಎಂದೂ ತಿಳಿಯದೆ, ಒಂದು ಕಾಲದಲ್ಲಿ ಅವರ ಒಂದು ಸಣ್ಣ ಕರುಣೆಯ ಕ್ಷಣ, ಒಬ್ಬ ಹಸಿದ ಹುಡುಗನ ಮನಸ್ಸಿನಲ್ಲಿ ಇಷ್ಟು ವರ್ಷ ಉಳಿದುಕೊಂಡಿದೆ ಎಂದು.

ಹನುಮಂತನಿಗೆ ಒಂದು ವಿಷಯ ಸ್ಪಷ್ಟವಾಗಿ ಗೊತ್ತಿತ್ತು, ಈ ಸಾರ್ ಗೆ ತನ್ನ ಬಗ್ಗೆ ಯಾವ ನೆನಪೂ ಇಲ್ಲ ಅಂತ. ಆ ಚಕ್ಕುಲಿ ಕೊಟ್ಟ ಕ್ಷಣ ಮಂಜುವಿನ ಪಾಲಿಗೆ ಒಂದು ಸಾಮಾನ್ಯ ಕ್ಷಣ ಮಾತ್ರ ಆಗಿತ್ತಿರಬಹುದು, ಎಂದೋ ಮರೆತುಹೋಗಿರಬಹುದು, ಆದರೆ ಅದೇ ಕ್ಷಣ ಇನ್ನೊಬ್ಬರ ಬದುಕಿನಲ್ಲಿ ಇಷ್ಟು ವರ್ಷ ಒಂದು ಬೆಚ್ಚಗಿನ ನೆನಪಾಗಿ ಉಳಿಯಬಹುದು ಅಂತ ಆ ಹುಡುಗನಿಗೆ ಆಗ ಗೊತ್ತಿರಲಿಲ್ಲ, ಈಗಲೂ ಗೊತ್ತಿಲ್ಲ. ಇಬ್ಬರ ದಾರಿ ಎಷ್ಟು ದೂರ ಹೋಗಿಬಿಟ್ಟಿದೆ ಎಂದರೆ, ಒಬ್ಬ ಗೇಟ್ ತೆಗೆಯುವವ, ಇನ್ನೊಬ್ಬ ಗೇಟಿನ ಆಚೆ ಕಾರಿನಲ್ಲಿ ಹೋಗುವವ,

ಈ ಅಂತರ ಇವತ್ತು ಯಾವ ಚಕ್ಕುಲಿಯಿಂದಲೂ ಕಡಿಮೆ ಆಗುವಂತಿಲ್ಲ ಎಂದು ಹನುಮಂತನಿಗೂ ಗೊತ್ತಿತ್ತು.

ಹನುಮಂತ ಇದನ್ನ ಯಾವತ್ತಾದರೂ ಹೇಳುತ್ತಾನೋ ಇಲ್ಲವೋ, ಅವನಿಗೇ ಗೊತ್ತಿಲ್ಲ. ಒಂದು ದಿನ ಧೈರ್ಯ ಮಾಡಿ ಹೇಳಿಯೇಬಿಡಬೇಕು ಅಂತ ಮನಸ್ಸಿನಲ್ಲಿ ಅಂದುಕೊಂಡ, ಸರಿಯಾದ ಸಮಯ ಸಿಕ್ಕಾಗ, ಸಾರ್ ಫೋನಿನಲ್ಲಿ ಇಲ್ಲದಿದ್ದಾಗ, ಗಡಿಬಿಡಿ ಇಲ್ಲದಿದ್ದಾಗ. ಆದರೆ ಅಂಥ ಸಮಯ ಇನ್ನೂ ಎಷ್ಟು ದಿನ ಕಾಯಬೇಕಾಗುತ್ತದೋ ಎಂದು ಅವನಿಗೇ ಸರಿಯಾಗಿ ಗೊತ್ತಿರಲಿಲ್ಲ. ಸದ್ಯಕ್ಕೆ ರಿಜಿಸ್ಟರ್ ಮುಂದೆ ಇಟ್ಟುಕೊಂಡು, ಗೇಟಿನ ಕಡೆ ಗಮನ ಹರಿಸಿದ.

ಅಧ್ಯಾಯ ೨೧: ಶಿವಪ್ಪನ ಕಥೆ

ಯಾರ ಕಥೆ: ಶಿವಪ್ಪ · ***ಸ್ಥಳ:*** ಹೊನ್ನೇನಹಳ್ಳಿ

ನಾಲ್ಕೂವರೆಗೆ ಎಚ್ಚರವಾಯಿತು, ಎಂದಿನ ಹಾಗೆ. ಆದರೆ ಇಂದು ಎದ್ದು ಕುಳಿತ ಕೂಡಲೇ ಶಿವಪ್ಪನಿಗೆ ಒಂದು ಕ್ಷಣ ತಲೆ ಸುತ್ತಿದ ಹಾಗೆ ಆಯಿತು, ಕೋಣೆಯ ಗೋಡೆ ಸ್ವಲ್ಪ ವಾಲಿದ ಹಾಗೆ ಕಂಡಿತು. ಒಂದೆರಡು ಕ್ಷಣ ಹಾಗೇ ಕುಳಿತ, ಆಮೇಲೆ ಎಲ್ಲ ಸರಿಹೋಯಿತು. ಇದು ಈಚೆಗೆ ಆಗಾಗ ಆಗ್ತಿತ್ತು, ಪಟ್ಟಣದ ಡಾಕ್ಟರು ಕಳೆದ ತಿಂಗಳು ಚೆಕಪ್ಪಿನಲ್ಲಿ "ಸ್ವಲ್ಪ ಶುಗರ್ ಜಾಸ್ತಿ ಇದೆ, ಮಾತ್ರೆ ಶುರು ಮಾಡಿ, ಬೆಳಿಗ್ಗೆ ಎದ್ದ ತಕ್ಷಣ ಗಡಿಬಿಡಿ ಮಾಡ್ಬೇಡಿ" ಎಂದಿದ್ದ. ಶಿವಪ್ಪ ಆ ಮಾತನ್ನ ಪಾರ್ವತಮ್ಮಗೆ ಅಷ್ಟು ಗಂಭೀರವಾಗಿ ಹೇಳಿರಲಿಲ್ಲ, "ಏನೂ ಇಲ್ಲ, ಸ್ವಲ್ಪ ಮಾತ್ರೆ ಕೊಟ್ಟಿದಾನೆ" ಎಂದಷ್ಟೇ ಹೇಳಿದ್ದ.

ಸ್ವಲ್ಪ ಹೊತ್ತು ಸುಮ್ಮನೆ ಕುಳಿತು, ಆಮೇಲೆ ನಿಧಾನವಾಗಿ ಎದ್ದ. ಟವಲು ಹೆಗಲಿಗೆ ಹಾಕಿಕೊಂಡು ಹೊರಗೆ ಬಂದ, ಬಾವಿಯ ಹತ್ತಿರ ಮುಖ ತೊಳೆದುಕೊಂಡ, ನೀರು ಎಂದಿನಷ್ಟೇ ತಣ್ಣಗಿತ್ತು. ಆದರೆ ಇಂದು ಆ ತಣ್ಣನೆಯ ನೀರಿನಲ್ಲಿ ಎಂದಿನ ಚುರುಕು ಸಿಗಲಿಲ್ಲ, ಬರೀ ತಣ್ಣಗಿತ್ತು ಅಷ್ಟೇ.

ಗುರುತು

ಫಿಲ್ಟರ್ ಕಾಫಿ ಇಳಿಸಿ ಆ ಹಳೆಯ ತಂಬಿಗೆ-ಲೋಟಕ್ಕೆ ಹಾಕಿಕೊಂಡು ಜಗುಲಿಯ ಮೇಲೆ ಬಂದು ಕುಳಿತ. ಲೋಟ ಕೈಗೆ ಬೆಚ್ಚಗಿತ್ತು, ಅಂಚು ಸ್ವಲ್ಪ ತಗ್ಗಿಹೋದ ಜಾಗ ತುಟಿಗೆ ಸರಿಯಾಗಿ ಕೂರುತ್ತಿತ್ತು, ಎಷ್ಟೋ ವರ್ಷದ ಅಭ್ಯಾಸ. ಇಂದೇಕೋ ಈ ಲೋಟದ ಬಗ್ಗೆ ಶಿವಪ್ಪನಿಗೆ ಒಂದು ವಿಚಿತ್ರ ಯೋಚನೆ ಬಂತು, ತಾನು ಇಲ್ಲದ ಮೇಲೆ ಈ ಸೆಟ್ಟು ಯಾರ ಕೈಗೆ ಹೋಗುತ್ತೋ ಅಂತ. ಮಂಜು ಬೆಂಗಳೂರಲ್ಲಿ ಇದ್ದಾನೆ, ಅಲ್ಲಿ ಒಂದು ಸೆಟ್ಟು ಇದೆ ಈಗಾಗ್ಲೇ, ಈ ಹಳೆಯ ಸೆಟ್ಟನ್ನ ಯಾರು ತಗೊಂಡು ಹೋಗ್ತಾರೆ ಅಂತ. ಈ ಯೋಚನೆ ಬಂದದ್ದೇ ಶಿವಪ್ಪ ಒಂದು ಕ್ಷಣ ತನ್ನ ಮೇಲೇ ನಕ್ಕುಕೊಂಡ. ಇಂಥ ಯೋಚನೆ ಬರುವ ವಯಸ್ಸಾಗಿದೆ ಅಂತ ಗೊತ್ತಾಯ್ತು.

ಮಧ್ಯಾಹ್ನ ಊಟ ಮುಗಿಸಿ ಶಿವಪ್ಪ ಜಗುಲಿಯ ಮೇಲೆ ವಿಶ್ರಾಂತಿ ತಗೊಳ್ತಾ ಇದ್ದಾಗ ಬೀದಿಯ ತುದಿಯಲ್ಲಿ ಒಂದು ಬೈಕು ನಿಂತಿದ್ದು ಕಾಣಿಸಿತು. ರಮೇಶ್, ಅವನ ಹಳೆಯ ಮನೆ ಕೊಂಡುಕೊಂಡವ, ಬೈಕಿನಿಂದ ಇಳಿದು ಈ ಕಡೆ ನಡೆದು ಬರ್ತಾ ಇದ್ದ, ಕೈಯಲ್ಲಿ ಒಂದು ಸಣ್ಣ ಪ್ಲಾಸ್ಟಿಕ್ ಚೀಲ ಹಿಡಿದುಕೊಂಡು.

"ಬಾ ರಮೇಶ, ಕೂತ್ಕೋ," ಶಿವಪ್ಪ ಎದ್ದು ನಿಂತ.

"ಇಲ್ಲ ಸ್ವಾಮಿ, ಎರಡು ನಿಮಿಷ ಇರ್ತೀನಿ. ಮೊಮ್ಮಗನ ನಾಮಕರಣ ಮುಂದಿನ ವಾರ, ಅದಕ್ಕೆ ಕರೆಯೋಕೆ ಬಂದೆ." ಒಂದು ಆಮಂತ್ರಣ ಪತ್ರಿಕೆಯನ್ನ ಕೈಗಿತ್ತ.

ಶಿವಪ್ಪ ಅದನ್ನ ತಗೊಂಡು ಒಂದು ಸಲ ನೋಡಿ, "ಆಗ್ಲಿ, ಬರ್ತೀನಿ" ಎಂದ. ಆಮೇಲೆ ಇಬ್ಬರೂ ಸ್ವಲ್ಪ ಹೊತ್ತು ಮಳೆ, ಬೆಳೆಯ ವಿಷಯ ಮಾತಾಡಿದರು. ಹೊರಡುವ ಮೊದಲು ರಮೇಶ್ ಒಂದು ಕ್ಷಣ ಸುಮ್ಮನೆ ನಿಂತ, ಕೈಯಲ್ಲಿದ್ದ ಪ್ಲಾಸ್ಟಿಕ್ ಚೀಲವನ್ನ ತಿರುಗಿಸ್ತಾ.

"ಸ್ವಾಮಿ, ಒಂದು ವಿಷ್ಯ ಹೇಳ್ಬೇಕು ಅಂತ ಸುಮಾರು ದಿನದಿಂದ ಅಂದ್ಕೊಂಡಿದ್ದೆ." ಒಂದು ಕ್ಷಣ ನಿಲ್ಲಿಸಿ, "ಆ ಮನೆ ಮಾಳಿಗೆ ಬದಲಾಯಿಸೋವಾಗ, ಗೋಡೆಯಲ್ಲಿ ಒಂದು ಡಬ್ಬ ಸಿಕ್ತು. ಎಷ್ಟೋ ವರ್ಷದಿಂದ ಅಲ್ಲೇ ಇದ್ದಿರ್ಬೇಕು. ತಗೊಂಡು ಬಂದಿದೀನಿ, ನಿಮಗೆ ಕೊಡೋಣ ಅಂತ, ಆದ್ರೆ ಆಗ್ಲಿಂದ ಒಂದೊಂದು ಸಲ ಮರ್ತೋಗ್ತಿತ್ತು, ಒಂದೊಂದು ಸಲ ಸಂಕೋಚ ಆಗ್ತಿತ್ತು." ಆ ಪ್ಲಾಸ್ಟಿಕ್ ಚೀಲವನ್ನ ಶಿವಪ್ಪನ ಕೈಗಿತ್ತ.

ಶಿವಪ್ಪ ಚೀಲ ಬಿಚ್ಚಿ ನೋಡಿದ. ಒಳಗೆ ತುಕ್ಕು ಹಿಡಿದ ಒಂದು ಬಿಸ್ಕತ್ ಡಬ್ಬಿ.

"ಏನಿದು?" ಎಂದ, ಇನ್ನೂ ಮುಚ್ಚಳ ತೆಗೆಯದೆ.

"ಗೊತ್ತಿಲ್ಲ ಸ್ವಾಮಿ, ಪೂರ್ತಿ ನೋಡಿಲ್ಲ ನಾನೂ. ಮುಚ್ಚಳದ ಒಳಗಡೆ ಏನೋ ಬರೆದ ಹಾಗಿದೆ ಅಂತ ಮಾತ್ರ ಗಮನಿಸಿದೆ." ರಮೇಶ್

ಒಂದು ಕ್ಷಣ ನಿಂತು, "ಆಯ್ತು ಸ್ವಾಮಿ, ಬರ್ತೀನಿ, ಇನ್ನೊಂದೆರಡು ಮನೆಗೆ ಪತ್ರಿಕೆ ಕೊಡೋದಿದೆ," ಎಂದು ಬೈಕು ಹತ್ತಿ ಹೊರಟುಹೋದ.

ಶಿವಪ್ಪ ಆ ಡಬ್ಬವನ್ನ ಹಿಡಿದುಕೊಂಡು ಸ್ವಲ್ಪ ಹೊತ್ತು ಹಾಗೇ ಕುಳಿತ. ಮಧ್ಯಾಹ್ನದ ಬಿಸಿಲಿನಲ್ಲಿ ಡಬ್ಬದ ತುಕ್ಕು ಹಿಡಿದ ಮೈ ಮಂದವಾಗಿ ಹೊಳೀತಾ ಇತ್ತು. ಮುಚ್ಚಳ ಬಿಗಿಯಾಗಿ ಕೂತಿತ್ತು, ಎಳೆದೆಳೆದು ಕೊನೆಗೆ ತೆಗೆದ.

ಒಳಗೆ ಒಂದು ಬಟ್ಟೆಯ ಚೀಲ, ಅದರೊಳಗೆ ಒಂದಷ್ಟು ಗೋಲಿಗಳು. ಒಂದು ಸಣ್ಣ ಪೆನ್ಸಿಲ್ ತುಂಡು, ಅರ್ಧ ಸವೆದಿತ್ತು. ಒಂದು ಮಡಚಿಟ್ಟ ಕಾಗದ, ಬಹಳ ಎಚ್ಚರಿಕೆಯಿಂದ ಬಿಡಿಸಿ ನೋಡಿದ, ಮುರಿದುಹೋಗುತ್ತೇನೋ ಅನ್ನುವಷ್ಟು ಹಳೆಯದಾಗಿತ್ತು ಕಾಗದ. ಒಂದು ಮನೆಯ ಚಿತ್ರ, ಕ್ರೇಯಾನ್‌ನಲ್ಲಿ ಬಿಡಿಸಿದ್ದು, ಕೆಳಗೆ ಒರಟಾದ ಅಕ್ಷರದಲ್ಲಿ ಬರೆದಿತ್ತು, "ನಮ್ಮ ಮನೆ."

ಶಿವಪ್ಪನ ಕೈ ಒಂದು ಕ್ಷಣ ನಡುಗಿತು. ಆ ಚಿತ್ರ ಬಿಡಿಸಿದ ಕೈ ಯಾರದ್ದು ಅಂತ ಅವನಿಗೆ ಗೊತ್ತಿಲ್ಲ ಅಂತೇನಿಲ್ಲ, ಆದರೆ ಖಚಿತವಾಗಿ ಹೇಳಬೇಕು ಅಂದ್ರೆ ಡಬ್ಬದ ಮುಚ್ಚಳ ತಿರುಗಿಸಿ ನೋಡಬೇಕಿತ್ತು. ತಿರುಗಿಸಿ ನೋಡಿದ. ಮುಚ್ಚಳದ ಒಳಭಾಗದಲ್ಲಿ, ಯಾವುದೋ ಚೂಪಾದ ವಸ್ತುವಿನಿಂದ ಕೆರೆದು ಬರೆದ ಹಾಗೆ, ಅಕ್ಷರಗಳಿದ್ದವು, "ಮಂಜು."

ಶಿವಪ್ಪ ಇನ್ನೂ ಸ್ವಲ್ಪ ಹೊತ್ತು ಸುಮ್ಮನೆ ಕುಳಿತ, ಆ ಡಬ್ಬವನ್ನ ಕೈಯಲ್ಲಿ ಹಿಡಿದುಕೊಂಡು. ಆ ಹಳೆಯ ಮನೆಯಲ್ಲಿ ಮಗ ಎಲ್ಲೆಲ್ಲಿ ಆಟ ಆಡ್ತಿದ್ದ ಅಂತ ನೆನಪು ಮಾಡಿಕೊಳ್ಳಲಿಕ್ಕೆ ಪ್ರಯತ್ನಿಸಿದ, ಇಷ್ಟು ವರ್ಷ ಆದ ಮೇಲೆ ಆ ಮನೆಯ ಒಂದೊಂದು ಕೋಣೆ ಸ್ಪಷ್ಟವಾಗಿ ನೆನಪಿಗೆ ಬರ್ತಿರಲಿಲ್ಲ, ಆದರೆ ಗೋಡೆಯ ಮೂಲೆಯಲ್ಲಿ ಕೂತು ಮಗ ಏನೋ ಕೊರೆಯುತ್ತ, ಬರೆಯುತ್ತ ಕಳೆದ ಒಂದು ಮಧ್ಯಾಹ್ನ ಎಲ್ಲೋ ಮಸುಕಾಗಿ ಇತ್ತು. ಆ ಮನೆ ಬಿಟ್ಟ ಮೇಲೆ ಮಗ ಆ ಮನೆಯ ಬಗ್ಗೆ ಎಂದೂ ಹೆಚ್ಚು ಮಾತಾಡಿದವನಲ್ಲ, ಹೊಸ ಮನೆಗೆ ಬೇಗನೆ ಹೊಂದಿಕೊಂಡುಬಿಟ್ಟ ಅಂತ ಶಿವಪ್ಪ ಅಂದುಕೊಂಡಿದ್ದ. ಈಗ ಈ ಡಬ್ಬ ನೋಡಿದ ಮೇಲೆ ಅನ್ನಿಸಿತು, ಬಹುಶಃ ಎಲ್ಲ ಮಾತಾಡದೇ ಇರೋದೆಲ್ಲ ಮರ್ತೋಗಿದೆ ಅಂತ ಅರ್ಥ ಅಲ್ಲ.

ಸಂಜೆ ಪಾರ್ವತಮ್ಮ ಪೂಜೆ ಮುಗಿಸಿ ಜಗುಲಿಯ ಮೇಲೆ ಬಂದು ಕುಳಿತಾಗ, ಶಿವಪ್ಪ ಆ ಡಬ್ಬವನ್ನ ಅವಳ ಮುಂದೆ ಇಟ್ಟ. ಎಲ್ಲಿಂದ ಬಂತು ಅಂತ ಹೇಳಿದ. ಪಾರ್ವತಮ್ಮ ಆ ಚಿತ್ರ, ಆ ಅಕ್ಷರ ನೋಡಿ ಸ್ವಲ್ಪ ಹೊತ್ತು ಮಾತಾಡಲಿಲ್ಲ.

"ಇಷ್ಟು ವರ್ಷ ಆ ಗೋಡೇಲಿ ಇತ್ತಾ," ಎಂದಷ್ಟೇ ಹೇಳಿದಳು, ಕೊನೆಗೆ.

"ಹೂಂ. ಆ ಮನೆ ಬಿಟ್ಟು ಎಷ್ಟು ವರ್ಷ ಆಯ್ತು, ಹದಿನಾರೋ ಹದಿನೇಳೋ. ಆ ಕಾಲಕ್ಕೆ ಮಾಳಿಗೆ ಸೋರ್ತಾ ಇತ್ತು, ಸರಿಪಡಿಸೋಕಿಂತ ಹೊಸ ಮನೆ ಕಟ್ಟೋದೇ ಜಾಣತನ ಅಂತ ಆ ಕಾಲಕ್ಕೆ ಅನ್ನಿಸಿತ್ತು. ಈಗ ಯೋಚಿಸಿದ್ರೆ, ಒಂದು ಮನೆ ಬಿಟ್ಟು ಬಂದಾಗ ಎಷ್ಟೆಲ್ಲಾ ಬಿಟ್ಟು ಬಂದಿದೀವಿ ಅಂತ ಆ ಕಾಲಕ್ಕೆ ಗೊತ್ತೇ ಆಗಿರಲಿಲ್ಲ."

ಪಾರ್ವತಮ್ಮ ಆ ಗೋಲಿಗಳನ್ನ ಕೈಯಲ್ಲಿ ಹಿಡಿದು ನೋಡಿದಳು, ಒಂದೊಂದಾಗಿ. "ಇದನ್ನ ಮಂಜುಗೆ ಕಳಿಸೋಣ್ವಾ?"

ಶಿವಪ್ಪ ಸ್ವಲ್ಪ ಹೊತ್ತು ಯೋಚಿಸಿದ. "ಗೊತ್ತಿಲ್ಲ. ಅವನಿಗೆ ಇದೆಲ್ಲ ನೆನಪಿರುತ್ತೋ ಇಲ್ವೋ. ನೋಡಿ ಏನ್ ಅಂದ್ಕೊಳ್ತಾನೋ ಕೂಡ ಗೊತ್ತಿಲ್ಲ." ಒಂದು ಕ್ಷಣ ನಿಲ್ಲಿಸಿ, "ಮುಂದಿನ ಸಲ ಬಂದಾಗ ಕೊಡ್ತೀನಿ ಬಿಡು, ಫೋನಲ್ಲಿ ಹೇಳಿ ಪ್ರಯೋಜನ ಇಲ್ಲ, ಎದುರಿಗೇ ಕೊಡ್ಬೇಕು ಇಂಥದ್ದನ್ನ." ಆ ಮಾತು ಹೇಳಿದ ಮೇಲೆ ಶಿವಪ್ಪನಿಗೇ ಗೊತ್ತಿತ್ತು, ಮುಂದಿನ ಸಲ ಅಂದ್ರೆ ಯಾವಾಗ ಅಂತ ಸರಿಯಾಗಿ ಗೊತ್ತಿಲ್ಲ ಅಂತ. ಡಬ್ಬವನ್ನ ಎತ್ತಿ ಒಳಗಿನ ಕಪಾಟಿನಲ್ಲಿ ಇಟ್ಟ.

ಆ ಡಬ್ಬ ಕೈಗೆ ಸಿಕ್ಕಿದ ಮೇಲೆ ಶಿವಪ್ಪನ ಮನಸ್ಸು ಆ ಸಂಜೆ ಇಡೀ ಹಳೆಯ ವಿಷಯಗಳ ಸುತ್ತಲೇ ಸುತ್ತಿತ್ತು. ರಾತ್ರಿ ಊಟದ ನಂತರ, ಪಾರ್ವತಮ್ಮ ಪಾತ್ರೆ ತೊಳೆದು ಮುಗಿಸಿ ಬಂದು ಕುಳಿತಾಗ, ಶಿವಪ್ಪ ಆ ತಂಬಿಗೆ-ಲೋಟ ಸೆಟ್ಟನ್ನ ಒಮ್ಮೆ ಕೈಗೆತ್ತಿಕೊಂಡ.

"ಇದು ಎಷ್ಟು ವರ್ಷದ್ದು ಅಂತ ಸರಿಯಾಗಿ ಯಾರಿಗಾದ್ರೂ ಗೊತ್ತಿದ್ಯಾ ಅಂತ ಯೋಚಿಸ್ತಾ ಇದ್ದೆ," ಎಂದ, ಸುಮ್ಮನೇ.

"ಯಾಕೆ ಇವತ್ತು ಇದೆಲ್ಲ ಯೋಚ್ನೆ?"

"ಆ ಡಬ್ಬ ನೋಡಿದ ಮೇಲೆ ಒಂದೊಂದೇ ನೆನಪಾಗ್ತಿದೆ." ಶಿವಪ್ಪ ಲೋಟವನ್ನ ತಿರುಗಿಸ್ತಾ ಹೇಳಿದ. "ನಮ್ಮಪ್ಪ ಸತ್ತಾಗ ನಾನಿನ್ನೂ ಚಿಕ್ಕವನಿದ್ದೆ, ಆದ್ರೆ ಒಂದು ಮಾತು ನೆನಪಿದೆ, ಅಮ್ಮ ಒಂದ್ಸಲ ಹೇಳಿದ್ಲು, ಈ ಸೆಟ್ಟನ್ನ ನಮ್ಮಜ್ಜ ಮಾಡಿಸಿಕೊಟ್ಟಿದ್ದು, ಅಪ್ಪ-ಅಮ್ಮನ ಮದುವೆ ಆದಾಗ. ಆ ಕಾಲದಲ್ಲಿ ಹೊಸದಾಗಿ ಮದುವೆ ಆದ ಮಗನಿಗೆ ಒಂದು ಸೆಟ್ಟು ಮಾಡಿಸಿಕೊಡೋದು ವಾಡಿಕೆ ಇತ್ತಂತೆ, ಬೇರೆ ಮನೆ ಶುರು ಮಾಡ್ತಾನೆ ಅಂತ. ಅಂದ್ರೆ ಇದು ನನ್ ಅಪ್ಪ-ಅಮ್ಮನ ಮದುವೆಗಿಂತ ಹಳೆಯದಲ್ಲ, ಆದ್ರೆ ಅಷ್ಟೇ ಹಳೆಯದು."

ಪಾರ್ವತಮ್ಮ ಇದನ್ನ ಮೊದಲ ಸಲ ಕೇಳ್ತಾ ಇದ್ಲು. "ಇಷ್ಟು ವರ್ಷ ಈ ಕಥೆ ನನ್ ಹತ್ರ ಎಂದೂ ಹೇಳಿರಲಿಲ್ಲ."

"ಯಾವತ್ತೂ ಕೇಳಿರಲಿಲ್ಲ ನೀನೂ," ಶಿವಪ್ಪ ನಗುತ್ತಾ ಹೇಳಿದ. "ನಂಗೂ ಅಷ್ಟು ಮುಖ್ಯ ಅಂತ ಎಂದೂ ಅನ್ನಿಸಿರಲಿಲ್ಲ, ಬರೀ ಒಂದು ಲೋಟ ಅಷ್ಟೇ ಅಂದ್ಕೊಂಡಿದ್ದೆ. ಈಗ ಈ ವಯಸ್ಸಿಗೆ ಬಂದ ಮೇಲೆ ಅನ್ನಿಸ್ತಿದೆ, ಇಂಥದ್ದನ್ನೆಲ್ಲ ಯಾರಿಗಾದ್ರೂ ಹೇಳಿಡ್ಬೇಕು, ಇಲ್ಲಾಂದ್ರೆ ಈ ಕಥೆನೂ ಒಂದಿನ ಮಾಯ ಆಗೋಗುತ್ತೆ, ಸೆಟ್ಟು ಮಾತ್ರ ಉಳ್ಕೊಂಡು ಕಥೆ ಇಲ್ದೇ."

ಪಾರ್ವತಮ್ಮ ಸ್ವಲ್ಪ ಹೊತ್ತು ಸುಮ್ಮನಿದ್ದಳು, ಆಮೇಲೆ ಹೇಳಿದಳು, "ಆ ಉಪ್ಪಿನಕಾಯಿ ಪದ್ಧತಿ ಕೂಡ ಹಂಗೇ. ನಿಮ್ಮಮ್ಮ ನಂಗೆ ಕಲಿಸಿದ್ರು ಅಂತ ಮಾತ್ರ ಗೊತ್ತು ನಂಗೆ, ಅವರಿಗೆ ಯಾರು ಕಲಿಸಿದ್ರು ಅಂತ ಎಂದೂ ಕೇಳಿಲ್ಲ."

ಶಿವಪ್ಪ ಒಂದು ಕ್ಷಣ ಯೋಚಿಸಿದ. "ಅದೊಂದು ಕಥೆ ಇದೆ, ಅಮ್ಮ ಒಂದ್ಸಲ ಹೇಳಿದ್ದು ನೆನಪಿದೆ. ಅವಳ ಕಾಲದಲ್ಲಿ ಒಂದು ವರ್ಷ ದೊಡ್ಡ ಬರಗಾಲ ಬಂದಿತ್ತಂತೆ, ಮಾವಿನಕಾಯಿನೂ ಸರಿಯಾಗಿ ಸಿಗ್ತಿರಲಿಲ್ಲ, ಸಿಕ್ಕಿದ್ದೂ ಚಿಕ್ಕ ಚಿಕ್ಕದು, ರುಚಿಯೂ ಸರಿಯಿರ್ಲಿಲ್ಲ. ಆಗ ಪಕ್ಕದ ಮನೆಯ ಯಾರೋ ಒಬ್ಬಾಕೆ, ಹೆಸರೂ ಅಮ್ಮ ಹೇಳಿರಲಿಲ್ಲ ಸರಿಯಾಗಿ, ಇರೋ ಸ್ವಲ್ಪ ಕಾಯಿಗೇ ಜಾಸ್ತಿ ಮಸಾಲೆ ಹಾಕಿ ರುಚಿ ತರೋ ಒಂದು ಉಪಾಯ ಹೇಳ್ಕೊಟ್ಟಂತೆ. ಅಮ್ಮ ಅದನ್ನ ಅಷ್ಟೇ ಅಲ್ಲ, ಪ್ರತಿ ವರ್ಷಾನೂ ಅದೇ ಥರ ಮಾಡ್ತಾ ಬಂದ್ಲು, ಕಾಯಿ ಚೆನ್ನಾಗಿ ಸಿಕ್ಕಿದಾಗ್ಲೂ. ಅದೇ ಈಗ ನಮ್ಮ ಮನೆ ಉಪ್ಪಿನಕಾಯಿ ಆಗಿ ಉಳ್ಕೊಂಡಿದೆ. ಅಂದ್ರೆ ಇದು ಮೊದಲಿಂದ್ಲೂ ಇದ್ದ ಪದ್ಧತಿ ಅಲ್ಲ, ಬಡತನದಲ್ಲಿ ಹುಟ್ಟಿದ ಒಂದು ಉಪಾಯ, ಆಮೇಲೆ ಪದ್ಧತಿ ಆಗೋಯ್ತು."

ಪಾರ್ವತಮ್ಮ ಇದನ್ನ ಕೇಳಿ ಸ್ವಲ್ಪ ಹೊತ್ತು ಸುಮ್ಮನಿದ್ದಳು. "ಇಷ್ಟು ವರ್ಷ ಇದನ್ನ ಮಾಡ್ತಾ ಇದ್ದೀನಿ, ಇದರ ಹಿಂದೆ ಇಷ್ಟೊಂದು ಕಥೆ ಇದೆ ಅಂತ ಗೊತ್ತೇ ಇರ್ಲಿಲ್ಲ."

"ನಂಗೂ ಇಷ್ಟು ವರ್ಷ ಇದನ್ನ ಹೇಳ್ಬೇಕು ಅಂತ ಅನ್ನಿಸಿರಲಿಲ್ಲ," ಶಿವಪ್ಪ ಹೇಳಿದ. "ಇವತ್ತು ಆ ಡಬ್ಬ ಕೈಗೆ ಸಿಕ್ಕಿದ್ದೇ ಒಂದು ಥರ ಎಚ್ಚರಿಕೆ ಕೊಟ್ಟ ಹಾಗಾಯ್ತು. ವಸ್ತು ಇರುತ್ತೆ, ಕಥೆ ಮಾತ್ರ ಯಾರೋ ಒಬ್ಬರ ತಲೇಲಿ ಮಾತ್ರ ಇರುತ್ತೆ, ಆ ತಲೆ ಇಲ್ದಿದ್ರೆ ಕಥೆನೂ ಇಲ್ಲ."

ಮಲಗುವ ಮೊದಲು ಶಿವಪ್ಪ ಒಂದು ಸಣ್ಣ ಕೆಲಸ ಮಾಡಿದ, ಯಾರಿಗೂ ಹೇಳದೆ. ಕಪಾಟಿನ ಮೂಲೆಯಲ್ಲಿ ಇಟ್ಟಿದ್ದ ತನ್ನ ಹಳೆಯ ಗಡಿಯಾರವನ್ನ ತೆಗೆದ, ನಮ್ಮಪ್ಪ ಕೊಟ್ಟಿದ್ದು, ಪ್ರತಿ ಬೆಳಿಗ್ಗೆ ಕೀ ಕೊಡುತ್ತಿದ್ದ ಅದೇ ಗಡಿಯಾರ. ಒಂದು ಕ್ಷಣ ಕೈಯಲ್ಲಿ ಹಿಡಿದು ನೋಡಿದ, ಕೀ ಕೊಟ್ಟ, ಇನ್ನೂ ಸರಿಯಾಗಿ ಓಡ್ತಿತ್ತು. ಆಮೇಲೆ ಅದನ್ನ ಒಂದು ಕರವಸ್ತ್ರದಲ್ಲಿ ಸುತ್ತಿ, ಅಡುಗೆಮನೆಗೆ ಹೋಗಿ, ಮುಂದಿನ ಸಲ ಮಂಜುಗೆ ಕಳಿಸೋಕೆ ತಯಾರಾಗಿ ಇಟ್ಟಿದ್ದ ಸ್ಟೀಲ್ ಡಬ್ಬಿಯ ಪಕ್ಕದಲ್ಲಿ ಇಟ್ಟ.

ಪಾರ್ವತಮ್ಮ ಇದನ್ನ ನೋಡಿ, "ಏನದು?" ಎಂದು ಕೇಳಿದಳು.

"ಡಬ್ಬಿ ಜೊತೆ ಇದನ್ನೂ ಕಳಿಸ್ಬೇಕು ಅಂತ."

"ಗಡಿಯಾರಾನಾ? ಯಾಕೆ ಇದ್ದಕ್ಕಿದ್ದಂಗೆ?"

ಶಿವಪ್ಪ ಸ್ವಲ್ಪ ಹೊತ್ತು ಸುಮ್ಮನಿದ್ದ. "ಗೊತ್ತಿಲ್ಲ ಸರಿಯಾಗಿ ಯಾಕೆ ಅಂತ ಹೇಳಕ್ಕೆ. ಇವತ್ತೊಂದಿನ ಇದೆಲ್ಲ ಯೋಚ್ನೆ ಬಂತು ನೋಡು, ಈ ಸೆಟ್ಟಿನ ಕಥೆ, ಆ ಉಪ್ಪಿನಕಾಯಿ ಕಥೆ, ಈ ಡಬ್ಬ. ಇದೂ ಒಂದು, ಇರ್ಲಿ ಅವನ ಹತ್ರ ಅಂತ ಅನ್ನಿಸ್ತು."

"ಏನಂತ ಬರೀಬೇಕಾ ಜೊತೇಲಿ, ಯಾಕೆ ಕಳಿಸ್ತಿದೀವಿ ಅಂತ?"

"ಬೇಡ," ಶಿವಪ್ಪ ಹೇಳಿದ. "ಗೊತ್ತಾಗದಿದ್ರೆ ಆಗ್ಲಿ, ಫೋನ್ ಮಾಡಿದಾಗ ಕೇಳ್ತಾನೆ, ಆವಾಗ ಹೇಳ್ತೀನಿ." ಆ ಮಾತು ಆಡಿದ ಮೇಲೆ ಒಂದು ಕ್ಷಣ ಸುಮ್ಮನಾದ, ಇದೂ ಒಂದು ಮುಂದೂಡಿಕೇನಾ ಅಂತ ಅವನಿಗೇ ಅನ್ನಿಸಿತು. ಆದ್ರೆ ಗಡಿಯಾರವನ್ನ ಡಬ್ಬಿಯ ಜೊತೆ ಇಟ್ಟಿದ್ದು ಮಾತ್ರ ಈ ಸಲ ನಿಜವಾಗಿ ಆಗಿಬಿಟ್ಟಿತ್ತು, ಬರೀ ಯೋಚನೆಯಾಗಿ ಉಳಿದಿರಲಿಲ್ಲ.

ಬಾಗಿಲು ಹಾಕುವ ಮೊದಲು ಒಂದು ಕ್ಷಣ ಹೊರಗೆ ನಿಂತ. ಆಕಾಶ ತುಂಬ ನಕ್ಷತ್ರ, ಎಂದಿನ ಹಾಗೆ. ಮಗ ಇಲ್ಲಿ ಇದ್ದಾಗ ಈ ಆಕಾಶ ತೋರಿಸಿದ್ದು ನೆನಪಾಯಿತು, ಆ ಡಬ್ಬದೊಳಗಿನ ಚಿತ್ರ, ಆ ಗೋಲಿಗಳು, ಆ ಪೆನ್ಸಿಲು ನೆನಪಾಯಿತು. ಆ ಎಲ್ಲ ವಸ್ತುಗಳ ಹಿಂದೆ ಒಂದು ಚಿಕ್ಕ ಮಗು ಇತ್ತು, ಈಗ ಆ ಮಗು ಎಲ್ಲೋ ಬೆಂಗಳೂರಿನ ಫ್ಲಾಟಿನಲ್ಲಿ ದೊಡ್ಡವನಾಗಿ, ತನ್ನದೇ ಮಕ್ಕಳ ಜೊತೆ ಬದುಕ್ತಾ ಇದಾನೆ, ಆ ಮಗುವಿನ ಒಂದು ಸಣ್ಣ ಗುರುತು ಮಾತ್ರ ಈ ಮನೆಯಲ್ಲಿ, ಒಂದು ಡಬ್ಬದೊಳಗೆ, ಇಷ್ಟು ವರ್ಷ ಯಾರಿಗೂ ಗೊತ್ತಾಗದೆ ಉಳ್ಕೊಂಡಿತ್ತು.

ಶಿವಪ್ಪನಿಗೆ ಇದ್ದಕ್ಕಿದ್ದಂತೆ ಅನ್ನಿಸಿತು, ತಾನೂ ಒಂದು ಥರ ಇಂಥದ್ದೇ ಗುರುತು. ಮಗನ ಬದುಕಿನಲ್ಲಿ ಎಲ್ಲೋ ಒಂದು ಮೂಲೆಯಲ್ಲಿ ಕೂತಿರೋ ಒಂದು ಹಳೆಯ ಸೆಟ್ಟು, ಒಂದು ಗಡಿಯಾರ, ಒಂದು

ಉಪ್ಪಿನಕಾಯಿಯ ರುಚಿ. ಮಗ ಎಷ್ಟು ದೂರ ಹೋದ್ರೂ, ಎಷ್ಟು ಕಡಿಮೆ ಕರೆ ಮಾಡಿದ್ರೂ, ಈ ಗುರುತುಗಳು ಅವನ ಫ್ಲಾಟಿನ ಅಡುಗೆಮನೆಯಲ್ಲಿ, ಅವನ ಫ್ರಿಜ್ಜಿನಲ್ಲಿ, ಅವನಿಗೇ ಗೊತ್ತಿಲ್ಲದೆ ಇನ್ನೂ ಜೀವಂತ ಇವೆ ಅಂತ.

ಒಂದು ನಕ್ಷತ್ರ ಉರುಳಿ ಮಾಯವಾಯಿತು. ಶಿವಪ್ಪ ಈ ಸಲ ಏನೂ ಕೋರಿಕೊಳ್ಳಲಿಲ್ಲ, ಬರೀ ನೋಡ್ತಾ ನಿಂತ. ಆಮೇಲೆ ಬಾಗಿಲು ಹಾಕಿಕೊಂಡು ಒಳಗೆ ಹೋದ, ನಾಳೆ ಬೆಳಿಗ್ಗೆ ಇನ್ನೊಂದು ಕಾಫಿ, ಇನ್ನೊಂದು ಸೂರ್ಯೋದಯ ಕಾಯ್ತಾ ಇತ್ತು.

ಅಧ್ಯಾಯ ೨೨: ಮತ್ತೆ ಅದೇ ಭಾನುವಾರ

ಯಾರ ಕಥೆ: ಮಂಜು (ಮತ್ತೆ) · ***ಸ್ಥಳ:*** ಬೆಂಗಳೂರು, ಅವನ ಫ್ಲಾಟ್

ಮಂಜುಗೆ ಎಚ್ಚರವಾದಾಗ ಗಂಟೆ ಎಂಟೂವರೆ. ಕಿಟಕಿಯ ಪರದೆಯ ಸಂದಿನಿಂದ ಬೆಳಕು ನೇರ ಮುಖದ ಮೇಲೆ ಬೀಳುತ್ತಿತ್ತು, ಎಂದಿನಂತೆ. ಭಾನುವಾರ ಮಾತ್ರ ದೇಹ ಎರಡು ಗಂಟೆ ಜಾಸ್ತಿ ತಗೊಳ್ಳುವ ಅಭ್ಯಾಸ ಇನ್ನೂ ಬದಲಾಗಿರಲಿಲ್ಲ, ಎಷ್ಟೋ ತಿಂಗಳು ಕಳೆದರೂ.

ಪಕ್ಕದ ಕೋಣೆಯಿಂದ ಆದಿತ್ಯನ ಧ್ವನಿ ಕೇಳಿಸುತ್ತಿತ್ತು, ಈ ಸಲ ಕಾರ್ಟೂನಿನ ಹಾಡಲ್ಲ, ಸ್ಕೂಲ್ ಪ್ರಾಜೆಕ್ಟ್ ಒಂದರ ಬಗ್ಗೆ ಅನ್ವಿತಾ ಜೊತೆ ಜಗಳ. "ನಿಂದೇ ಫೋಲ್ಡರ್ ತಗೊಂಡೆ, ವಾಪಸ್ ಕೊಡು" ಎಂದು ಅನ್ವಿತಾ ಕೂಗ್ತಿದ್ದಳು, ಧ್ವನಿಯಲ್ಲಿ ಮೊದಲಿಗಿಂತ ಸ್ವಲ್ಪ ಜಾಸ್ತಿ ಖಚಿತತೆ ಇತ್ತು. ಮಂಜು ಮಂಚದ ಮೇಲೆ ಹಾಗೇ ಬಿದ್ದುಕೊಂಡು, ಫ್ಯಾನ್ ಸುತ್ತುವುದನ್ನೇ ನೋಡುತ್ತ, ಈ ವಾರ ಏನೇನೂ ಇಲ್ಲ ಎಂಬ ಸಮಾಧಾನ ಆಸ್ವಾದಿಸಿದ.

ಗುರುತು

ದೀಪಾ ಆಗಲೇ ಎದ್ದಿದ್ದಳು. ಅಡುಗೆಮನೆಯಿಂದ ಗಿಂಡಿಯ ಸದ್ದು ಕೇಳಿಸುತ್ತಿತ್ತು.

"ಎದ್ದೆಯಾ?" ಎಂದು ಅವಳ ಧ್ವನಿ ಬಂತು, ಅಡುಗೆಮನೆಯಿಂದಲೇ.

"ಎದ್ದೆ," ಎಂದ ಮಂಜು, ಎದ್ದೇಳಲಿಲ್ಲ.

"ಕಾಫಿ ಬೇಕಾ?"

"ಬೇಕು."

ಇಂಥ ಸಂಭಾಷಣೆ ಎಷ್ಟು ಸಲ ಆಗಿದೆ ಅಂತ ಮಂಜುಗೆ ಈಗ ಒಂದು ಕ್ಷಣ ಎಣಿಸೋಣ ಅನ್ನಿಸಿತು, ಆಮೇಲೆ ಆ ಆಲೋಚನೆ ಬಿಟ್ಟುಬಿಟ್ಟ. ಎಣಿಸೋದಕ್ಕೆ ಆಗದಷ್ಟು ಸಲ ಆಗಿದೆ ಅಂತ ಅವನಿಗೇ ಗೊತ್ತಿತ್ತು.

ಮಂಜು ಎದ್ದು ಅಡುಗೆಮನೆಗೆ ಬಂದಾಗ ದೀಪಾ ಫಿಲ್ಟರ್ ಕಾಫಿ ಇಳಿಸುತ್ತಿದ್ದಳು. ಸ್ಟೀಲ್ ತಂಬಿಗೆ-ಲೋಟ ಸಿಂಕಿನ ಪಕ್ಕದಲ್ಲಿ ಇಟ್ಟಿದ್ದವು, ಶಿವಪ್ಪ ಇಪ್ಪತ್ತೆರಡು ವರ್ಷದ ಹಿಂದೆ ಕೊಟ್ಟಿದ್ದ ಸೆಟ್ಟು. ಮಂಜು ಈಗ ಈ ಸೆಟ್ಟನ್ನ ನೋಡಿದ ಪ್ರತಿ ಸಲ ಬೇರೆ ಥರ ಯೋಚಿಸ್ತಿದ್ದ, ಕೆಲವು ತಿಂಗಳ ಹಿಂದೆ ಅನ್ವಿತಾ ಸ್ಕೂಲಿಗೆ ಇದನ್ನ ತಗೊಂಡುಹೋಗಿ ಒಂದು "ಹಳೆಯ ವಸ್ತು" ಪ್ರಾಜೆಕ್ಟಿಗೆ ತೋರಿಸಿ, ಅಪ್ಪ ಬಾಲ್ಯದಲ್ಲಿ ಇದೇ ಲೋಟದಲ್ಲಿ

ಹಾಲು ಕುಡೀತಿದ್ದ ಅಂತ ಕ್ಲಾಸಿಗೆ ಹೇಳಿಬಂದಿದ್ದಳು, ಅರ್ಧ ಸರಿ, ಅರ್ಧ ಅವಳದೇ ಕಲ್ಪನೆ. ಆ ಮೇಲಿಂದ ಮಂಜು "ಇವಳಿಗೆ ನಿಜವಾದ ಕಥೆ ಹೇಳ್ಬೇಕು" ಅಂತ ಒಂದೆರಡು ಸಲ ಅಂದುಕೊಂಡಿದ್ದ, ಆಮೇಲೆ ಆ ಆಲೋಚನೆ ದಿನದ ಬೇರೆ ಗಡಿಬಿಡಿಯಲ್ಲಿ ಕರಗಿಹೋಗಿತ್ತು. ಇವತ್ತೂ ಅದೇ ಆಗ್ತಿತ್ತೇನೋ, ಆದರೆ ಇವತ್ತಿನ ಬೆಳಿಗ್ಗೆ ಇನ್ನೂ ಶುರುವಾಗಿರಲಿಲ್ಲ.

" ಕೊರಿಯರ್ ಬಂದಿತ್ತು ನಿನ್ನೆ ಸಂಜೆ," ದೀಪಾ ಹೇಳಿದಳು, ಫ್ರಿಜ್ಜಿನ ಕಡೆ ತೋರಿಸುತ್ತ. "ಅಮ್ಮ ಕಳಿಸಿದ್ದಾರೆ. ಈ ಸಲ ಎರಡು ಪ್ಯಾಕೆಟ್ ಇತ್ತು, ಒಂದು ಡಬ್ಬಿ, ಒಂದು ಸಣ್ಣ ಪೊಟ್ಟಣ."

ಮಂಜು ಫ್ರಿಜ್ ತೆಗೆದ. ಮೇಲಿನ ಶೆಲ್ಫಿನಲ್ಲಿ ಎಂದಿನ ಸ್ಟೀಲ್ ಡಬ್ಬಿ, ತಾಯಿಯ ಕೈಬರಹದಲ್ಲಿ "ಮಂಜುಗೆ" ಎಂದು ಬರೆದ ಚೀಟಿ ಅಂಟಿಸಿತ್ತು, ಎಂದಿನಂತೆ. ಆದರೆ ಅದರ ಪಕ್ಕದಲ್ಲಿ ಒಂದು ಸಣ್ಣ ಬಟ್ಟೆಯ ಗಂಟು ಇಟ್ಟಿತ್ತು, ದಾರದಿಂದ ಕಟ್ಟಿದ್ದು, ಡಬ್ಬಿಗಿಂತ ಚಿಕ್ಕದು, ಆದರೆ ಒಳಗೆ ಏನೋ ಗಟ್ಟಿಯಾದ ವಸ್ತು ಇರುವ ಹಾಗೆ ಭಾಸ.

"ಇದೇನಿದು?" ಮಂಜು ಆ ಗಂಟನ್ನ ಎತ್ತಿಕೊಂಡ.

"ಗೊತ್ತಿಲ್ಲ, ನಾನೂ ನೋಡಿರಲಿಲ್ಲ ಇನ್ನೂ. ಡಬ್ಬಿ ಜೊತೆನೇ ಇತ್ತು ಪ್ಯಾಕೇಟ್ ಒಳಗೆ."

ಮಂಜು ದಾರ ಬಿಚ್ಚಿ ಬಟ್ಟೆ ಬಿಡಿಸಿದ. ಒಳಗೆ ಒಂದು ಹಳೆಯ ಗಡಿಯಾರ, ಚರ್ಮದ ಪಟ್ಟಿ ಸ್ವಲ್ಪ ಸವೆದಿತ್ತು, ಗಾಜಿನ ಮೇಲೆ

ಒಂದೆರಡು ಸಣ್ಣ ಗೀರು. ಗಡಿಯಾರ ಇನ್ನೂ ಓಡ್ತಿತ್ತು, ಮುಳ್ಳುಗಳು ಎಂಟೂವರೆಗೆ ಸ್ವಲ್ಪ ದೂರ ಇದ್ದವು, ಸರಿಯಾದ ಸಮಯ.

ಮಂಜು ಒಂದು ಕ್ಷಣ ಅದನ್ನೇ ನೋಡುತ್ತ ನಿಂತ. ಇದನ್ನ ಎಲ್ಲೋ ನೋಡಿದ ಹಾಗಿದೆ ಅನ್ನಿಸಿತು, ಆದರೆ ಎಲ್ಲಿ ಅಂತ ಸರಿಯಾಗಿ ನೆನಪಾಗಲಿಲ್ಲ. ಚೀಟಿ ಏನೂ ಇರಲಿಲ್ಲ, ವಿವರಣೆ ಏನೂ ಇರಲಿಲ್ಲ, ಬರೀ ಗಡಿಯಾರ, ಬಟ್ಟೆಯಲ್ಲಿ ಸುತ್ತಿ, ಡಬ್ಬಿಯ ಪಕ್ಕದಲ್ಲಿ ಇಟ್ಟಂತೆ.

"ಅಪ್ಪಂದೇ ಇರ್ಬೇಕು," ದೀಪಾ ಹೇಳಿದಳು, ಕಾಫಿ ಸೋಸುತ್ತಲೇ. "ಯಾಕೆ ಕಳಿಸಿದ್ರೋ ಕೇಳಿಬಿಡು ಫೋನ್ ಮಾಡಿದಾಗ."

ಮಂಜು ಗಡಿಯಾರವನ್ನ ಮತ್ತೆ ಬಟ್ಟೆಯಲ್ಲಿ ಸುತ್ತಿ, ಡೈನಿಂಗ್ ಟೇಬಲ್ ಮೇಲೆ ಇಟ್ಟ, ಒಂದು ಕ್ಷಣ ಸುಮ್ಮನೆ ಅದನ್ನ ನೋಡುತ್ತ.

ಕಾಫಿ ಕುಡಿಯುತ್ತ ಮಂಜು ಬಾಲ್ಕನಿಗೆ ಬಂದು ನಿಂತ. ಕೆಳಗೆ ಬೀದಿಯಲ್ಲಿ ಭಾನುವಾರದ ಮಂದಗತಿ, ಹಾಲಿನವನ ಸ್ಕೂಟರ್ ಸದ್ದು ದೂರವಾಗುತ್ತಿತ್ತು. ಪಕ್ಕದ ಮನೆಯ ಕಡೆಯಿಂದ, ಕಮಲಮ್ಮನ ಫ್ಲಾಟಿನ ಕಡೆಯಿಂದ, ಎಂದಿನ ಹಾಗೆ ಅದೇ ಹಳೆಯ ಹಾಡು ಮಂದವಾಗಿ ಕೇಳಿಸ್ತಿತ್ತು. ಮಂಜುಗೆ ಅನ್ನಿಸಿತು, ಎಷ್ಟೋ ವರ್ಷದಿಂದ ಈ ಹಾಡು ಪ್ರತಿ ಭಾನುವಾರ ಕೇಳಿಸ್ತಿದೆ, ಆಗಲೂ ಗುರುತಿಸಲಾಗಿಲ್ಲ, ಈಗಲೂ ಇಲ್ಲ, ಆದರೆ ಈಗ ಇದೊಂದು ಪ್ರಶ್ನೆ ಆಗಿ ಉಳಿದಿಲ್ಲ, ಬರೀ ಭಾನುವಾರದ ಒಂದು ಸದ್ದು ಆಗಿ ಹೋಗಿದೆ, ಮನೆಯ ಗಡಿಯಾರದ ಟಿಕ್ ಟಿಕ್ ಥರ.

ಕಾಫಿ ಮುಗಿಸಿ ಫೋನ್ ತೆಗೆದ. ಅಪ್ಪನ ಮಿಸ್ಡ್ ಕಾಲ್, ಎಂದಿನಂತೆ.

"ಹಲೋ ಅಪ್ಪಾ."

"ಮಂಜೂ! ಪಾರ್ಸಲ್ ಸಿಕ್ತಾ?"

"ಸಿಕ್ತು ಅಪ್ಪ, ನಿನ್ನೆ ಸಂಜೆ ಬಂತು." ಒಂದು ಕ್ಷಣ ನಿಲ್ಲಿಸಿ, "ಡಬ್ಬಿ ಜೊತೇಲಿ ಒಂದು ಗಡಿಯಾರ ಇತ್ತಲ್ಲ ಅಪ್ಪ, ಅದೇನದು?"

ಫೋನಿನ ಆ ಕಡೆ ಒಂದು ಸಣ್ಣ ಮೌನ ಬಂತು. ಮಂಜುಗೆ ಗೊತ್ತಿತ್ತು ಆ ಮೌನದ ಅರ್ಥ, ಅಪ್ಪ ಏನೋ ಯೋಚಿಸ್ತಿದ್ದಾನೆ ಅಂತ.

"ಅದು," ಶಿವಪ್ಪ ಶುರುಮಾಡಿದ, ಆಮೇಲೆ ಮತ್ತೆ ನಿಲ್ಲಿಸಿ, "ಎದುರಿಗೇ ಹೇಳ್ಬೇಕು ಅಂತ ಅಂದ್ಕೊಂಡಿದ್ದೆ, ಮುಂದಿನ ಸಲ ಬಂದಾಗ. ಆದ್ರೆ ಈಗ ಕೇಳ್ದೆಯಲ್ಲ, ಈಗ್ಲೇ ಹೇಳ್ಬಿಡ್ತೀನಿ. ಎಷ್ಟು ದಿನ ಅಂತ ಮುಂದೂಡೋದು."

ಮಂಜುಗೆ ಈ ಮಾತು ಕೇಳಿ ಸ್ವಲ್ಪ ಆಶ್ಚರ್ಯ ಆಯ್ತು, ಅಪ್ಪ ಹೀಗೆ ನೇರವಾಗಿ ಹೇಳೋದು ಅಪರೂಪ.

"ರಮೇಶ, ನಮ್ಮ ಹಳೇ ಮನೆ ಕೊಂಡುಕೊಂಡಿದಾನಲ್ಲ, ಅವನಿಗೆ ಗೋಡೆಯಲ್ಲಿ ಒಂದು ಡಬ್ಬ ಸಿಕ್ತಂತೆ, ಮಾಳಿಗೆ ಬದಲಾಯಿಸೋವಾಗ. ಅದರೊಳಗೆ ನಿನ್ನ ಬಾಲ್ಯದ ಕೆಲವು ವಸ್ತು ಇದ್ವು, ಗೋಲಿ, ಪೆನ್ಸಿಲ್ ತುಂಡು, ಒಂದು ಚಿತ್ರ ಬಿಡಿಸಿದ್ದು. ಡಬ್ಬದ ಮುಚ್ಚಳ ಒಳಗಡೆ ನಿನ್ನ

ಹೆಸರೂ ಕೆರೆದಿತ್ತು." ಶಿವಪ್ಪ ಸ್ವಲ್ಪ ಹೊತ್ತು ನಿಲ್ಲಿಸಿ, "ನಿಂಗೆ ಇದೆಲ್ಲ ನೆನಪಿದ್ಯೋ ಇಲ್ವೋ ಗೊತ್ತಿಲ್ಲ. ಆ ಡಬ್ಬ ನೋಡಿದ ಮೇಲೆ ನಂಗೆ ಒಂದು ಗಡಿಯಾರದ ನೆನಪಾಯ್ತು, ನನ್ನ ಅಪ್ಪ ಕೊಟ್ಟಿದ್ದ ಗಡಿಯಾರ, ಪ್ರತಿ ಬೆಳಿಗ್ಗೆ ಕೀ ಕೊಡ್ತಿದ್ದೆ ಅದಕ್ಕೆ. ಅದನ್ನ ನಿಂಗೆ ಕಳಿಸ್ಬೇಕು ಅಂತ ಅನ್ನಿಸ್ತು ಆವತ್ತೇ."

ಮಂಜು ಫೋನ್ ಕಿವಿಗೆ ಇಟ್ಟುಕೊಂಡು ಟೇಬಲ್ ಮೇಲಿನ ಗಡಿಯಾರವನ್ನ ಮತ್ತೆ ಎತ್ತಿಕೊಂಡ. ಈಗ ಅದನ್ನ ಬೇರೆ ಥರ ನೋಡಿದ.

"ಆ ಚಿಕ್ಕ ಮನೆ ನೆನಪಿದ್ಯಾ ನಿಂಗೆ?" ಶಿವಪ್ಪ ಕೇಳಿದ.

ಮಂಜು ಒಂದು ಕ್ಷಣ ಯೋಚಿಸಿದ. "ಸ್ವಲ್ಪ ಸ್ವಲ್ಪ ನೆನಪಿದೆ ಅಪ್ಪ. ಒಂದು ಗೋಡೆ, ಅಲ್ಲಿ ಕೂತು ಏನೋ ಬರೀತಿದ್ದೆ ಅಂತ. ಸ್ಪಷ್ಟವಾಗಿ ಇಲ್ಲ."

"ಸರಿ ಬಿಡು, ನಿಂಗೆ ನೆನಪಿರಲಿ, ಇರ್ಲಿ, ಎರಡೂ ಸರೀನೇ. ಆದ್ರೆ ಆ ಡಬ್ಬ ಇಷ್ಟು ವರ್ಷ ಆ ಗೋಡೇಲಿ ಇತ್ತು ಅಂತ ಗೊತ್ತಾದ ಮೇಲೆ ನಂಗನ್ನಿಸ್ತು, ವಸ್ತು ಎಷ್ಟೋ ವರ್ಷ ಸುಮ್ಮನೆ ಕೂತಿರುತ್ತೆ, ಯಾರೂ ಕೇಳಿಲ್ಲ ಅಂದ್ರೆ ಕಥೆ ಅದರ ಜೊತೆ ಇರೋಲ್ಲ. ಈ ಲೋಟ ಸೆಟ್ಟು ಇದೆಯಲ್ಲ, ಅದೂ ಅಷ್ಟೇ. ನಮ್ಮಜ್ಜ ನನ್ ಅಪ್ಪ-ಅಮ್ಮನ ಮದುವೆ ಆದಾಗ ಮಾಡಿಸಿಕೊಟ್ಟಿದ್ದು ಅಂತೆ. ಎಷ್ಟೋ ವರ್ಷ ಇದೂ ನಿಂಗೆ ಹೇಳಿರಲಿಲ್ಲ."

ಮಂಜು ಸುಮ್ಮನೆ ಕೇಳ್ತಿದ್ದ, ಒಂದು ಮಾತೂ ಆಡದೆ, ಗಡಿಯಾರವನ್ನ ಕೈಯಲ್ಲಿ ತಿರುಗಿಸ್ತಾ.

"ಯಾಕಿಷ್ಟು ಸುಮ್ಮನಿದ್ದೀಯ?" ಶಿವಪ್ಪ ಕೇಳಿದ.

"ಏನಿಲ್ಲ ಅಪ್ಪ. ಕೇಳ್ತಾ ಇದ್ದೀನಿ ಅಷ್ಟೇ." ಮಂಜು ಒಂದು ಕ್ಷಣ ನಿಲ್ಲಿಸಿ, "ಇಷ್ಟೆಲ್ಲಾ ಯಾಕೆ ಈಗ ಹೇಳ್ತಿದ್ದೀರ ಅಪ್ಪ?"

ಶಿವಪ್ಪ ಸ್ವಲ್ಪ ಹೊತ್ತು ಮಾತಾಡಲಿಲ್ಲ. "ಗೊತ್ತಿಲ್ಲ ಮಗಾ. ವಯಸ್ಸಾಗ್ತಿದೆ ಅಂತ ಅನ್ಸುತ್ತೇನೋ. ಕೆಲವು ವಿಷ್ಯ ಹೇಳದೇ ಇದ್ರೆ ಒಂದಿನ ಯಾರಿಗೂ ಗೊತ್ತಾಗಲ್ಲ ಅಂತ. ಬಟ್ಟೆ, ಲೋಟ, ಗಡಿಯಾರ ಇವೆಲ್ಲ ಇರುತ್ತೆ, ಕಥೆ ಮಾತ್ರ ಇಲ್ದೇ ಇರುತ್ತೆ ಅಷ್ಟೇ." ಒಂದು ಸಣ್ಣ ನಗು ಸೇರಿಸಿ, "ಬಿಡು, ಜಾಸ್ತಿ ಫಿಲಾಸಫಿ ಬೇಡ ಬೆಳಿಗ್ಗೆ ಬೆಳಿಗ್ಗೇನೆ. ಅಮ್ಮ ಇದಾಳೆ, ಮಾತಾಡ್ತಾಳಂತೆ."

ಪಾರ್ವತಮ್ಮನ ಧ್ವನಿ ಬಂತು. "ಮಂಜೂ, ಪಾರ್ಸಲ್ ಸಿಕ್ತಾ? ಈ ಸಲ ಸ್ವಲ್ಪ ಜಾಸ್ತಿ ಖಾರ ಹಾಕಿದ್ದೀನಿ, ಮಕ್ಕಳಿಗೆ ಆಗಲ್ಲ ಅಂದ್ರೆ ಸ್ವಲ್ಪ ಎಣ್ಣೆ ಬೆರೆಸಿ ಕೊಡು."

"ಸರಿ ಅಮ್ಮ."

"ಅನ್ವಿತಾಗೆ ಇನ್ನೂ ಪಿಕಲ್ ಇಷ್ಟ ಇಲ್ವಾ?"

"ಇಲ್ಲಮ್ಮ, ಇನ್ನೂ ಚಿಕ್ಕೋಳು."

ಪಾರ್ವತಮ್ಮ ಒಂದು ಕ್ಷಣ ಸುಮ್ಮನಿದ್ದು, "ಒಂದಿನ ಇಷ್ಟ ಆಗುತ್ತೆ ಬಿಡು. ಆಗ ಇದ್ದೆ ಇದ್ರೆ ಸಾಕಷ್ಟೇ, ಕಲಿಸೋಕೆ ಇಲ್ದಿದ್ರೂ ಮಾಡಿ ಕಳಿಸೋಕಾದ್ರೂ ಆಗ್ಲಿ," ಎಂದಳು, ಸ್ವಲ್ಪ ನಗುತ್ತ, ಆದರೆ ಆ ಮಾತಿನಲ್ಲಿ ಏನೋ ಒಂದು ಸಣ್ಣ ತೂಕ ಇತ್ತು ಮಂಜುಗೆ ಸಂಪೂರ್ಣ ಅರ್ಥ ಆಗದ ಹಾಗೆ.

ಕಾಲ್ ಮುಗಿಸಿದ ಮೇಲೆ ಮಂಜು ಸ್ವಲ್ಪ ಹೊತ್ತು ಬಾಲ್ಕನಿಯಲ್ಲೇ ನಿಂತ, ಗಡಿಯಾರವನ್ನ ಕೈಯಲ್ಲಿ ಹಿಡಿದುಕೊಂಡು. ಇದು ಮೊದಲ ಸಲ ಅಪ್ಪ ಈ ರೀತಿ ಏನಾದ್ರೂ ಮುಂದೂಡದೆ, ಫೋನಲ್ಲೇ ನೇರವಾಗಿ ಹೇಳಿದ್ದು ಅಂತ ಅವನಿಗೆ ಅನ್ನಿಸಿತು, ಯಾಕೆ ಅಂತ ಸರಿಯಾಗಿ ಗೊತ್ತಾಗಲಿಲ್ಲ, ಆದರೆ ಇದೊಂದು ಚಿಕ್ಕ ಬದಲಾವಣೆ ಅಂತ ಗೊತ್ತಾಯಿತು.

ಮಧ್ಯಾಹ್ನ ಊಟದ ಹೊತ್ತಿಗೆ ಮನೆ ತುಂಬ ಸದ್ದು, ಆದಿತ್ಯ ಮತ್ತು ಅನ್ವಿತಾ ಇಬ್ಬರೂ ಈ ಸಲ ಟೀವಿ ರಿಮೋಟಿಗಾಗಿ ಅಲ್ಲ, ಯಾವ ಸಿನಿಮಾ ನೋಡೋದು ಅಂತ ಜಗಳ ಆಡ್ತಿದ್ದರು. ಮಂಜು ಲ್ಯಾಪ್‌ಟಾಪ್ ತೆಗೆಯಲಿಲ್ಲ ಇವತ್ತು, ಸೋಮವಾರದ ಡೆಕ್ ಬಗ್ಗೆ ರಾಜೇಶ್ ಮೆಸೇಜು ಕಳಿಸಿದ್ದ, "ಫೈನಲ್ ಆಗಿದೆ, ಟೆನ್ಷನ್ ಬೇಡ" ಅಂತ, ಮಂಜು ಅದನ್ನ ಓದಿ "ಸರಿ" ಎಂದು ಟೈಪ್ ಮಾಡಿ, ಫೋನ್ ಪಕ್ಕಕ್ಕಿಟ್ಟ.

ಗುರುತು

"ಇವತ್ತು ಸಂಜೆ ಪಾರ್ಕಿಗೆ ಹೋಗೋಣ್ವಾ?" ಎಂದು ಅನ್ವಿತಾ ಕೇಳಿದಳು, ಎಂದಿನಂತೆ.

"ಹೋಗೋಣ," ಎಂದ ಮಂಜು.

"ಪ್ರಾಮಿಸ್ ಆ?"

"ಪ್ರಾಮಿಸ್."

ಈ ಸಲ ಮಂಜುಗೆ ಒಂದು ಸಣ್ಣ ಯೋಚನೆ ಬಂತು, ಬೆಳಿಗ್ಗಿನ ಫೋನ್ ಕಾಲ್ ಇನ್ನೂ ಮನಸ್ಸಿನಲ್ಲಿ ಇತ್ತು. ಟೇಬಲ್ ಮೇಲೆ ಇಟ್ಟಿದ್ದ ಗಡಿಯಾರವನ್ನ ಒಮ್ಮೆ ನೋಡಿ, ಆಮೇಲೆ ಸಿಂಕಿನ ಪಕ್ಕದಲ್ಲಿ ಇದ್ದ ತಂಬಿಗೆ-ಲೋಟವನ್ನ ನೋಡಿದ. "ಇವತ್ತು ಪಾರ್ಕಲ್ಲಿ ಒಂದು ವಿಷ್ಯ ಹೇಳ್ಬೇಕು ನಿಂಗೆ," ಎಂದ ಅನ್ವಿತಾಗೆ.

"ಏನು?"

"ಪಾರ್ಕಲ್ಲಿ ಹೇಳ್ತೀನಿ, ಈಗ ಅಲ್ಲ."

ಅನ್ವಿತಾ ಒಂದು ಕ್ಷಣ ಕುತೂಹಲದಿಂದ ನೋಡಿ, ಆಮೇಲೆ ಮತ್ತೆ ಆದಿತ್ಯ ಜೊತೆ ಜಗಳಕ್ಕೆ ಹಿಂತಿರುಗಿದಳು.

ಸಂಜೆ ಪಾರ್ಕಿನಲ್ಲಿ ಆದಿತ್ಯ ಸೈಕಲ್ ಹೊಡೀತಿದ್ದ, ಈ ಸಲ ಎರಡು ಚಕ್ರದ ಸಪೋರ್ಟ್ ಇರಲಿಲ್ಲ, ಪೂರ್ತಿ ತಾನಾಗೇ ಬ್ಯಾಲೆನ್ಸ್ ಮಾಡ್ಕೊಂಡು ಹೊಡೀತಿದ್ದ, ಒಂದೆರಡು ಸಲ ಸ್ವಲ್ಪ ವಾಲಿದ್ರೂ

ಬೀಳಲಿಲ್ಲ. ಅನ್ವಿತಾ ಜಾರುಬಂಡಿ ಹತ್ತಿ ಇಳಿಯುತ್ತಿದ್ದಳು, ಆಮೇಲೆ ಬಂದು ಮಂಜು ಪಕ್ಕದಲ್ಲಿ ಕುಳಿತಳು, ಎಂದಿನಂತೆ ಬೆಂಚಿನ ಮೇಲೆ.

"ಈಗ ಹೇಳಿ, ಏನ್ ವಿಷ್ಯ?"

ಮಂಜು ಒಂದು ಕ್ಷಣ ಸುಮ್ಮನಿದ್ದ, ಎಲ್ಲಿಂದ ಶುರುಮಾಡೋದು ಅಂತ ಯೋಚಿಸ್ತಾ. "ಆ ಸ್ಟೀಲ್ ಲೋಟ ಇದೆಯಲ್ಲ ಮನೇಲಿ, ಅದೇ ನೀನು ಸ್ಕೂಲಿಗೆ ತಗೊಂಡುಹೋಗಿದ್ದೆಯಲ್ಲ. ಅದರ ನಿಜವಾದ ಕಥೆ ಗೊತ್ತಾ ನಿಂಗೆ?"

ಅನ್ವಿತಾ ಸ್ವಲ್ಪ ಆಶ್ಚರ್ಯದಿಂದ ನೋಡಿದಳು. "ನಂಗೆ ಗೊತ್ತಲ್ಲ, ಅಜ್ಜನ ಅಜ್ಜನ ಮನೇಲಿ ಇತ್ತು ಅಂತ."

ಮಂಜು ಸ್ವಲ್ಪ ನಕ್ಕ. "ಅದಲ್ಲ ಪುಟ್ಟಿ. ಈ ಲೋಟ ಅಜ್ಜ ಮಾಡಿಸಿಕೊಟ್ಟಿದ್ದು, ನಾನು ಮೊದಲ ಸಲ ಬೆಂಗಳೂರಿಗೆ ಬಂದಾಗ. ಆ ಕಾಲದಲ್ಲಿ ಅಜ್ಜನ ಮನೇಲಿ ಇನ್ನೊಂದು ಹಳೇ ಸೆಟ್ಟು ಇತ್ತು, ಈಗ್ಲೂ ಇದೆ, ಅದೇ ಆಕಾರದಲ್ಲಿ ಇದನ್ನ ಮಾಡಿಸಿದ್ರಂತೆ. ಅದೊಂದು ಥರ, ನಾನು ಎಷ್ಟೇ ದೂರ ಹೋದ್ರೂ ಆ ಮನೆಯ ಒಂದು ಚೂರು ಜೊತೇಲಿ ಇರ್ಲಿ ಅಂತ."

ಅನ್ವಿತಾ ಸ್ವಲ್ಪ ಹೊತ್ತು ಸುಮ್ಮನಿದ್ದಳು, ಆ ಕಥೆಯನ್ನ ಅರಗಿಸಿಕೊಳ್ಳೋಕೆ ಪ್ರಯತ್ನಿಸ್ತ. "ಸ್ಕೂಲಲ್ಲಿ ನಾನು ತಪ್ಪು ಹೇಳ್ಬಿಟ್ಟೆ ಅಂತ ಆಯ್ತಲ್ಲ."

"ಏನೂ ಆಗಲ್ಲ ಬಿಡು," ಮಂಜು ಅವಳ ತಲೆ ಸವರಿದ. "ಪೂರ್ತಿ ತಪ್ಪೂ ಅಲ್ಲ ಅದು, ಸ್ವಲ್ಪ ಸರಿ ಇತ್ತು ಕೂಡ. ಬರೀ ಅಜ್ಜನ ಅಜ್ಜನ ಮನೆ ಅಲ್ಲ ಅಷ್ಟೇ."

"ನಂಗೆ ಇನ್ನೂ ಹೇಳಿ ಇಂಥ ಕಥೆ," ಅನ್ವಿತಾ ಕೇಳಿದಳು, ಕಣ್ಣಲ್ಲಿ ಒಂದು ಹೊಸ ಕುತೂಹಲ.

ಮಂಜು ಒಂದು ಕ್ಷಣ ಆಕಾಶ ನೋಡಿದ, ಆಮೇಲೆ ಮಗಳ ಕಡೆ ತಿರುಗಿದ. "ಇದೆ, ಬೇಕಾದಷ್ಟಿದೆ. ಒಂದೊಂದೇ ಹೇಳ್ತೀನಿ, ಒಂದೊಂದು ಸಲ ಬಂದಾಗ." ಆ ಮಾತು ಆಡಿದ ಕೂಡಲೇ ಮಂಜುಗೆ ಒಂದು ಕ್ಷಣ ವಿಚಿತ್ರ ಅನ್ನಿಸಿತು, ಇದೂ ಒಂದು ಮುಂದೂಡಿಕೆನಾ ಅಂತ. ಆದರೆ ಇವತ್ತಿನದನ್ನ ಮುಂದೂಡಿರಲಿಲ್ಲ ಅಂತ ಅವನಿಗೆ ಗೊತ್ತಿತ್ತು, ಅದೇ ಸಾಕು ಅಂತ ಸಮಾಧಾನ ಮಾಡ್ಕೊಂಡ.

"ಅಪ್ಪಾ ನೋಡಿ!" ಆದಿತ್ಯ ಕೂಗಿದ, ಸೈಕಲ್ ಮೇಲೆ ಒಂದು ಸುತ್ತು ಪೂರ್ತಿ ಎರಡೂ ಕೈ ಬಿಟ್ಟು ಹೊಡೆದು ತೋರಿಸಿದ.

"ಭಲೇ ಮಗಾ!" ಮಂಜು ಚಪ್ಪಾಳೆ ತಟ್ಟಿದ, ಈ ಸಲ ಒಂದು ಸಣ್ಣ ಹೆಮ್ಮೆಯ ಜೊತೆ, ಇಷ್ಟು ದಿನ ಬೀಳ್ತೀನಿ ಅಂತ ಹೆದರ್ತಿದ್ದ ಮಗ ಈಗ ಬೀಳ್ದೇ ಹೊಡೀತಿದಾನೆ ಅಂತ.

ಮನೆಗೆ ಹಿಂತಿರುಗುವಾಗ ಲಿಫ್ಟಿನಲ್ಲಿ ಕಮಲಮ್ಮ ಸಿಕ್ಕರು, ಎಂದಿನ ಮಂದಹಾಸದೊಂದಿಗೆ.

"ನಮಸ್ಕಾರ ಮಂಜು."

"ನಮಸ್ಕಾರ್ರೀ."

ಮಕ್ಕಳಿಬ್ಬರೂ "ನಮಸ್ಕಾರ ಆಂಟಿ" ಎಂದು ಒಟ್ಟಿಗೆ ಹೇಳಿದರು. ಲಿಫ್ಟ್ ಮೇಲೇರ್ತಿರುವಾಗ, ಮಂಜುಗೆ ಆ ಬಹಳ ಹಳೆಯ ಪ್ರಶ್ನೆ ಮತ್ತೆ ಮನಸ್ಸಿಗೆ ಬಂತು, ಎಷ್ಟೋ ವರ್ಷದಿಂದ ಕೇಳ್ಬೇಕು ಅಂದ್ಕೊಂಡು ಕೇಳದೇ ಇದ್ದ ಪ್ರಶ್ನೆ. ಇವತ್ತಿನ ದಿನ ಅವನಿಗೊಂದು ಸಣ್ಣ ಧೈರ್ಯ ಕೊಟ್ಟ ಹಾಗಿತ್ತು.

"ಆಂಟಿ, ಒಂದು ವಿಷ್ಯ ಕೇಳ್ಬೇಕು ಅಂತ ಎಷ್ಟೋ ವರ್ಷದಿಂದ ಅಂದ್ಕೊಂಡಿದ್ದೆ," ಎಂದ, ಲಿಫ್ಟ್ ಇನ್ನೂ ಎರಡು ಫ್ಲೋರ್ ಬಾಕಿ ಇರುವಾಗ. "ಭಾನುವಾರ ಬೆಳಿಗ್ಗೆ ನೀವು ಹಾಕ್ಕೊಳ್ಳೋ ಆ ಹಾಡು, ಅದೇನದು?"

ಕಮಲಮ್ಮ ಒಂದು ಕ್ಷಣ ಆಶ್ಚರ್ಯದಿಂದ ನೋಡಿದರು, ಆಮೇಲೆ ಮೆಲ್ಲಗೆ ನಕ್ಕರು. "ಅಷ್ಟು ವರ್ಷ ಆಗ್ಬೇಕಾ ಇದನ್ನ ಕೇಳೋಕೆ," ಎಂದರು, ಬೇಸರವಿಲ್ಲದೆ, ಬರೀ ಮೆಲ್ಲನೆ. "ಅದು ನನ್ ಯಜಮಾನ್ರು ಟೇಪ್ ಮಾಡಿದ್ ಹಾಡು, ರೇಡಿಯೋದಿಂದ, ತೊಂಬತ್ತರ ದಶಕದಲ್ಲಿ. ಅವರು ಹೋಗಿ ಆರು ವರ್ಷ ಆಯ್ತು. ಆ ಟೇಪ್ ಇನ್ನೂ ಇದೆ, ರೆಕಾರ್ಡರ್ ಎಷ್ಟೋ ಸಲ ರಿಪೇರಿ ಆಗಿದೆ. ಮಗ ಡಿಜಿಟಲ್ ಮಾಡಿ ಕೊಡ್ತೀನಿ ಅಂತಾನೆ, ನಾನೇ ಬೇಡ ಅಂತಿದ್ದೀನಿ, ಆ ಸಣ್ಣ ಗರಗರ ಸದ್ದೂ ಆ ಹಾಡಿನ ಒಂದು ಭಾಗ ಅಂತ ಅನ್ಸುತ್ತೆ ನಂಗೆ."

ಮಂಜು ಒಂದು ಕ್ಷಣ ಸುಮ್ಮನಿದ್ದ. "ಚೆನ್ನಾಗಿತ್ತು ಆಂಟಿ, ಎಷ್ಟೋ ಸಲ ಕೇಳಿ ಗುರುತಿಸೋಕೆ ಆಗ್ಲಿಲ್ಲ."

"ಪರವಾಗಿಲ್ಲ ಬಿಡಿ," ಕಮಲಮ್ಮ ಹೇಳಿದರು, ಲಿಫ್ಟ್ ಅವರ ಫ್ಲೋರಿಗೆ ತಲುಪುತ್ತಿದ್ದಂತೆ. "ಇಳಿಯೋ ಮೊದ್ಲು ಕೇಳಿದ್ರಿ, ಅದೇ ಸಾಕು." ಒಂದು ಸಣ್ಣ ನಗು ಬೀರಿ ಇಳಿದುಹೋದರು.

ಮಂಜುಗೆ ಗೊತ್ತಿರಲಿಲ್ಲ, ಕಮಲಮ್ಮನ ಗಂಡ ರಾಮಚಂದ್ರನ ಕುಟುಂಬ ಹೊನ್ನೇನಹಳ್ಳಿಯಿಂದ ಎಂಟು ಹತ್ತು ಮೈಲಿ ದೂರದ ಊರಿನವರು ಅಂತ, ಕಮಲಮ್ಮಗೂ ಇದು ಗೊತ್ತಿತ್ತು, ಆದರೆ ಅದನ್ನ ಎಂದೂ ಯಾರಿಗೂ ಹೇಳೋ ಅವಶ್ಯಕತೆ ಬಂದಿರಲಿಲ್ಲ, ಇವತ್ತೂ ಬರಲಿಲ್ಲ. ಆ ಸಂಬಂಧ ಇಬ್ಬರಿಗೂ ಗೊತ್ತಾಗದೆ, ಎಷ್ಟೋ ವರ್ಷದಿಂದ ಈ ಕಟ್ಟಡದ ಒಳಗೆ, ಒಂದು ಲಿಫ್ಟಿನ ಒಳಗೆ, ಸುಮ್ಮನೆ ಇತ್ತು.

ರಾತ್ರಿ ಊಟದ ನಂತರ ಮಕ್ಕಳನ್ನ ಮಲಗಿಸಿ, ದೀಪಾ ಬಂದು ಸೋಫಾದ ಮೇಲೆ ಕುಳಿತಳು, ಫೋನ್ ಕೈಯಲ್ಲಿ ಹಿಡಿದುಕೊಂಡು.

"ಶ್ವೇತಾ ಒಂದು ಜಾಬ್ ಓಪನಿಂಗ್ ಕಳಿಸಿದ್ಲು," ಎಂದಳು, ಸುಮ್ಮನೆ, ಫೋನ್ ಸ್ಕ್ರೀನ್ ನೋಡುತ್ತಲೇ. "ಪಾರ್ಟ್ ಟೈಮ್, ಮನೆಯಿಂದಾನೇ ಮಾಡಬಹುದು ಅಂತೆ. ಸ್ವಲ್ಪ ಯೋಚ್ನೆ ಮಾಡ್ತಾ ಇದ್ದೀನಿ."

ಮಂಜು ಅವಳ ಪಕ್ಕ ಕುಳಿತ. "ಮಾಡ್ಬೇಕು ಅಂತ ಇದ್ಯಾ?"

"ಗೊತ್ತಿಲ್ಲ ಸರಿಯಾಗಿ. ಆದ್ರೆ ಈ ಸಲ ಅಪ್ಲೈ ಮಾಡ್ಬೇಕು ಅಂತ ಅಂದ್ಕೊಂಡಿದ್ದೀನಿ, ಇವತ್ತೇ ರಾತ್ರಿ." ಅವಳು ಒಂದು ಕ್ಷಣ ಮಂಜುನ ಕಡೆ ನೋಡಿ ಸ್ವಲ್ಪ ನಕ್ಕಳು. "ಎಷ್ಟೋ ಸಲ 'ಮುಂದಿನ ಸಲ' ಅಂದುಕೊಂಡಿದ್ದೀನಿ ಇದನ್ನ. ಈ ಸಲ ಇವತ್ತೇ ಮಾಡ್ಬಿಡ್ತೀನಿ, ನಾಳೆಗೆ ಇಡ್ಬೇಡ ಅಂತ."

ಮಂಜು ಏನೂ ಹೇಳಲಿಲ್ಲ, ಬರೀ ಅವಳ ಭುಜದ ಮೇಲೆ ಕೈ ಇಟ್ಟ. ದೀಪಾ ಫೋನಿನಲ್ಲಿ ಟೈಪ್ ಮಾಡ್ತಾ ಇರೋದನ್ನ ಸ್ವಲ್ಪ ಹೊತ್ತು ನೋಡ್ತಾ ಕುಳಿತ.

ಮಕ್ಕಳು, ದೀಪಾ ಮಲಗಿದ ಮೇಲೆ ಮಂಜು ಸ್ವಲ್ಪ ಹೊತ್ತು ಎಚ್ಚರವಾಗಿಯೇ ಇದ್ದ. ಡೈನಿಂಗ್ ಟೇಬಲ್ ಮೇಲಿಂದ ಗಡಿಯಾರ ಎತ್ತಿಕೊಂಡು, ಮಣಿಕಟ್ಟಿಗೆ ಕಟ್ಟಿಕೊಂಡು ನೋಡಿದ. ಸ್ವಲ್ಪ ದೊಡ್ಡದಾಗಿತ್ತು ಅವನ ಕೈಗೆ, ಪಟ್ಟಿಯ ಕೊನೆಯ ಎರಡು ರಂಧ್ರ ಬಿಗಿ ಆಗ್ಲಿಲ್ಲ. ಸ್ವಲ್ಪ ಹೊತ್ತು ಹಾಗೇ ಕಟ್ಟಿಕೊಂಡಿದ್ದ, ಆಮೇಲೆ ಬಿಚ್ಚಿ ಮತ್ತೆ ಬಟ್ಟೆಯಲ್ಲಿ ಸುತ್ತಿಟ್ಟ, ಅಲ್ಮೈರಾದ ಮೇಲಿನ ಡ್ರಾಯರಲ್ಲಿ.

ಬಾಲ್ಕನಿಗೆ ಬಂದು ನಿಂತ. ಕಮಲಮ್ಮನ ಮನೆಯ ಕಡೆ ದೀಪ ಆರಿಹೋಗಿತ್ತು. ಬೆಂಗಳೂರಿನ ಆಕಾಶದಲ್ಲಿ ಎಂದಿನಂತೆ ನಕ್ಷತ್ರ ಕಾಣಿಸಲಿಲ್ಲ, ಬರೀ ದೂರದ ಟವರ್‌ಗಳ ಕೆಂಪು ದೀಪ ಮಿಣುಕುತ್ತಿತ್ತು. ಮಂಜುಗೆ ಒಂದು ಕ್ಷಣ ಅಪ್ಪನ ಮನೆಯ ಅಂಗಳ ನೆನಪಾಯಿತು, ಅಲ್ಲಿ

ಆಕಾಶ ತುಂಬ ನಕ್ಷತ್ರ ಇರುತ್ತೆ ಅಂತ, ಅಪ್ಪ ಎಷ್ಟೋ ಸಲ ರಾತ್ರಿ ಒಬ್ಬನೇ ಹೊರಗೆ ನಿಂತು ನೋಡ್ತಾ ಇರ್ತಾನೆ ಅಂತ ಅಮ್ಮ ಒಮ್ಮೆ ಹೇಳಿದ್ದು ನೆನಪಾಯಿತು. ಎರಡು ಆಕಾಶ, ಎರಡು ಥರದ ಬೆಳಕು, ಒಂದೇ ಕುಟುಂಬ.

ಇವತ್ತು ಏನೂ ವಿಶೇಷ ನಡೀಲಿಲ್ಲ ಅಂತ ಅವನಿಗೆ ಒಂದು ಕ್ಷಣ ಅನ್ನಿಸಿತು, ಎಚ್ಚರವಾಗಿದ್ದು, ಕಾಫಿ, ಅಪ್ಪನ ಫೋನ್ ಕಾಲ್, ಪಾರ್ಕು, ಲಿಫ್ಟಿನ ಒಂದು ಪ್ರಶ್ನೆ, ದೀಪಾಳ ಒಂದು ನಿರ್ಧಾರ, ಊಟ, ನಿದ್ದೆ. ಆದರೆ ಆ ಆಲೋಚನೆ ಬಂದ ಕೂಡಲೇ ಅವನಿಗೆ ಗೊತ್ತಾಯ್ತು, ಇದು ಸುಳ್ಳು ಅಂತ. ಇವತ್ತು ಒಂದು ಗಡಿಯಾರ ಬಂತು, ಅರವತ್ತು ವರ್ಷದ ಹಿಂದಿನ ಒಂದು ಮದುವೆಯ ಕಥೆ ಬಂತು, ಒಂದು ತಿಳಿಸದ ಮನೆಯ ಗೋಡೆಯೊಳಗಿಂದ ಬಾಲ್ಯದ ಒಂದು ಚೂರು ಬಂತು, ಮಗಳಿಗೆ ಒಂದು ಸತ್ಯ ಸಿಕ್ತು, ಎಷ್ಟೋ ವರ್ಷ ಕೇಳಬೇಕು ಅಂದ್ಕೊಂಡಿದ್ದ ಪ್ರಶ್ನೆಗೆ ಉತ್ತರ ಸಿಕ್ತು, ಹೆಂಡತಿ ಒಂದು ಮುಂದೂಡಿಕೆಯನ್ನ ಇವತ್ತೇ ಮುರಿದಳು. ಇಷ್ಟೆಲ್ಲ ಆಗಿಯೂ, ಇದನ್ನ "ಏನೂ ಇಲ್ಲ" ಅಂತ ಅನ್ನಿಸೋ ಹಾಗೆ ಮಾಡಿದ್ದೇ, ಈ ಎಲ್ಲ ಸಂಗತಿಗಳು ಎಷ್ಟು ಸಪ್ಪಗೆ, ಎಷ್ಟು ಸಾಧಾರಣವಾಗಿ ನಡೆದವು ಅಂತ.

ಮಂಜುಗೆ ಫ್ರಿಜ್ಜಿನ ಡಬ್ಬಿ, ಮಗಳ ಸ್ಕೂಲಿನ ಒಂದು ಸುಳ್ಳಲ್ಲದ ಸುಳ್ಳು, ಕಮಲಮ್ಮನ ಆ ಹಾಡು, ಶಿವಪ್ಪನ ಗಡಿಯಾರ, ಇವೆಲ್ಲ ಎಷ್ಟೋ ಜನರ ಕೈಯಲ್ಲಿ ಇನ್ನೂ ಬೇರೆ ಬೇರೆ ರೂಪದಲ್ಲಿ ಇರಬಹುದು ಅಂತ ಒಂದು ಕ್ಷಣ ಅನ್ನಿಸಿತು, ಇವನಿಗೆ ಗೊತ್ತೇ ಆಗದ ಇನ್ನೆಷ್ಟೋ ಜನರ

ಬಳಿ. ಪಕ್ಕದ ಮನೆಯ ಸೆಕ್ಯುರಿಟಿ, ಒಬ್ಬಿಬ್ಬರು ಡ್ರೈವರ್, ಸ್ಕೂಲಿನ ಒಬ್ಬ ಆಯಾ, ಅಪ್ಪನ ಹಳೆಯ ಗೆಳೆಯರು, ಇವರೆಲ್ಲ ಇವನ ಜೀವನದ ಒಂದು ಚೂರನ್ನ, ಇವನಿಗೆ ಗೊತ್ತಿಲ್ಲದ ಹಾಗೆ, ಎಲ್ಲೋ ಇಟ್ಟುಕೊಂಡಿರಬಹುದು. ಈ ಆಲೋಚನೆ ಸ್ಪಷ್ಟವಾಗಿ ಬರಲಿಲ್ಲ, ಒಂದು ಹೆಸರೂ, ಒಂದು ಮುಖವೂ ಕಣ್ಣಿಗೆ ಕಟ್ಟಲಿಲ್ಲ, ಬರೀ ಒಂದು ಭಾವ, ಇವನೊಬ್ಬನೇ ಇರುವ ಮನುಷ್ಯ ಅಲ್ಲ, ಎಷ್ಟೋ ಜನರ ಜೀವನದೊಳಗೆ ಒಂದು ಸಣ್ಣ ಗುರುತಾಗಿ ಇವನೂ ಉಳ್ಕೊಂಡಿದಾನೆ ಅಂತ, ಇವನಿಗೇ ಗೊತ್ತಾಗದ ಹಾಗೆ.

ಮಂಜು ಒಂದು ದೀರ್ಘ ಉಸಿರು ಬಿಟ್ಟ. ಫ್ರಿಜ್ಜಿನ ಡಬ್ಬಿ, ಡ್ರಾಯರಲ್ಲಿ ಇಟ್ಟ ಗಡಿಯಾರ, ಮಗಳ ಹೊಸ ಕಥೆ, ಕಮಲಮ್ಮನ ಟೇಪ್, ಹೆಂಡತಿಯ ಇಂದಿನ ಒಂದು ಸಣ್ಣ ಹೆಜ್ಜೆ, ಇವೆಲ್ಲ ಇಂದಿಗೂ ಮುಗಿಯದ, ಎಂದೂ ಪೂರ್ತಿ ಮುಗಿಯದ ಒಂದು ದೊಡ್ಡ ಸಂಗತಿಯ ಸಣ್ಣ ಸಣ್ಣ ತುಂಡುಗಳು ಅಂತ ಅವನಿಗೆ ಅನ್ನಿಸಿತು. ಈ ಸಂಗತಿಗೆ ಒಂದೇ ಪದ ಇತ್ತು, ಅವನ ಅಪ್ಪ ಈ ದಿನ ಫೋನಲ್ಲಿ ಎಂದೂ ಆಡದ ಪದ, ಆದರೆ ಮಂಜುಗೆ ಈಗ ಆ ಪದ ಮನಸ್ಸಿಗೆ ಬಂತು, ಗುರುತು.

ಬಾಲ್ಕನಿಯ ಬಾಗಿಲು ಎಳೆದುಕೊಂಡು ಒಳಗೆ ಹೋದ. ನಾಳೆ ಸೋಮವಾರ. ಇವತ್ತಿನಂತೆ ನಾಳೆಯೂ ಒಂದು ಸಾಧಾರಣ ದಿನವೇ ಆಗಬಹುದು, ಒಂದು ಡೆಕ್, ಒಂದು ಮೀಟಿಂಗ್, ಒಂದು ಫೋನ್ ಕಾಲ್. ಆದರೆ ಈಗ ಮಂಜುಗೆ ಗೊತ್ತಿತ್ತು, ಇಂಥ ಸಾಧಾರಣ ದಿನಗಳೊಳಗೇ, ಯಾರಿಗೂ ಕಾಣದ ಹಾಗೆ, ಎಷ್ಟೋ ಗುರುತುಗಳು ಒಂದರಿಂದ

ಇನ್ನೊಂದಕ್ಕೆ ಹರಿಯುತ್ತಲೇ ಇರುತ್ತವೆ ಎಂದು, ಎಂದೂ ಪೂರ್ತಿಯಾಗಿ ಎಣಿಸಲಾಗದ, ಎಂದೂ ಪೂರ್ತಿಯಾಗಿ ಗುರುತಿಸಲಾಗದ ಒಂದು ಸರಪಳಿಯಂತೆ.

ಮಂಜು ದೀಪ ಆರಿಸಿ ಮಲಗಿದ.

--- ***** ---

www.ingramcontent.com/pod-product-compliance
Lightning Source LLC
LaVergne TN
LVHW090353240926
848801LV00002B/25
* 9 7 9 8 9 0 5 8 4 8 8 3 4 *